கோவேறு கழுதைகள்

கோவேறு கழுதைகள்

இமையம்

க்ரியா

Koveru Kazhuthaigal, a novel in Tamil by **Imaiyam**

© *Imaiyam*

First Edition: *July 1994*

Reprinted: *October 2003, July 2013, November 2016, February 2019, November 2021, March 2023, August 2024*

Published by:
Cre-A:
No. 58, TNHB Colony,
Sanatorium, Tambaram,
Chennai – 600 047.
Mobile: 72999 05950
Email: creapublishers@gmail.com, crea@crea.in
Website: www.crea.in

Printed at:
Sudarsan Graphics Pvt. Ltd.,
Chennai- 600 041.

ISBN: *978-93-82394-05-1*

Price: *Rs.325*

1

எல்லாருக்குமே விருப்பம். பின் அதுவே முடிவாகிவிட்டது. ஆரோக்கியம் தீர்மான மாகச் சொல்லிவிட்டாள். அதற்குத் தகுந்தாற்போல சகாயமும் போகாமல் இருப்பதற்கில்லை என்று கூறிவிட்டாள். ஆரோக்கியமும் சகாயமும் இந்த ஒரு விஷயத்தில் மட்டும்தான் சண்டை இல்லாமல் ஒத்துப்போயினர். மேரியும், பீட்டரும் ஆரோக்கியத்தைப் பிள்ளைப்பூச்சிபோல அரிக்க ஆரம்பித்துவிட்டனர். ஜோசப்புக்கும் விருப்பம்தான். என்றாலும் எப்போதும்போல் பேசாமல் இருந்துவிட்டான். இதனால் சகாயத்திற்கு ஜோசப்மேல் கோபம்.

சவுரி மட்டும் விடாமல் முணுமுணுத்துக்கொண்டே இருந்தான். ஆரோக்கியத்தை யும், மற்ற எல்லோரையுமே குறை மேல் குறை சொன்னான். இந்த ஒரு வார காலத்தில் இரவில் சக்கிலியக்குடிப் பெரியானுடன் அதிகம் பேசிக்கொண்டிருந்தான். மனம் சரியாக இல்லாவிட்டால் சவுரி, பெரியானிடமே தங்கிவிடுவான். ரொம்பவும் அபூர்வமாகவே அவனுக்கு மனசு நிலையில்லாமல் போகும்.

இந்த விஷயத்தைக் கிளப்பிவிட்டவளே சகாயம்தான். அவளுக்கு எங்காவது வெளியூர் போக வேண்டும்போல் இருந்தது. ஞாயிறுக்கு ஞாயிறு கோவிலுக்குப் போக வேண்டும். திருவிழாவிற்குத் திருவிழாதான் கோவிலுக்குப் போவதா? கடவுள் இதனால்தான் நம்மைச் சோதிக்கிறார் என்றெல்லாம் கூறியதும், ஆரோக்கியம் இதையே பிடித்துக்கொண்டாள்.

''தை காலாதி வரப்போவுது. வேல நேரம். இந்த நேரத்துல கோவிலுக்குப் போகணுங்குதே. இது அடுக்குமா? எந்த ஊர் நியாயம் இது? வவுத்துக் கஞ்சிக்குக் கதம் பாடுற காலத்துல.''

''திங்கறதுக்குச் சோறும், படுக்கறதுக்கு எடமும் இருக்கிறவுங்களுக்குத்தான் கோவிலு, சாமியெல்லாம். சொந்தம், பந்தமெல்லாம். சூத்துல துணியில்லாதவனுக்கு ஏது?''

''நிக்கறது தரென்னு நெனப்பில்ல. ஆகாசமுன்னுதான் நெனப்பு.''

''விடியாதவனே, வாய மூடிக்கிட்டுக் கெட'' என்று ஆரோக்கியம் திட்டிய பிறகு தான் சவுரி வாயை மூடினான். ஆனாலும் அவன் மனம் கரைக்காரர்கள், கொத்துக்காரர் கள் என்ன சொல்வார்களோ என்ற கவலையில் ஆழ்ந்தது.

ஆரோக்கியம் இந்த ஒரு வார காலமுமே ஆலாய்ப் பறந்தாள். பெரியவர்களிடத்தில் சென்று சொன்னாள். அவளுடன் பெயருக்குச் சவுரியும் போனான். மறுத்தார்கள். பிறகு சரியென்று கூறினார்கள். கரைக்காரர்கள், கொத்துக்காரர்களிடம் படாத பாடு பட்டாள். ராமசாமியும் சடையனும்தான் அதிகம் குதித்தார்கள்.

''சும்மா இருக்கிற காலத்துல கோவிலுக்கு எதுக்கு?''

''துணிய யாரு வெளுக்கிறது?''

''நீ போற நேரமாப் பாத்து ஊர்ல நல்லது கெட்டது நடந்தா யாரு பாக்கறது?''

''ஊருல நாலு வண்ணானா இருக்கறான்? வடவாண்டிப் பயல!''

''அதான கேட்டன்?''

''திடுதிப்புனு குடும்பத்தோட போறங்கறது எந்த ஊரு ஞாயங்கறன்?''

''வரவர ஒம் போக்கே சரியில்ல. வேற ஊரு வண்ணானெக் கொண்டாற வேண்டியதுதான்.''

''பகட்டு வேசமெல்லாம் வாணாம்.''

ஆரோக்கியம் ஒருவழியாக எல்லாரையும் சம்மதிக்க வைத்தபோது, இந்த ஒரு வாரத்தில் பத்து வயது கூடிவிட்டது என்றே எண்ணினாள். எல்லாம் முடித்து நேற்றிரவு கூட்டாஞ்சோறு ஆக்கினாள். கூட்டாஞ்சோறு ஆக்கி எவ்வளவு காலமாகிவிட்டது!

கடலைப் பருப்பு, தட்டம் பயிறு, துவரை, மொச்சைக்காய் எல்லாம் போட்டு வரகு அரிசியால் கூட்டாஞ்சோறு ஆக்கித் துணியில் கட்டிக்கொண்டு நடு ஜாமத்திலேயே எல்லாரையும் எழுப்பி, அழைத்துக்கொண்டு கிளம்பினாள். எப்படியோ அவளை அறியாமலேயே அவளுக்குள் உற்சாகம் உண்டாகியிருந்தது. மனமோ ஏதோ முக்கிய மான சம்பவம் நடக்க இருப்பதுபோல் ஒரே பரபரப்பாக இருந்தது.

போன வருஷம் திருவிழாவுக்குத்தான் ஆரோக்கியம் குடும்பத்துடன் போய் வந்தாள். சகாயத்தை ஜோசப்புக்குப் பெண்பார்த்துக்கொண்டிருந்த நேரம். பிறகு இப்போதுதான் போகிறாள்.

மேல்நாரியப்பனூர் வந்து சேரும்போது வெயில் மரமரவென்று மேலே ஏறியிருந்தது. கோவிலில் சாமியார் இல்லை. மதியம்தான் வருவாராம்.

சொரூபத்தின்முன் எல்லாரும் மண்டியிட்டனர். சகாயம் எழுந்து வந்து, வெளியில் நின்ற வேப்பமரத்தின் நிழலில் எல்லாருடனும் சேர்ந்து உட்கார்ந்துகொண்டாள். ஆரோக்கியம் இன்னும் மண்டியிட்டபடியே கவிழ்ந்து கிடந்தாள். அவள் கைகள் தரையை அழுத்தமாகப் பற்றியிருந்தன. பூமிக்குள் புகுந்துவிட முயலுபவள்போல் கிடந்தாள்.

முதலில் அவளுக்கு நினைவுக்கு வந்தது, அவள் இங்கு வர ஒவ்வொரு கரைக்காரர், கொத்துக்காரர் வீட்டிற்கும் அலைந்து திரிந்தது. பிறகு, தன் குடும்பம், மேரி, ஜோசப், பீட்டர் என்று நினைவு வரிசையாக நீண்டுகொண்டிருந்தது. அவள் சாமி கும்பிடத்தான் விரும்பினாள். ஆனால் ஊரிலுள்ளவர்களின் நினைவும், குடும்பத்திலுள்ளவர்களின் நினைவும்தான் அவள் மனதில் வரிவரியாய் வந்தன.

ஆரோக்கியம் கோவிலின்முன் வேப்பமர நிழலுக்கு வரும்போது அழுது ஓய்ந்திருந்தாள். அவளைச் சவுரி கிண்டல் செய்தான். பாவம் கடவுள் என்றான். சகாயம் மட்டும் விடாமல் சிரித்துக்கொண்டிருந்தாள்.

எல்லாரும் சாப்பிட்டனர். கூட்டாஞ்சோற்றின் மணம் எங்கும் பரவியது. ஆரோக்கியம் சாப்பிட மறுத்துவிட்டாள். அவள் நெஞ்சு கனத்திருந்தது. அவள் இந்தக் கோவிலுக்கு வரும் ஒவ்வொரு முறையும் அவளுக்கு இப்படித்தான் ஆகிவிடுகிறது. சாமியார் இல்லையென்றபோது அவள் மனம் வெந்துபோயிற்று. அதை அவள் அப சகுனமாக உணர்ந்தாள். இதற்காக சவுரியின்மேல் கோபம் கொண்டாள். அவன்தான் இப்போது கோவிலுக்குப்போகவேண்டாமென்றவன். தெய்வ சன்னிதானத்திற்குப் போகக் கூடாது என்று நினைப்பவர்கள் உலகத்தில் யார் இருக்கிறார்கள்? சவுரியின் போக்கு வரவர சரியில்லை.

எல்லாரும் கிணற்றுக்கு அருகில் உட்கார்ந்து கூட்டாஞ்சோற்றைக் கவளம் கவளமாக மேரியிடமிருந்து உள்ளங்கையில் வாங்கிச் சாப்பிட்டனர். பெரிய கிழவி போல் மேரி குண்டானை முன்னால் வைத்துக்கொண்டு உருண்டை பிடித்துக்கொண்டிருப்பதைக் கண்ட ஆரோக்கியத்திற்கு அழுகையாக வந்தது. அவள் எதுவும் பேசவில்லை. முந்தானையால் மூக்கைச் சிந்துவதுபோலக் கண்ணைத் துடைத்துக் கொண்டாள்.

அவளுக்கு மேரி பிறந்ததிலிருந்தே சிரமம்தான். ஜோசப்தான் மேரியைப் பகல் முழுக்க வீட்டில் வைத்துக்கொண்டிருந்தான். ஆரோக்கியத்தின் வீட்டில் வராத நோய்கள் எல்லாம் அவளுக்குத்தான் வந்தன. பகலில் ஆரோக்கியம் தொரப்பாட்டுக்குப்

போய்விடுவாள். ஜோசப்தான் மேரிக்கு எல்லாமும். பீட்டருக்கும் ஜோசப்தான் எல்லாமும். ஆனால் பீட்டர் கொஞ்சம் போக்கிரி.

பீட்டர் குழந்தையாக இருந்தபோது ஜோசப் தொரப்பாட்டுக்குப் போக ஆரம்பித்தான். பீட்டரை மேரி வீட்டில் வைத்துக்கொண்டிருந்தாள். அப்போதிலிருந்து மேரி வீட்டு வேலைகளைச் செய்யக் கற்றுக்கொண்டாள். அவள் பெரியவள் ஆகஆக ஆரோக்கியத்திற்கு வீட்டு வேலைகள் குறைந்துகொண்டே வந்தன. இப்போது சுத்தமாக அடுப்புப் பக்கமே ஆரோக்கியம் போவது நின்றுபோயிற்று. இதனால் அவள் சந்தோஷம் அடைந்தாலும் மேரி குறித்துக் கவலை உண்டாக ஆரம்பித்தது. அவள் கவலைக்கு ஏற்ற மாதிரி, போன வாரம் மேரியே அந்தப் பேச்சை ஆரம்பித்தாள். அதற்குக் காரணம், அன்று காலை மேரி துணியெடுக்கத் தெருவுக்குப் போனபோது, சடையனுக்கும் அவளுக்கும் சண்டை வந்துவிட்டது. சடையன் அவளைச் சீண்டிப் பார்த்தான். அதை ஆரோக்கியத்திடம் வந்து சொல்லி அழுதாள். அன்று முழுவதும் வேலை ஏதும் செய்யவில்லை. அழுகையையும் நிறுத்தவில்லை.

''என்னெப்பத்தி உனக்குக் கவலையே கெடயாதா?''

''அதுக்கென்ன இப்ப?''

''என்னெ எவன் கையிலாவது புடிச்சிக் குடுத்துடு.''

''ஏன்டி?''

''இந்த உடம்பு ஏன்தான் இப்படி இருக்கோ?''

''இப்ப அதுக்கென்ன?''

''உருட்டுக் கட்டையாட்டம் இருக்கிற இந்த உடம்பாலதான் ஊருல எல்லார் கிட்டயும் எனக்குச் சண்டை வருது. கீழ்ச் சாதின்னுகூடப் பாக்காமக் கடிக்க வரானுங்க.''

''யாராவது ஏதாச்சும் சொன்னாங்களா?''

ஆரோக்கியத்திற்குப் பகீரென்றது. எக்குத்தப்பாகப் பேசி ஏதாவது நடந்து விட்டதா? கொத்துக்காரச் சடையனாயிற்றே! கீழ்ப்பட்ட சாதிப் பெண்களைச் சீண்டுகிற அளவுக்குக் காலம் மாறிவிட்டது என்று நினைத்தாள். கோபம் வந்தது. பின் அது, அழுகையாக மாறிற்று. சத்தமில்லாமல் அழுதாள். ''நம்ப ஊரு மீசை நரைச்ச கெயவன்கூட எங்கிட்டக் கேலி பேசுறான். நம்ப ஊரு ஆம்பளங்களையே எனக்குப் புடிக்கல. கோவமா வருது. என் அடி வவுத்தையே பாக்குறாங்க.''

''எந்த ஊருலதான் ஆம்பளங்க இல்லங்கிற?''

''இந்த ஊருக்கு அந்த ஊரு தேவலாமுன்னு போவ வேண்டியதுதான். காலத்தக் கயிக்க வேண்டியதுதான்.''

''எங்க போனாலும் நாம இன்னொருத்தருக்குக் கீழ. கீழ்ச்சாதிக்குக் கீழ்ச்சாதி வேலை செய்யறவுங்கள இப்படித்தான் செய்வாங்க!''

''பெறவு என்னதான் பண்றது?''

''நம்பளுக்கு முன்னாடி எம்பூட்டோ, நம்ப சாதி, சனம் இருந்துட்டுக் காலம் தள்ளினாப்ல நம்பளும் போவ வேண்டியதுதான். மனசு முக்கியம். உட்ராதே. உசுரு மாதிரி மனசு. உசுரு போனா நாம இல்ல. மனசு போச்சினா அது நமக்கில்ல. மனசக் கல்லாக்கிடு.''

''கடவுளே! அந்தோணியாரே!''

மேரி பெருமூச்சு விட்டபடியே வெளியே போனாள். ஆரோக்கியம் அன்றிரவு முழுக்கக் குமுறிக்குமுறி அழுதாள். எல்லாவற்றையுமே சொல்லி, நொந்து அழுதாள்.

மேரிக்கு ஒருவன் வேண்டுமே என்ற கவலைதான் அவளுக்கு. பிறகு அந்த ஒருவனுக் காகவும் அழுதாள்.

அன்று விடிந்ததும் விடியாததுமாக பீட்டர் தெருப்பயல்களுடன் சண்டைபிடித்து, அடிவாங்கிக்கொண்டு வந்தான். முன்பே மேரி அவனை ஊர்ப் பிள்ளைகளுடன் போகக் கூடாது என்று பலமுறை அடித்து நொறுக்கியும் அவன் கேட்கவில்லை. உடம்பு தடிக்க தடிக்க அவன் யாரையுமே மதிப்பதில்லை.

மழை பெய்திருந்தது. ஈரமாக இருந்த மணலைத் தட்டி, கொட்டாங்கச்சியால் அள்ளி நிறைத்து, பிறகு முட்டைமுட்டையாகக் கொட்டியிருக்கிறார்கள். பிறகு எல்லா மணலையும் சேர்த்துச் சோறு, குழம்பு என்று பிரித்திருக்கிறார்கள். பீட்டரைத் தவிர மற்ற எல்லாரும் பிசைந்துபிசைந்து மணலை அள்ளிச் சாப்பிட்டுவிட்டு, இது காக்காய்க்கு, இது நாய்க்கு, இது வண்ணாரப் பெயலுக்கு என்று ஒதுக்கி வைத்த மணலை பீட்டர் கலைத்தபோதுதான் சண்டை வந்தது. ரத்தக்களறிதான். அன்று பீட்டருக்கு நல்ல அடி. இரவு ஆரோக்கியத்திடம் கேட்டான்.

''ஏம்மா நாம்ப ராச்சோறு எடுக்காம இருக்கக் கூடாதா? நெதமும் நம்பூட்டுல சோறாக்கினா என்னா?''

''ஏன்டா?''

''மத்தவுங்க வூடுமாரி நம்மூட்டுலியும் சோறாக்கு!''

''உன் கையக் காலத் தெலக்கிப்புடுவன் தெலக்கி, கயிதக்கிப் பொறந்தத!''

''பசங்க எல்லாரும் என்னெ ராச்சோறு, ராச்சோறுன்னு எளக்காரம் பண்றாங்க.''

''அதனாலென்னடா சின்னம்? சொன்னாப் போறாங்க.''

''வண்ணாரப் பெய, வண்ணாரப் பெயனு நெட்டித் தள்ளுறானுவோ.''

''சரி வுடு.''

''நாம்பளும் கூலி வேலக்கிப் போனா என்ன?''

''அது நடக்கிற காரியமா? கோழி போனதில்லாம, கொரங்கும் போன கதெ ஆயிடும்.''

''மத்தவங்க எல்லாம் போறாங்கல்ல!''

''அவுங்களுக்குக் கொல்லக்காடு, நிலம்பலம் இருக்கு.''

''நம்பளுக்கு ஏன் இல்ல?''

''ம், உங்கப்பன் பெரிய ராஜா வூட்டுப் புள்ளெ பாரு! காணிகாணியா இருக் கிறதுக்கு. வெறும் வெங்கப்பயலுக்குப் பொறந்தவன. கேவியா கேக்கற?''

''நான் இனும தொரப்பாட்டுக்கு வர மாட்டன்.''

''உங்கப்பன் வூட்டு நஞ்சயிலும் பிஞ்சயிலும் வெளயறதத் திங்கலாமுன்னு பாக்குறியா? கறிய உரிச்சி நாய்க்கிட்டப் போட்டுடுவன், கயிதக்கிப் பொறந்தவன.''

''துணியெடுக்க வந்தாலும், சோறு எடுக்கப் போவ மாட்டன்.''

''இங்க வா, உன் கால முறிச்சி அடுப்புல வக்கறன், கம்மனாட்டி.''

பீட்டர் தெருவுக்கு ஓடிப்போனான். சிறிது நேரத்தில் ஆரோக்கியம் ''அந்தோணி யாரே! கடவுளே!'' என்று கூவியபடி அழ ஆரம்பித்துவிட்டாள். அந்த அழுகை யாரையுமே பாதிக்கவில்லை. ஆனால் இரவு முழுதும் அழுதாள்.

ஆரோக்கியத்திற்குத் தெரியாதது ஒன்றும் இல்லை. அவள் பிறந்து வளர்ந்த ஊரிலும் இப்படித்தான். இந்த ஊரிலும் இப்படித்தான். அந்தக் காலத்திலிருந்து இப்படியே தான் இருந்து வருகிறது. ஆரோக்கியத்தைகூடச் சிலர் சீண்டிப்பார்க்காமல் இல்லை. அப்போதெல்லாம் சவுரியின் அக்கா, தங்கைகள் யாராவது ஆரோக்கியத்துடன்

இருந்துகொண்டே இருப்பார்கள். அவள் சோறு எடுக்கவோ, தொரப்பாட்டுக்குப் போகவோ இல்லை. இருந்தாலும் அப்போது, இந்தக் காலமாகவும் இல்லை, இந்த மாதிரி சனங்களாகவும் இல்லை.

இப்போதும் சின்னப் பிள்ளைகள்கூட ''வண்ணாத்தி மவள'' என்றுதான் கூப்பிடு கிறார்கள். சிரித்துக்கொண்டே ஆரோக்கியம், ''என்னா விசயம்?'' என்பாள். 'இந்தக் காலத்துது எல்லாத்துக்குமே கோவப்படுதுங்க. நாம்ப சின்ன சாதி. கோவம் படச்சி என்ன பண்றது?' என்று மனதிற்குள் நினைத்துக்கொள்வாள். உடனே அதை மறந்தும்விடுவாள். மறந்துதான் தீர வேண்டும். மறக்க முடியவில்லை என்றால் பைத்தியம். மறந்தால்தான் காலம்தள்ள முடியும்.

மௌனமாக உட்கார்ந்திருந்த ஆரோக்கியத்திற்குப் பிரமை பிடித்ததுபோல் ஆயிற்று. முதலில் ஜோசப்தான் சாப்பிட்டு முடித்து அவளருகில் வந்து உட்கார்ந்தான். இப்போதுதான் அவனை முதல் முறையாகப் பார்ப்பவள்போல வெறித்துப் பார்த்தாள். அவள் அழவில்லை. ஆனால் கண்ணீர் வந்துகொண்டிருந்தது. சிறிது நேரத்தில் துண்டைத் தலைக்கு வைத்து ஜோசப் சுருண்டு படுத்தான்.

''ஏன் சோறு திங்கல?''

''வாண்டாம் தம்பி. நீ நிறையாத் தின்னியா?''

''ஓ! வயிறுமுட்ட சாப்ட்டன். வவுறப் பாத்தாத் தெரியில, திம்னு இருக்கு.''

''அய்யோ கடவுளே! என்ன புத்தியோ, சட்டயப் போட்டுக்கிட்டா படுப்பாங்க தரையில. மாடு மாதிரி வளந்தா ஆச்சா? இல்ல, புள்ளெப் பெத்துட்டா மட்டும் போதுமாங்கறேன்?''

ஜோசப்பும், ஆரோக்கியமும் பயந்தேவிட்டனர். சகாயம் கேட்டுக்கொண்டே வேக மாக வந்தாள். ஜோசப் சட்டையுடன் தரையில் படுத்தது அவளுக்குப் பிடிக்கவில்லை. மீண்டும் துண்டைத் தலைக்குப் பந்தாகச் சுருட்டி வைத்துக்கொண்டான். ஜோசப்பிட மிருந்து சட்டையைக் கழட்டி வைத்துக்கொண்டாள் சகாயம். ஆரோக்கியத்திற்குக் கோபமாக இருந்தது. துண்டை விரித்துப் படுக்கப்போன ஜோசப்பை மறித்துக் கத்தினாள் சகாயம்.

''செக்குல தலய வுட்டாப்ல இம்மா எண்ணெயா தடவுறது? ரண்டு காது இடுக்கி லியும் பாரு, எண்ணெய் ஒழிவியிருக்கு. துண்டால தொடெ. படுத்தா, பூரா எண்ணெயும் துண்டுல வந்துடும். இந்தக் காலக் கொஞ்சம் கயிவினா என்னா?''

ஆரோக்கியம், ஜோசப், பீட்டர், சவுரி எல்லாருடைய முழுங்கால்வரையிலும் பத்தையாகப் புழுதி படிந்திருந்தது. அதைக் கழுவ மறந்துபோனது அப்போதுதான் ஆரோக்கியத்திற்கு நினைவுவந்தது. ஜோசப் கழுத்தில் இறங்கியிருந்த எண்ணெயை ஆரோக்கியம் துடைத்தாள். தன் கழுத்தையும் துடைத்துக்கொண்டாள். ஜோசப்பின் காலில் ஒட்டியிருந்த தெருப்புழுதியையும் துடைத்தாள். அவள் கை பட்ட இடம் மட்டும் கறுப்பாக இருந்தது. மற்ற பகுதி செம்மண் நிறத்தில் இருந்தது.

''யான வேட்டக்கிப் போனவனுக்குப் பூன கிடைச்ச கதெ'' என்பாள் அடிக்கடி ஆரோக்கியம். சகாயம் என்னதான் கோபமாகத் திட்டினாலும் மௌனமாகவே இருக்கும் ஜோசப்மேல் இரக்கம் உண்டாயிற்று. ஆரோக்கியத்துடனும் அவன் என்றுமே சண்டை பிடித்தது கிடையாது. இப்படிப்பட்ட தங்கமான பிள்ளைக்கு வாய்த்தாளே மகராசி என்று கோபம் கொள்வாள் ஆரோக்கியம். எப்போதுமே ஆரோக்கியத்திற்கும் சகா யத்திற்கும் சண்டைதான்.

ஒரு நாள் மேரி வந்து ஒரு விஷயத்தைச் சொன்னாள். அதற்கு மட்டும் ஆரோக்கியம் சண்டை பிடிக்கவில்லை. ஆனால் தன் பிள்ளையின் கதி என்னாகுமோ என்று மட்டும் பயந்தாள். அந்தப் பயம் அவள் நெஞ்சில் இன்றைக்கும் இருக்கிறது.

''நாம்ப இத வுட்டுத்தான் தொலச்சா என்னா?''

''இப்ப இதுக்கென்னவாம்?''

''இது வாண்டாம். கூலியாப் பணம் கொடுக்கச் சொல்லலாம்.''

''இது நடக்கற காரியமா?''

''ஏனாம்?''

''இதென்ன நேத்திய, இன்னிய சமாச்சாரமா?''

''எங்கண்ணன் மாதிரி கட வச்சா என்னா?''

''கண்ணுக்கேத்தமாரிதான் கெனவு வரும்பாங்க. நீ என்னடான்னா, இல்லாதது பொல்லாதது எல்லாம் சொல்ற, இடுப்புல இருக்கிற துணி காத்துல பறந்தா, மாத்தத் துணி கெடைக்காத காலத்துல.''

''இல்லன்னா நாம்ப சின்னசேலம் போயிட்டா என்னா?''

''அதுவும் நடக்காது. நாம்ப என்ன ராசா வம்சமா, நெனச்சா நெனச்ச மாதிரி செய்யறதுக்கு? மாத்துக் கோமணம்கூட இல்ல.''

''பின்ன என்னதான் ஆவுங்கற? பேரச் சொல்லிக்கூடக் கூப்புட மாட்டங்கறாங்க. வண்ணாத்தி மவள! வண்ணாத்தி மவள!!''

''எனக்கும் ஆசதான். எங்கம்மா வராது. நம்மள வுட மாட்டாங்க.''

''உங்கம்மா எதுக்குத்தான் வருவா? எல்லாத்துக்கிட்டயும் போய், சூத்துத் துணியச் சொறிஞ்சிகிட்டு நிப்பா!''

''அப்படி இருந்தாத்தான் இந்தப் பாவி வவுத்த வளக்கலாம்.''

''இதென்ன வவுறு? வவுறு?... ஏசுவே.''

''வவுறுதான் ஏசு, சாமி, கடவுள், பூதமெல்லாம்'' மேரி சிரித்தாள்.

'எப்போது பாத்தாலும் சின்னசேலம் போறதெப் பத்தியே பேசறவளா குடும்பம் நடத்தப்போறா? டவுன் பொறுக்கி', என்று நினைத்தாலும், சகாயம் மேரியிடம் பேசிய இந்தப் பேச்சை, மேரி சொன்னபோது ஆரோக்கியம் மௌனமாக இருந்துவிட்டாள். அவள் இதுவரை கட்டிக்காத்துவந்த குடும்பத்தைக் காக்க வந்தவள் பேசும் பேச்சா என்று வருந்தினாள். அவளுடைய இந்தக் குடும்பம்...

இப்போது குடும்பத்தில் இருக்கும் பிரச்சினைகளில் தான் அழிந்துபோய் விடாமல் இருக்க வேண்டுமே என்ற கவலை சகாயத்திற்கு.

யார் எதைச் சொன்னாலும் பேசாமல் வந்துவிடுவான் ஜோசப். பீட்டர் அப்படி இல்லை. மேரிக்கு உடனடியாகக் கல்யாணத்தை நடத்தியே தீர வேண்டும். எல்லாரையுமே பகைத்துகொண்டு, எப்போதுமே தன் குடும்பத்தைக் குறைசொல்லும் சகாயம், எதையுமே காதில் வாங்காத சவுரி, எல்லாவற்றையும் விட ஊர்ச் சனங்கள். சோறு போடுவதிலிருந்து, தூத்து முறம் அள்ளுவதுவரை, காரியங்களில் கிடைக்கும் சில்லறைக் காசுகூடக் குறைந்துவிட்டது.

தொலைவில் சாமியார் வந்துகொண்டிருப்பது தெரிந்தது. தன்னை அறியாமல் நொடியில் எழுந்து நின்றாள். ஆகாசத்தில் பறப்பதுபோல உணர்ந்தாள். மனமும் லேசாக, எதுவுமற்று இருப்பதை உணர்ந்தாள். லேசாகக் கண்ணீர் வந்தது அவளுக்கு. உண்மையில் அவளுக்கு அப்போது அழ எண்ணமே இல்லை. எல்லாரும் எழுந்து

நின்றனர். சாமியார் அருகில் வந்ததும் தரையில் விழுந்து வணங்கினர். தனது மேலங்கியைக் கழற்றியவாறே எல்லாவற்றையும் கேட்டார்.

''சுகமாக இருக்கீங்களா?''

''ஆமாம் ஆண்டவரே!'' என்றாள் ஆரோக்கியம்.

''இருங்க!''

''சரி சாமி'' என்றாள் சகாயம்.

''உத்தரவு ஆண்டவரே!''

''ஏசுவே, கர்த்தாவே.''

கூப்பின கையைக் கடைசிவரை ஆரோக்கியம் பிரிக்கவே இல்லை. சாமியார் உள்ளே போய்விட்டார். சிறிது நேரத்தில் அவரது சமையல்காரன் வந்து சொன்னான். ''சாமி சாப்புடறாரு, பெறவு கொஞ்சம் தூங்கிட்டு வந்து ஒங்களப் பாப்பாரு.''

மீண்டும் மரத்தடியில் அனைவரும் வந்து உட்கார்ந்தனர். சகாயத்திற்கு இந்தச் சாமியாரைச் சிறிதும் பிடிக்கவில்லை. பீட்டரும் இதையேதான் சொன்னான். ஊருக்குப் போக நேரமாகிறது என்று கவலைப்பட்டுக்கொண்டிருந்தான் சவுரி. வீட்டில் அப்படியொன்றும் முக்கியமான பொருளில்லாவிட்டாலும், அவனுக்கு நினைவு அங்குதான்.

ஆரோக்கியம் சாமியாரிடம் நிறையப் பேச வேண்டுமென்று திட்டம் போட்டாள். சாமியாரிடம் மறைக்கக் கூடாது. யாரிடம் வேண்டுமானாலும், சவுரியிடம்கூட மறைத்துவிடலாம். சாமியாரிடம் மறைத்தால் ஆண்டவன் மன்னிக்க மாட்டான். ஆகையால் தன் மனதிலுள்ள குறைகளையெல்லாம் சாமியாரிடம் சொல்லியே தீர வேண்டுமென்று ஆரோக்கியம் தீர்மானித்துக்கொண்டாள். நல்ல வழி காட்டுவார். சாமியாரிடம் மனதை ஒப்படைக்க வேண்டும்.

இந்தச் சாமியார் மிகவும் நல்லவர் என்று எண்ணினாள். சகாயம், ஜோசப் கல்யாணத்தை இவர்தான் நடத்தினார். எல்லாவற்றுக்குமே முகம் சுளிக்காமல் பதில் சொன்னதும், பூஜை செய்ததும் ஆரோக்கியத்திற்குப் பிடித்திருந்தது. மேரி கல்யாணத்தையும் இவர் இருக்கும்போதே முடிக்க வேண்டுமென்று திட்டம் போட்டாள். போன தை கடைசியில்தான் ஜோசப்புக்குக் கல்யாணம் ஒரு நல்ல நாளில் இதே கோவிலில் நடந்தது.

போன வருஷம் அந்தோணியார் திருவிழாவுக்கு எல்லாருமே வந்திருந்தனர். முதல் நாள் காலையில் வந்து, மறுநாள் மாலையில்தான் ஊருக்குப் போனார்கள். வேலை அதிகமாக இருந்த நேரம் அது. கட்டுக்கடங்காத கும்பலிலும் ஆரோக்கியத்தைச் சாமியார் விசாரித்தார். அந்த விசாரிப்பில் தன்னுடைய துயரத்தையெல்லாம் கழுவிவிட்டாள். இனி ஏதும் அவளுக்குக் குறைவில்லை. அப்போது அவள் மனம் புதிதாக ஆர்வம் கொண்டது.

இந்த அந்தோணியார் கோவிலுக்கு எத்தனை ஊர்களிலிருந்து சனங்கள் வருகிறார்கள்! திருவிழா ஆரம்பிக்கும் முதல் நாளிலிருந்து, முடிந்த பிறகும் திமுதிமுவென்று கூட்டம் இருக்கும். மின்விளக்குகள், பகல்போலத்தான் எரிந்துகொண்டிருக்கும். அப்போது வெளியூரிலிருந்துகூடச் சாமியார்கள் வருவார்கள். நிறைய கார், பஸ்கள் வரும். ஆரோக்கியம் கல்யாணம் செய்துகொண்டு வந்தபோதெல்லாம் இவ்வளவு கூட்டம் இல்லை. கோவில்கூட இவ்வளவு பெரியது இல்லை. மரங்கள் இல்லை. இப்போதோ கூட்டம் சொல்லி மாளாது. நிறையக் கட்டடங்கள், விளக்குகள், சாலை எல்லாம் வந்து விட்டது.

சாமியாரை ஊருக்கு வரவழைத்துப் பஞ்சாயத்தார்களிடம் பேசச் சொல்ல வேண்டுமென்று ஆரோக்கியம் நினைத்தாள். அவள் சவுரி வீட்டுக்கு வந்த புதிதில், அப்போதிருந்த சாமியார் வந்து ஊர்ச் சனங்களைக் கூட்டி சவுரி குடும்பத்திற்கு நல்லது செய்ய வேண்டுமென்று சொல்லி ஆசீர்வாதம் செய்துவிட்டுப் போனார். அதற்குப் பிறகு எந்தச் சாமியாரும் வந்து ஊர்ச் சனங்களிடம் எதுவும் சொல்லவில்லை.சாமியார் வந்து சொன்னால் ஊரில் எல்லாரும் கேட்பார்கள். மறுபேச்சு இருக்காது. தன் குடும்பம் நன்றாக இருக்குமென்று நினைத்தாள் ஆரோக்கியம். மனசு உற்சாகத்தில் இருந்தது. சாமியாரைப் பார்த்துப் பேசப்போகிறாள். அவளுடைய சாமியார் அவர்.

ஆரோக்கியத்தின் சிந்தனையைக் கலைப்பதுபோலக் கலகலவென்று சகாயம் சிரித்தாள். பீட்டரும் சிரித்துக்கொண்டிருந்தான். இதற்கு முன்னால் அவர்கள் என்ன பேசிக் கொண்டிருந்தார்கள் என்று ஆரோக்கியத்திற்குத் தெரியவில்லை. ஆனால் பீட்டரைச் சகாயம் விடவில்லை. கேள்வி கேட்டுக்கொண்டே இருந்தாள்.

''நீ என்னடா அந்தோணியார்கிட்ட வேண்டுவ?''

''ஒண்ணுமில்ல!''

''அட அந்தோணியாரே, நிசமாவா பீட்டரு?''

''நிசந்தான்.''

''சும்மாச்சிக்குமா கெடந்த! கவுந்து கெடந்தியே, சாமிகிட்ட எதாச்சம் வேண்டுனா என்ன?''

''சாமிங்கிறதெல்லாம் ஒண்ணுமில்ல. ஏசுநாதரும் நம்பளாட்டம் ஒரு சாதாரண ஆளுதான். நம்ப ஊருலயும் ஆளுங்க இருக்காங்க, அவுங்கள நாம்ப கும்புடுறமா?''

''அடக் கம்மனாட்டி, வேதியில போவ!'' என்று ஆரோக்கியம் பீட்டரை அடிக்கப் போனாள். அவன் எழுந்து ஓடிவிட்டான். ஆரோக்கியம் அவனைத் திட்டிக்கொண்டே இருந்தாள். ஆரோக்கியத்தைத் தவிர, மற்றவர்களுக்கு வயிறு கொள்ளாத சிரிப்பு. சகாயம்தான் பீட்டரைப் பிடித்து வந்து, தன் மடியில் உட்கார வைத்துக்கொண்டு கேட்டாள். பீட்டர் சகாயத்திடம் மட்டும்தான் மரியாதையாக இருப்பான். அவளுக்கும் அவனைத்தான் பிடித்திருந்தது. அவர்கள் பேசுவதைக் கேட்க ஆரோக்கியத்திற்குக் கோபம் வந்தது.

''அப்பறம்?''

''அடிக்கலன்னு சொல்லச் சொல்லு.''

''நான் பாத்துக்கிறன். நீ சொல்லு. யாரு சொன்னா?''

''அல்லாம் ஆறுமுகந்தான் சொன்னாரு.''

''அப்பறம் என்ன சொன்னாங்க?''

''பசங்கல்லாம் நம்பூர் ஏரியில மண்ண எடுத்துச் சாமி செஞ்சி தூக்கும்போது, பெரியாளுங்க காலால ஒதெக்கறாங்க இல்லெ, அப்போ அவுங்க கண்ண சாமி ஏன்டா பொட்டயாக்கல. நாம்ப மண்ணால செய்யறம். பெரியவங்க மரத்தால செய்யறாங்க. நம்பளப் பெரியவங்க நல்லா ஏமாத்துறாங்கன்னு சொன்னாரு.''

''அவரு மட்டுமா?''

''இல்ல.''

''பின்ன?''

''நெறயப் பேரு, சாமி கோவுல்ல குந்திக்கிட்டுப் பேசுவாங்க.''

''வேற என்ன பேசுவாங்க.''

''நாங்க பீடி குடிச்சி சாமி மொவத்துலதான்ட ஊதுறம். எங்க வாய் ஏன் கோணக் கோண இயிக்கலம்பாங்க.''

''இங்க வா, உன் வாயில நெருப்ப அள்ளிக் கொட்டுறன்'' என்று ஆரோக்கியம் பீட்டரை, சகாயத்திடமிருந்து பிடித்திழுத்தாள். அவன் நழுவி ஓடிவிட்டான். சகாயம் விழுந்துவிழுந்து சிரித்தாள். ஜோசப் மௌனமாகப் படுத்திருந்தான். மேரியும் சிரித்தாள். சவுரி தரையில் கோடுகள் போட்டுக்கொண்டிருந்தான்.

அப்போது சாமியார் கூப்பிடுவதாகச் சமையல்காரன் வந்து சொன்னான். எல்லாரும் உள்ளே போனார்கள்.

''கும்பிடுறோம் ஆண்டவரே!''

''ஆங்... வாங்க. வாங்க.''

''ஆண்டவரே!...'' என்றாள் ஆரோக்கியம்.

''ஊரெல்லாம் எப்படி? நல்லா இருக்கீங்களா?''

''ஆண்டவர் புண்ணியத்துல.''

''ம்... சரிதான்.''

''சாமி!'' என்றாள் சகாயம்.

''என்னம்மா?''

''அந்த ஊரு மோசமா இருக்கு சாமி. ஒண்ணும் சரியில்ல சாமி.''

''அப்பிடியா?''

''ஆமாம் பாதர்''

''சரி பாதர்''

''இல்ல பாதர்''

''பாதர்...''

''உங்க இஷ்டம் பாதர்''

''சரி பாதர்''

சகாயத்தைத் தவிர வேற யாருக்கும் கடைசியாகச் சாமியாருக்குக் கும்பிடு போட்டு விட்டு வெளியே வரும்வரை நடுக்கம் விடவே இல்லை. சாமியார் சுழலும் நாற்காலியில் இப்படியும் அப்படியும் ஆடிக்கொண்டிருந்தார். ஆரோக்கியம் எதிர்பார்க்கவே இல்லை. சகாயம் சாமியாரிடம் சாதாரணமாகப் பேசுவது அதிர்ச்சியாகவும், ஆச்சரியமாகவும் இருந்தது. அவள் பேசுவதற்குச் சாமி வருத்தப்படவில்லை. அதற்காக அவரை வாழ்த்தினாள். 'நல்ல சாமி' என்றாள். மனசுக்குள் கும்பிட்டாள்.

ஆதியிலிருந்தே ஒவ்வொன்றாகச் சொல்ல வேண்டுமென்றுதான் ஆரோக்கியம் நினைத்தாள். ஆனால் எல்லாமும் மறந்துபோயிற்று. அனைத்தும் நிறைவேறிவிட்டது போல் இருந்தது. தன் வாழ்வில், குடும்பத்திற்கு எந்தக் குறையும் இல்லையென்றே அந்த நொடியில் அவளுக்குத் தோன்றியது. இருந்தாலும் சகாயம் சொல்லும்போது தானும் எதையாவது ஒன்றைச் சொல்லித்தான் ஆக வேண்டுமென்று நினைத்துச் சொன்னாள்:

''சனங்க மின்னமாரி இல்ல ஆண்டவரே!''

''நிஜமாவா?''

''துரை'' என்றான் சவுரி.

''ஆமாங்க. எதுக்கெடுத்தாலும் சண்டக்கி வராங்க. தவசமும் மின்னமாரி கொடுக்கற தில்ல. படியும் மோசமா இருக்கு. காரியத்திலியும் வண்ணானயே மறந்துடுறாங்க. பழய வயக்கமெல்லாம் இல்லாமப் பூடிச்சி ஆண்டவரே. ராத்திரிக்குக் குண்டான் நெறய

மாட்டங்குது. புள்ளெ குட்டிய வச்சிக்கிட்டுத் தவுசு பண்றன். காட்டுல வனவாசம் போன கதெயா இருக்கு ஆண்டவரே!''

''அப்படியா செய்யறாங்க?'' என்று சற்று அலட்சியமாகக் கேட்டவர், உற்சாகமாகச் சுருட்டின் புகையை உள்ளிழுத்து வெளியே விட்டார். புகை அனைவரையும் சூழ்ந்து வளையம்வளையமாகத் திரிந்து, பின் மறைவதற்குள் அடுத்த வளையம் வாயிலிருந்து வந்தது.

''ஆமாம், ஆண்டவரே.''

''நிசமா சாமி.''

''துரை.''

''காலம் மாறிக்கிட்டுதான் வருது.''

''நீங்க வந்து சாமி...'' என்றாள் சகாயம், அவர் வேறுபுறம் பார்வையை வைத்திருந்ததால் தொடர்ந்து அவள் பேசவில்லை.

சாமியார் மௌனமாக ஆழ்ந்து யோசித்தபடி, அவருக்குப் பின்பக்கம் தலைக்கு மேலே இருந்த ஏசுநாதர் சொரூபத்தை அண்ணாந்து பார்த்தபடி இருந்தார். தங்களுக்காக அவர் வேண்டிக்கொள்வதாக ஆரோக்கியம் நினைத்தாள். வெகு நேரம் கழித்துச் சாமியார் கேட்டார்:

''என்ன செய்யலாம்?''

''உங்க விருப்பம் சாமி.''

''துரை.''

''நீங்க வந்து ஊர்ச் சனங்ககிட்டப் பஞ்சாயத்தக் கூட்டி வா தொறந்து ஒரு வார்த்த சொன்னாப் போதும், ஆண்டவரே!''

''அப்படியா சொல்ற?''

''ஆமாம் சாமி,''

''நான் சொன்னாக் கேப்பாங்களா?''

''நீங்க சொன்னாப் போதும் ஆண்டவரே!''

''சரி. ஒரு நாளக்கி வாறேன்.''

''உத்தரவு, ஆண்டவரே!''

''அப்புறம்?''

''அம்புட்டுத்தாங்க சாமி.''

''சரி போயிட்டுவாங்க. நீங்க அடிக்கடி வரணும். பூஜையில கலந்துக்கணும். பிராத்தனை செய்யணும். அப்பத்தான் ஆண்டவர் உங்களுக்காக மனம் இரங்குவார். போன திருவிழாவுக்கு வந்த நீங்க இப்பத்தான் வறீங்க? ம்.''

''வறோம் சாமி.''

''சரி போயிட்டு வாங்க.''

''உத்தரவு, ஆண்டவரே!''

சாமியார் உடனேயே உள்ளே போய்விட்டார். ஆரோக்கியத்தைத் தவிர அனைவரும் அவர் போன திசையில் விழுந்து வணங்கி வெளியே வந்தனர்.

ஆரோக்கியம் மட்டும் ரொம்ப நேரம் வேண்டிக்கொண்டிருந்தாள்.

மற்றவர்கள் அவளுக்காக வெளியில் காத்துக்கொண்டு நின்றனர். தன் குடும்பம் பற்றி வேண்டிய அதே அளவுக்கு ஊர்ச் சனங்கள் காட்டில் விளச்சல் அதிகமாகச் செழுமையாக விளைய வேண்டுமென்றும் வேண்டுதல் செய்தாள். அவள் மனம் அந்தக் கருத்த தடித்த உருவத்தை வாழ்த்தியது.

அதிக நேரம் ஆரோக்கியம் சாமியிடம் வேண்டுதல் செய்வதைக் காட்டிச் சகாயம் மேரியிடம் கிண்டல்செய்துகொண்டிருந்தாள். அதைக் கேட்டு எல்லாருமே கெக்கலி கொட்டினார்கள். ஆரோக்கியம் அவர்களிடம் வந்து சேரும்போது மஞ்சள் வெயில் மேற்கிலிருந்து தகதகவென்று பூமியில் படர ஆரம்பித்துவிட்டிருந்தது.

ஆரோக்கியம் முன்னால் வேகமாக நடந்து போனாள். மேரி, பிறகு சகாயம், ஜோசப், பீட்டர் என்று நடந்தார்கள். இருள் பூமிக்கும் வானத்திற்கும் புகைபோல எங்கும் பரவத் தொடங்கியது.

இருட்டுவதற்குள் ஊருக்குப் போக வேண்டுமென்ற அவசரம். இருந்தாலும், விளைச்சல் காட்டு நடுவில் ஒற்றையடிப் பாதையில் நடந்தாலும், தன் கண்ணுக்கெட்டிய விளைச்சல் காடுகளைப் பார்த்து, நடப்பதால் ஏற்பட்ட களைப்பை மறந்துவிட்டிருந்தாள் ஆரோக்கியம். 'இந்த வருசம் எல்லா ஊருலியுமே நல்ல விளச்சத்தான்' என்று ஆரோக்கியம் நினைத்தாள். அவள் மனம் முழுவதும் ஆனந்தம், அமைதி நிலவிற்று. காற்றில் புகை மணம். இரவின் தொடக்க அமைதி. காட்டுப் பூச்சிகள், சிறு வண்டுகள் சத்தமிட்டன. விளைந்த தானியங்களின் மணம் காற்றில்.

சாமியார் விரைவில் பஞ்சாயத்துக்காரர்களிடம் வந்து பேசுவார் என்று நம்பினாள். அவர் வந்து பேசுவதன் மூலம் தன் குடும்பத்தின் கஷ்டநஷ்டமெல்லாம் தொலைந்துவிடும், மேரிக்கும் கண்ணாலம் முடித்துவிடலாம் என்று பலவாறு திட்டமிட்டுக்கொண்டே நடந்தாள் ஆரோக்கியம். அவள் திட்டங்களின் எண்ணிக்கை உயர்ந்தபடியே இருந்தது.

ஊர் நெருங்கநெருங்க ஆரோக்கியத்திற்குக் கவலை வந்துவிட்டது. ஊர்ச் சோறு எடுக்கப் போக வேண்டும். அப்போது அவர்கள் ஒவ்வொருவரும் கேட்கும் கேள்விகளுக் கெல்லாம் பதில் சொல்லி மாளாது. ஆனாலும் சொல்லித்தான் தீர வேண்டும்.

''எங்கடி ஆரக்கயம் போயிருந்த?''

''கோவிலுக்குப் போனியாமே ஆரக்கியம்?''

''திடீர்னு கோவிலு குளம்னு போகக் கெளம்பிட்டியா? கொடுத்து வச்சவ.'' ஒரு மாதம் ஆரோக்கியம் ஊரில் இல்லாததுபோல் எல்லாரும் கேட்பார்கள். இதனால் ஆரோக்கியம் எங்குமே போவதில்லை. வெளியூர்ப் பயணம் அவளுக்கு மகாமகம் வருவதுபோல்தான்.

ஊருக்குள் ஆரோக்கியம் நுழையும்போது சாப்பாட்டு வேளையாகிவிட்டது. தெரு வில் நாய்கள் குரைத்தன. மேரி விளக்கேற்றினாள். ஆரோக்கியமும் ஜோசப்பும் ஊர்ச் சோறு எடுக்கக் குண்டான்களை எடுத்துக்கொண்டு காலனிக்கு வேகமாக ஓடினார்கள். இருளில் அந்த ஒற்றையடிப் பாதையில் அவர்களைவிட வேகமாக வேறு யாரும் போக முடியாது. அவர்கள் இருளில் கரைந்து மறைந்தனர்.

அப்போதுதான் மேரி சகாயத்திடம் பேசினாள். சாமியாரிடம் அதிகமாகப் பேசியதற்கும், எதிர்க்கேள்வி கேட்டதற்கும், வரும் வழியில் ஜோசப் சகாயத்திடம் சண்டை பிடித்தான். சாமியாரிடம் சகாயம் அவ்வாறு நடந்து கொண்டது யாருக்குமே பிடிக்கவில்லை. தவறு என்று எல்லாருமே கருதினார்கள். வழி நெடுக அவளிடம் யாரும் அதிகம் பேசவில்லை. அவள் நடையும் இதையேதான் அவள் விரும்பியது போல் இருந்தது. அவளுக்குச் சாமியார்மேல் கோபம்.

வழியில் காட்டில் வரும்போது ஆரோக்கியம் சில சோளக் கதிர்களை ஒடித்து மேரியிடம் கொடுத்துவைத்தாள். பால் நிறைந்து தொங்கும் சோளக் கதிர்களை, வரகுக் கதிர்களை, துவர்களை, கொத்தமல்லிக் கீரையைக் கண்டு தன் கவலைகளை மறந்துவிட்டாள் ஆரோக்கியம். சோளக் கதிர்களை எப்போது அறுப்பார்கள் என்று

வளைத்துப் பார்த்ததுடன் நாலைந்து சோளக் கதிர்களையும் ஒடித்தாள் வாட்டித் தின்னலாமென்று. சிறிது கொத்தமல்லித் தழையையும் பிடுங்கிக்கொண்டு வந்தாள். புளி வைத்துக் கரப்பான் அரைக்கலாம்.

இறுங்குச் சோளம், சிகப்புச் சோளம், அரிசிச் சோளம், மரக்கட்டைச் சோளம், சம்பாச் சோளம் என்று காட்டில் விளைந்து கிடந்தாலும், சிகப்புச் சோளம்தான் ஆரோக் கியத்திற்குப் பிடிக்கும். வந்ததுமே மேரியும் சகாயமும் அடுப்பை மூட்டிக் கதிர்களை வாட்டினார்கள். ஆரோக்கியம் சோறு எடுத்துக்கொண்டு வருவதற்குள் வாட்டிவிட வேண்டுமென்று அவசரப்பட்டார்கள்.

2

இரண்டு கோழிகள் ஏற்கனவே கூவியிருந்தன. தொடர்ந்து பல கோழிகள் கூவிக்கொண்டேயிருந்தன. இருட்டில் அவை எங்கிருக்கின்றன என்பது தெரியவில்லை. ஆரோக்கியமும் சவுரியும் பழைய கந்தல் சாக்கொன்றில் சுருண்டு படுத்துக் கிடந்தனர். குளிர் நாட்களைத் தவிர, மற்ற காலங்களில் தெரு நடையில்தான் படுப்பார்கள். எவ்வளவு பெரிய கொசு கடித்தாலும் தூக்கத்தில் தெரியாது. ஜோசப்பும் மேரியும் பிறக்கும்வரையில்தான் ஆரோக்கியம் உள்ளே படுத்தாள். சவுரி என்றும் தெருவில்தான் படுப்பான்.

''ஏ, சவுரி, ... சவுரி...''

''ஆரோக்கியம். ஆரோக்கியம்....''

''சவுரி!...''

''ஆங்!...''

குரல் கேட்டு ஆரோக்கியம்தான் முதலில் திடுக்கிட்டுப் பார்த்தாள். கம்மலும் கருக்கலுமாக இருந்தது. தூக்கம் கலையவில்லை. இருட்டில் ஆள் வேறு அடையாளம் தெரியவில்லை. சவுரியை ஆரோக்கியம் உசுப்பிவிட்டாள்.

''எழுந்திருடா முண்டப் பயல!'' கத்தினார் ராமசாமி.

சவுரி திடுக்கிட்டு எழுந்தான். தூக்கம் இருவருக்குமே போன இடம் தெரியவில்லை. சவுரி கதிகலங்கிப்போனான். ஒரு நொடியில் அவன் மனம் என்னவெல்லாமோ எண்ணியது. 'இவர் ஏன் இங்கு வர வேண்டும்? ஒருநாளும் வர மாட்டாரே! ஊர்ப் பஞ்சாயத்துத் துணைத் தலைவர். காலனிக்குத் தலைவர். பெரிய ஆள் வேறு. இந்த நேரத்தில் வந்திருக்கிறாரே!' சவுரிக்குக் குழப்பமாக இருந்தது. ஆரோக்கியமும் எழுந்து நின்றுகொண்டாள். சவுரிக்கு வெடவெடத்தது. பட்டப்பகலில் சிறு பையன் குரலெடுத்துப் பேசினால் போதும், அவன் நடுங்கிப்போவான்.

தூக்கக் கலக்கத்தில்தான் சவுரி குழம்புகிறான் என்று எண்ணிய ராமசாமி மேலும் பலமாகச் சத்தம் போட்டார்.

''முண்டப் பயல, தூக்கம் போவலியா? ஒரு கொரல்ல 'ஒனு' எழுந்திருக்க வாண்டாமா? வயசான காலத்துல இப்படியாடா தூக்கம் வரும்?''

''கட்ட செத்த அசந்துபோச்சீங்க சாமி. தப்பிதமாக் கொள்ளாதீங்க சாமி.''

''மனசுல கவல இருந்தா மனுசனுக்குத் தூக்கம் வருமாடா? தூக்கம்தான் வருமா? முண்டப் பயல, வாடா!''

''சாமி?'' என்றாள் ஆரோக்கியம்.

''என்னடா நிக்கற?''

''சாமி!''

''கெய்வி போயிடிச்சி. வய்யீ அனுப்பணும். பெறவு, வேல வித்தி, காரியம்னு இருக்கு. ஒரு பயலும் ஆப்புடல. பெறவு நானே வந்துட்டன்.''

''சாமி'' என்றாள் ஆரோக்கியம். கிழக்கே பார்த்தாள். இருள் தெளிந்து கொண்டிருந்தது.

''வாடா சவுரி.''

''உத்தரவு சாமி.''

''கோவிலுக்குப் போய் வந்த மறுநாளே எழவு வருகிறது. என்னாகுமோ இனிமே'' என்று ஆரோக்கியம் மலைத்து உட்கார்ந்தாள்.

இடுப்பு வேட்டியை அவிழ்த்துப் போர்த்திக்கொண்டு சவுரி ஓடினான். கனியக் கனிய சுருட்டைப் புகைத்துக்கொண்டு ராமசாமி முன்னே சுருக்காக நடந்தார். அவர் நடைக்கு ஈடுகொடுக்க ஆளில்லையென்று ஊரில் பெயர்.

ராமசாமிக்கே சாகும் வயதிருக்கும். ஆனால் இப்போதுதான் அவருடைய அம்மாவே காடு போய்ச்சேர்ந்திருக்கிறாள். காலனியிலேயே அதிகம் வயது கொண்டவள் இந்த ராமாயிக் கிழவி. ராமாயி இறந்துபோனதால் ராமசாமிக்கோ, அவர் பெண்டாட்டி பிள்ளைகளுக்கோ வருத்தம் இருக்க முடியாது. ஊர்க்காரர்களும் வருத்தப்பட மாட்டார்கள். ஒருத்தருக்குக்கூட ஒரு சொட்டுக் கண்ணீர் வராது. வருத்தமே இல்லாத சாவு, நல்ல சாவு. ஒரு மனம்கூட கவலைப்படாத சாவு.

ராமாயியும் வாழ்ந்து சலித்தவள். ஊரில் 'கொடுக்கி' 'அய்யோ அவளா' என்று பெயரெடுத்தவள். சவுரி சிறுவனாக இருக்கும்போது, அவன் அப்பன் கையைப் பிடித்துக் கொண்டு ராச் சோறு எடுக்க வரும்போதெல்லாம் பார்த்திருக்கிறான். அவளுக்கு வாலிபம். மதமதவென்று இருப்பாள். இரண்டு பெண்கள், ராமசாமி. பிள்ளை பெற்றவள், மூன்று பிள்ளைகளுக்குத் தாய் என்று அவளை யாரும் சொல்ல முடியாது. அவ்வளவு நல்ல உடம்பு. நாலு காணி, ஒரு கவலக் கேணி. ஊர்ச் சொத்துகள் எல்லாம் தன்னுடையதாக ஏன் இருக்கக் கூடாது என்று எண்ணியபடியிருந்தாள் கடைசி வரை.

ஏற்கனவே அக்கம்பக்கத்து வீட்டுப் பெண்கள் வந்து கட்டிப்பிடித்து அழுது கொண்டிருந்தனர். 'கோ'வென்ற இரைச்சல் ஊரையே வளைத்து வாங்கியது. மத்தியில் ராமாயியைக் கிடத்தி, சுற்றிலும் உட்கார்ந்து, நின்று 'ஓவென்று' அழும் பெண்களைப் பார்த்தால், 'ராமாயி இல்லாமல் நாங்கள் எப்படிப் பிழைக்க முடியும்?' என்று கேட்பதுபோல் இருந்தது. அழுகை ஒலி ஊரை எழுப்பி, அதிகாலையின் அமைதி யைக்கெடுத்தது. விடியற்காலையில் தூங்கப் போன நாய்கள் ஒன்றுசேர்ந்து ஊர் முனையில் நின்று ஊளையிட்டன.

செட்டியார் கடைக்கு ராமசாமி ஓடினார். தேங்காய், கற்பூரம், ஊதுபத்தி வாங்கிவர. போகும்போது மறக்காமல் கத்திக்கொண்டே போனார்.

''முண்டப் பயல! ரடியா இரு. ஒரு மூச்சு வுடுறதுக்குள்ள இந்தா வந்துட்டன்.''

சவுரி சிரித்துக்கொண்டான். வாய்விட்டுச் சிரிக்கவில்லை. தொண்டைக்குள். இருட்டில் அவருடைய நடையைப் பார்த்தபடியே நின்றான். திடீரென்று அவனுக்குள் ஒரு அலுப்புணர்வு உண்டாயிற்று.

சவுரி, சாவகாசமாகச் சாணி கொண்டுவந்து அதைத் தரையில் வைத்துப் புரட்டிப் புரட்டித் தட்டி, கெட்டிசெய்து ஒரு தேங்காய் அளவுக்கு உருண்டை பண்ணினான். துவரங்குச்சி ஒன்றைக் கொண்டுவந்தான். அதை ஒரு முழம் அளவுக்கு, கட்டைவிரல் மொத்தத்தில் ஒடித்தான். ராமசாமி மனைவி குள்ளம்மாவிடம் சென்று வெள்ளைத் துணி வாங்கிவந்து, கிழித்துத் துவரங்குச்சியில் திரி சுற்றினான். திரியை நனைக்கக்

குள்ளம்மாவிடம் எண்ணெய் வாங்கிவந்தான். திரியில் எண்ணெயை நனைத்துச் சாணி உருண்டையின் நடுவில் திரிக்குச்சியை நட்டுவைத்தான்.

''போவலாமாடா?''

''ஆச்சி சாமி. அல்லாம் ரடிங்க.''

பெண்களுடன் கட்டிப்பிடித்து அழுதுகொண்டிருந்த குள்ளம்மாளை அழைத்து ராமசாமி சொன்னார்.

''ஏ, குட்டி. எயவுக்கு வர பொம்மனாட்டிங்க சாமானக் கையில புடுச்சிக்கிட்டுப் போயிடப்போறாளுவ. ஜாக்கரத. ஆமாம் சொல்லிப்புட்டன். அப்புறம் உடம்பு தூக்க முடியாது.''

ராமசாமியும் சவுரியும் தெரு முனைக்கு வந்தனர். தெரு, கிழக்கு மேற்காக இருந்தது. திரி சுற்றியிருக்கும் துவரங்குச்சியுடன், சாணி உருண்டையையும் சேர்த்துக் கீழே தரையில் வைத்தான் சவுரி. ஊதுபத்தியைச் சாணியில் ஒரு ஓரத்தில் சொருகினான்.

''ரண்டு ஆளிருந்தா தேவலாமுங்க.''

''எதுக்குடா!''

''வய்யீ வுடும்போது ரண்டு ஆள் இருக்கணுமுங்க. அங்கம்பங்காளியா இருக்கணும். அதாங்க மொற.''

''முண்டப் பயல, செத்தவளுக்குப் பங்காளியென்ன, பகையாளி என்னடா? காரியத்த முடி, சீக்கிரம்.''

''பொறவு என்னக் குத்தங்கொற சொல்லப்புடாதுங்கோ!''

திரி, கற்பூரம், ஊதுபத்தியை ராமசாமி ஏற்றினார். தேங்காய் உடைத்து மேற்கு முகமாகச் சாணி உருண்டையின்முன் விழுந்து கும்பிட்டார். சவுரியும் விழுந்து கும்பிட்டான். தேங்காயின் ஒரு மூடியில் திருநீறு சிறிது அள்ளிப் போட்டுவிட்டு, மற்றொன்றை மடியில் கட்டிக்கொண்டு ராமசாமி பின்னால் சவுரி ஓடினான்.

பலபலவென்று பொழுது விடிந்துவிட்டது.

''தேருப் பாட கட்டுறாப்ல நாலு மூயிங்க மரம் வெட்டியா கவுண்டர் தோட்டத்தில. நான் கவுண்டருக்குச் சொல்லிக்கறேன். மீறிக் கேட்டா எம் பேரச் சொல்லு.''

''செரி சாமி.''

சவுரி தருவித்தருவிக்கொண்டு நின்றான். கண்களை உருட்டி 'என்ன?' என்பது போல் ராமசாமி சவுரியைப் பார்த்தார்.

''முண்டப் பயல, போயன்டா.''

''கூட ஒரு ஆளிருந்தாத் தேவலாமுங்க.''

''உம்மவன் எங்க போறான்?''

''...''

''என்னடா?''

''தொரப்பாட்டுக்குப் போவணுமுங்க.''

''இன்னிக்கி ஒரு நாளைக்கி வெளுக்காட்டி ஒண்ணும் குடிமுயிகிடாது. அவன இயித்துக்கிட்டு ஓடு. ஒரு மூச்சு வுடுறதுக்குள்ள திரும்பிடணும்டா!''

''உத்தரவு, சாமியோவ்.''

ராமசாமி எழவு சொல்ல ஆள் தேடிக்கொண்டு வேகமாக ஓடினார். அவ்விடத்திலேயே சிறிது நேரம் சவுரி நின்றிருந்தான். பிறகு மரம் வெட்டக் கவுண்டர் வீட்டுத் தோப்புக்குப் போனான்.

சவுரி மூன்றாவது மூங்கில் மரத்தையும் கொண்டுவந்து சாவு வீட்டிற்குமுன் போடும்போது, பெரியாள் பழஞ்சோத்து நேரத்திற்கு மேலாகிவிட்டது. மரம் வெட்டிய களைப்பில் அதிகப் பசி எடுத்தது. இப்போதெல்லாம் முன்போல் வேலைகள் செய்ய

முடியவில்லை. கழுதை இல்லாதுபோனதிலிருந்து சவுரி முதுகு மேலும் வளைந்துவிட்டது. அனேகமாகத் தரையை வெறித்தபடி நடப்பான். இதற்காகவெல்லாம் அவன் கவலைப் பட்டதில்லை. 'கூன் இருக்கா?' என்று கேட்டால் அவனுக்குத் தெரியாது. தலையைச் சொறிந்துகொண்டு நிற்பான்.

பெண்களும் ஆண்களுமாக இழவு வீட்டில் நிறைந்திருந்தனர். பந்தல் பாதித் தெரு வரை பெரிதாகப் போடப்பட்டிருந்தது. பந்தலைச் சுற்றிப் போடப்பட்டிருந்த கட்டில்களிலும் பெஞ்சுகளிலும் உட்காருவதற்குச் சிறுவர்கள் போட்டியிட்டுக் கொண்டிருந்தனர். புதுசாக ரேடியோ செட் கட்டி அதில் பெண்கள் ஒப்பாரி வைத்து அழுதுகொண்டிருந்தனர். முன்பு ரேடியோ செட் குடித்தெருவில் சாவுக்குக் கட்டியிருந்ததைச் சவுரி பார்த்திருக்கிறான்.

கூத்தாடிகள் நாடகம் ஆரம்பிக்கவிருந்தனர். என்ன நாடகம் நடத்தலாம் என்பது குறித்துப் பேசிக்கொண்டிருந்தனர். ஆனால் ஆர்மோனியக்காரன் மட்டும் வாசித்துக் கொண்டிருந்தான். அவ்வப்போது மேளக்காரன் மேளத்தை ஒரு தட்டுத் தட்டினான். அவன் தட்டிய விதம் சவுரிக்குப் பிடிக்கவில்லை. மேளக்காரன் என்றால் மஸ்தாக இருக்க வேண்டும்.

சவுரி வந்திருப்பதைக் கண்டு ஆரோக்கியம் முகத்தைத் துடைத்துக்கொண்டு வெளியே வருவதற்குள் போதுமென்றாகிவிட்டது. எதிர் வீட்டில் வைத்திருந்த சோற்றுக் குண்டானைக் கொண்டுவந்து சவுரியிடம் வைத்தாள். அவளைக் கவனிக்காதவன்போல் அவன் மூங்கில் மரத்தில் சிட்டை கிழித்துக்கொண்டிருந்தான்.

''கஞ்சிய வாயில ஊத்திக்கிட்டு வேலயப் பாரேன்.''

''போடி அந்தண்ட.''

''எம் மேல ஏன் பாய்றவன்?''

''குடும்பத்துக்காரியாடி நீ? போன ஆம்பள என்னானான் ஏதானான்னு பாக்கல. வறாடா, உச்சிப்பொயிதுக்கு.''

''இவன் வாய் போறதப் பாரண்டியம்மா''

''போடி எட்டங்கறன்...''

சவுரி பார்த்த பார்வையில், ஆரோக்கியம் நடுநடுங்கிப் போய்விட்டாள். வேட்டி யைத்தலைப்பாயாகக்கட்டியிருந்தான். காதில் பல் குத்தும் குச்சி சொருகியிருந்தான். கழுத்தில் ஏசுநாதர் சிலுவை தொங்கி ஆடிக்கொண்டிருந்தது. கோவணத்துடன் இருந்தான்.

ஒவ்வொரு மூங்கிலையும் இரண்டாக, நாலாக, எட்டாகப் பிளந்தான். அவற்றைத் துண்டாக்கினான். மூங்கிலின் நடுவில் கொடுவாளைக் கொடுத்துச் சவுரி பிடிக்க, ஆரோக்கியம் ஒரு கழியில் கொடுவாளைத் தட்டத் தட்ட, கொடுவாள் மூங்கிலின் நடுவே பிளந்துகொண்டு போயிற்று. மூங்கில் பிளாச்சுகளை அவனைவிட வேறு யாரும் அவ்வளவு வேகமாகப் பிளக்க முடியாது. தனிக் கத்தி அவனிடமிருந்தது.

முழு மிளகாயும் வாயில் போட்டு மென்று காரம் ஏற, ஆரோக்கியம் கரைத்துக் கொடுத்த சோளச் சோறு கரைத்திருந்த போகணியைத் தூக்கிக் கவிழ்த்துக்கொண்டான். கடகடவென சப்தம் எழ ஒரு நொடியில் போகணியைக் காலிசெய்தான். கடைசியில் வெறும் வாயில் ஒரு முழு மிளகாயை மென்று சுவைத்தான்.

''ஆச்சா... டேலே... சவுரி... ஆச்சா?''

''இந்தா முடிஞ்சிபோச்சிங்க.''

''ஆவட்டும்டா, ஆவட்டும். முண்டப் பயல, சோறு தண்ணி குடிக்கிற நேரமாடா இது?''

‘‘கொடலே செருமானம் ஆயிடுமாட்டம் இருக்கு சாமி.’’

‘‘சோறு என்னடா சோறு? நம்பள மீறிக் கேக்குமா சோறு?’’

‘‘கட்டுலு இருந்தா ஒரு நொடியில முடிஞ்சுடுங்கோ...’’

‘‘இதச் சொல்றதுக்கென்னடா முண்டப் பயல! செரி, நான் சொன்னன்னு கட்டையன் வூட்டுல போயீ எடுத்துக்கடா.’’

ராமசாமி அவ்விடத்தை விட்டு வேகமாக நடந்து போனார். ஆரோக்கியம் கத்திச் சொன்னாள்:

‘‘நாங்க போயீ கேட்டாக் கொடுப்பாங்களா? பெரியவுங்க நீங்க ஒரு ஆளு வுடுங்க சாமியோவ்.’’

‘‘செரி...’’

பெண்களின் அழுகுரலோடு தம்ரு மேளம், தப்பட்டை மேளமும் சேர்ந்து அலறிக்கொண்டிருந்தன. சொந்தக்காரர்கள் பக்கத்து ஊர்களிலிருந்தெல்லாம் வந்துவிட்டிருந்தனர்.

தம்ரு மேளக்காரர்கள் என்ன ஊர் என்று தெரியவில்லை. சக்கைப்போடு போடுகிறார்கள். விளங்காட்டூராகத்தான் இருக்க வேண்டும். கால்களை முன்னும் பின்னும் பக்கவாட்டிலும் மாற்றிமாற்றி வைத்தும், குதித்தும் அடித்துக்கொண்டிருந்தார்கள். அவர்களின் ஆட்டத்தைக் கண்டதும் சவுரிக்குக் குஷி உண்டாயிற்று. பெண்களின் அழுகுரல்கள் எல்லாம் தோற்றுப்போனது தம்ரு மேளக்காரர்களிடம். மிகவும் நன்றாக அடிக்கிறார்கள் என்று எண்ணினான் சவுரி.

‘‘போடு சக்கெ.’’

‘‘அடிங்க சாமியோவ் அடிங்க. ஜோரா அடிங்க.’’

ஒவ்வொரு வீட்டு நல்லதிலும் கெட்டதிலும் தவறாமல் சவுரி குடும்பம் இருக்கும். மேளக்காரர்களும் இருப்பார்கள். வாய்க்கரிசி எடுத்துப்போக நேரிடும்போதும்கூட சவுரி மேளத்தைக் கவனிக்கத் தவறியதில்லை. மேளக்காரர்கள் குதித்து ஆடும் ஆட்டம் அவனுக்குப் பிடிக்கும்.

கட்டிலைக் கொண்டுவந்து போட்டுவிட்டுப் போனான் கட்டையன். நார்க் கட்டில். இரண்டு கத்தைத் தாளும் வந்தது. தேர்ப் பாடையில் கட்ட வேண்டிய துணிகளைக் கொண்டுவர வீட்டிற்குப் போனாள் ஆரோக்கியம். தாள் கத்தையை எடுத்துச் சவுரி கயிறு திரித்தான். ஒரு கத்தையைத் தனியாக வைத்துவிட்டு, கட்டிலைக் கவிழ்த்துப் போட்டு மூங்கில் பிளாச்சுகளை வைத்துப் பாடை கட்ட ஆரம்பித்தான். துணிகளைக் கொண்டுவந்த ஆரோக்கியத்திடம் சவுரி:

‘‘துணி எடுத்துக்கிட்டுப் போயிட்டானா?’’

‘‘ம்.’’

‘‘என்னடி முக்கற?’’

‘‘எடுத்துக்கிட்டுப் போயிட்டான்டாப்பா.’’

‘‘எதுக்கடி கயித கத்துறாப்ல கத்துற? அரவப் பய மவள.’’

‘‘அட பங்கம் பதினாறும் போனவன, யாரப் பாத்து என்னா வாத்த பேசுறவன்?’’

‘‘முதுகுத் தோலப் பட்ட பட்டயா உரிச்சிப்புடுவன்.’’

‘‘ஆமாம், உரிச்சிஉரிச்சித்தான் கெடக்கு.’’

ஆரோக்கியம் கோணங்கி காட்டினாள். மூங்கில் பிளாச்சுகளைத் தூக்கி அடிக்க வருவதுபோல் பாவனை காட்டினான் சவுரி. பிறகு சிரித்துக்கொண்டே கட்ட ஆரம்பித்

தான். பிளாச்சுகளை ஒவ்வொன்றாக எடுத்துக்கொடுத்தாள் ஆரோக்கியம். சவுரியின் கழுத்தில், அக்குளில் வியர்வை வழிந்தபடியிருந்தது.

ஒன்றரை ஆள் உயரத்திற்குக் கோபுரம்போலக் கூம்பாகப் பாடை அமைந்திருந்தது. துணிகட்டிவிட்டால் அசல் தேராகவே தெரியும். மேளக்காரர்களையும் கூத்தாடிகளையும் உள்ளூர்க்காரர்கள் அவசரப்படுத்தித் தெரு முனைக்கு இழுத்துக்கொண்டு போனார்கள். ஆரோக்கியம் சவுரியை அழைத்துக்கொண்டு அவர்களுடன் வேகமாய் ஓடிப்போய்ச் சேர்ந்தாள்.

உள்ளூர் வாய்க்கரிசிகளை ஆரோக்கியமும் சவுரியும் தூக்கிக்கொண்டனர். வெளியூர் வாய்க்கரிசிக்காரர்கள் தங்கள் ஊர் வண்ணான்களை அழைத்துக்கொண்டு வந்திருந்தனர். வண்ணான் இல்லாதவர்கள் ஆரோக்கியத்திடமே வாய்க்கரியைத் தூக்கி வரச்சொன்னார்கள். வெளியூர்க்காரர்கள் வாய்க்கரிசியைத் தூக்கச் சொல்லும்போதெல்லாம், 'மறு வார்த்த உண்டுங்களா சாமி' என்பாள் ஆரோக்கியம். அவர்களும் தங்கள் வண்ணாத்தியைக் காட்டிலும் இவள் நல்லவள் என்பார்கள்.

அரிசி அலசுகிற பித்தளைக் குண்டான்கள் ஐந்து, ஒன்றின் மேல் ஒன்றாக ஆரோக்கியம் தலையில் இருந்தன. சவுரி நான்கு குண்டான்களை வைத்திருந்தான். நெல் கனத்தது. கூத்தாடிகள் ஆடிப் பாட, மேளக்காரர்கள் குஷியாக அடிக்க, நெல் குண்டான்களுடன் வெளியூர் வண்ணான்கள் சிலருடன் முன்னே ஆரோக்கியமும் சவுரியும் நடந்தனர். மேளக்காரர்களுக்கும் கூத்தாடிகளுக்கும் பின்னால் வாய்க் கரிசிக்காரர்களும் இழவுக்கு வந்தவர்களும் போனார்கள்.

வாய்க்கரிசிக்காரர்களிடம் கூத்தாடிகள் புகழ்ந்து பாடிக் காசு வாங்கிக்கொண்டிருந் தனர். தம்ரு, தப்பட்டை மேளக்காரர்களும் விதவிதமாக ஆடி, அடித்து 'காசு போடுங்க சாமியோவ்' என்று பணம் பறித்தனர்.

ராமசாமியின் தங்கை கணவர் வந்தார். அவர் ரொம்பவும் வெட்கப்பட்டார். ஆனால் கூத்தாடிகள் விடவில்லை.

"காசாலே ஏலோலோ வில் வளைக்கும்
(பின்பாட்டு) வில் வளைக்கும்...
அம்மா இவரு கருணனோட வம்முசமாம்
"(பின்பாட்டு) வம்முசமாம்...
துட்டாலே ஏலோலோ வில் வளைக்கும்
(பின்பாட்டு) வில் வளைக்கும்...
அம்மா இவரு துரியோதனனோட வம்முசமாம்
"(பின்பாட்டு) வம்முசமாம்...
பணத்தாலே ஏலோலோ வில் வளைக்கும்
(பின்பாட்டு) வில் வளைக்கும்...
அம்மா இவரு பாண்டியனாரின் வம்முசமாம்
(பின்பாட்டு) வம்முசமாம்...
காச நல்ல ஏலோலோ இவர் கொடுக்கணுமாம்
(பின்பாட்டு) கொடுக்கணுமாம்...
இவரு கருமம் எல்லாம் தொலையணுமாம்
(எல்லாரும்) ஏலோலோ..."

ராமாயி தம்பிகள் இரண்டு கோடித்துணி கொண்டுவந்திருந்தனர். அவர்களையும் புகழ்ந்து, ஆடிப் பாடிப் பணம் பறித்தனர். பாட்டுப் பாடுகிறவன், மத்தியில்

நின்றுகொண்டான். ஆர்மோனியம், மேளம், தாளமெல்லாம் சுற்றிலும் நின்று இடையிடையே ‘ஆமாம், ஆமாம்’ போட்டனர்.

‘‘ரண்டு நல்ல பாட்டாக் குரலுப் போட்டுப் பாடு, அப்பத்தான் நான் காச அவுப்பன்’’ என்றார் வெளியூர்க்காரர் ஒருவர். எல்லாரும் ஆடிப் பாடி ஏற்கனவே களைத்திருந்தனர். இருந்தாலும் பணம் வருமே என்பதற்காகப் பாடினர். சாராய வாடை எங்கும் பரவியிருந்தது.

‘‘போடு, போடு, ஜோக்காப் போடுங்கண்ணே. இன்னும் நல்லாப் போடு’’ என்று கத்திய சவுரியைப் புறங்கையால் இடித்துப் பேசாமல் வரச் சொன்னாள் ஆரோக்கியம்.

‘‘நாங்க எங்க கண்டு தேடுவனோ
இவங்க நல்ல திருமுகத்த
இவர் நாட்டுக்குத்தான் நல்லவராம்
நல்ல பணக்காரராம்
நான் கண்டேன் என் கருங்குயில் கச்சேரியில
நான் பாத்தேன் பத்துமணிக்குப் பந்தலில’’

மேளம் பாட்டெல்லாம் நிறுத்திவிட்டுப் பாட்டுப் பாடுபவன் மட்டும் தனிக் குரலாகப் பேசினான். அப்போது மீசைக்காரர் அவனிடம் ஐந்து ரூபாய் கொடுத்தார். துள்ளிக் குதித்துப் பேசினான்:

‘‘அப்படி யாரால் கொடுக்கப்பட்ட சன்மானம் என்று கேட்டால், மகா ராய ராயஸ்திரி, மகா கனம் பொருந்திய, மேன்மை தங்கிய சிங்கம், கெடிம முத்திரை, பாளையப்பட்டு, எஜமான் நமக்காக ஐநூறு பொற்காசுகள் கொடுத்துள்ளார்கள். ஓய்ய்ய்...’’

எல்லாருமாக பூமி அதிர ஒரு குதி குதித்து, ஒரே குரலில் வாழ்த்திக் கத்தினார்கள். மேளம் அதிர்ந்தது, வானம் இடிப்பதுபோல் சிரிப்பொலி மேளத்துடன் போட்டியிட்டு விண்ணதிரச் செய்தது. சாவாக இல்லை.

வாய்க்கரிசி ஊர்வலம் பாதி தூரம்தான் வந்திருந்தது. கூத்தாடிகள், மேளக்காரர்களுடன் சேர்ந்துகொண்டு சவுரி சந்தோஷத்தில் கத்தியபடியே இருந்தான். ஆரோக்கியம் சவுரியிடம் கத்தாதே என்பதுபோலச் சைகை காட்டியபடி இருந்தாள். அவளுக்குக் கழுத்து வெட்டி இழுத்தது. உச்சந்தலை மரத்துவிட்டது. கால்கள் தரையில் நிலை கொள்ளவில்லை. நெருப்பு சுடுவதுபோல இருந்தது.

பணம் கொடுக்காத ஆளைக் கூத்தாடிகள் கேலி பண்ணிப் பாட்டுப் பாடினார்கள். ராமசாமிக்குப் பங்காளி உறவு. அவருடைய நெல்லைத்தான் சவுரி தூக்கி வந்தான். கழுத்து வலி, வெயில், பொடி, இதெல்லாம் மறந்து ஆரோக்கியம், ஜோசப் துணி எடுத்துக்கொண்டு போனானோ, இல்லையோ என்று கவலைப்பட்டுக்கொண்டிருந்தாள்.

கூத்தாடிகள் பாடினார்கள்:

‘‘வடிவ வடிவழகன், வைகாசித் தேர் அழகன்,
தேராம், திருவிழாவாம்! தேடி நாங்க மடி பிடிக்க,
ஆணா எண்பது மூணா, உன்ன நம்பியிருந்தது வீணா?’’

நாட்டுச் சாராய நெடி எல்லோர் வாயிலிருந்தும் வீசி, தெருவே நாற்றமடித்தது. மேளக்காரர்கள், கூத்தாடிகளின் கண்களும் முகமும் நான்கு நாட்களாகத் தூங்காதவர்களுக்கு இருப்பதுபோல இருந்தது. வாயின் ஓரங்களில் நுரை தள்ளியது. இருந்தாலும் தாளம் தப்பாமல் அடித்தனர். என்ன யார் என்பது அறிந்தே பாடினர். இழவுக்கு வந்தவர்

களும், வேடிக்கை பார்த்தவர்களும் சிறுவர்களும் கரகோஷம் செய்து ஆரவாரித்ததும் களைப்பை மறந்து குரலெடுத்துப் பாடினார்கள். சுழன்றுசுழன்று வட்டமடித்து ஆட்டம் போட்டனர். பெண் வேடம் போட்டிருந்தவன் நன்றாக ஆடினான். அசல் பெண் குரல்.

கூட்டம் சேரச்சேரக் கூத்தாடிகளும் மேளக்காரர்களும் உற்சாகம் கொண்டார்கள். துள்ளிக் குதித்தனர். இரண்டு நாடகங்களுக்கு வேண்டிய பாட்டையும் கும்மாளத்தையும் செலவிட்டனர். பூமி அதிர எம்பிக் குதித்துக்குதித்து ஆடினர். மேளக்காரர்களும் விடவில்லை.

இழவு வீட்டுமுன் வந்து நின்றதும், தம்ரு, தப்பட்டை, மேளக்காரர்கள் ஒதுங்கி நின்று வெற்றிலை போட்டனர். சுருட்டு, பீடி குடித்தனர். பிறகு, வரகு வைக்கோல் போட்டுக் கொளுத்தி மேளம் காய வைக்க ஆரம்பித்தனர். சாராயம் இருக்கும் இடத்திற்கு ஓடினார்கள் சிலர். எது சாராய நாற்றம், எது வியர்வை நாற்றம் என்று புரியவில்லை.

கூத்தாடிகள் முன்பு விட்ட இடத்திலிருந்து நாடகத்தை ஆரம்பித்தனர். பெண்களும் ஆண்களுமாக, வாசலில், தெருவில் அமர்ந்து நாடகம் பார்த்துக்கொண்டிருந்தனர். பிரகலாதன் நாடகம். வாய்க்கரிசி எடுக்கப் போகும்போது நாடகம் நிறுத்தப்பட்டதும் பெண்கள் மாறிமாறி மைக்கில் ஒப்பாரி வைத்து அழுதனர். சிலர் கூட்டமாக உட்கார்ந்து மெல்லிய குரலில் அழுதுகொண்டிருந்தனர். ரேடியோ செட் கட்டியதைக் கண்டித்தனர் சிலர். "ஊர்த் தெருவில் வைக்கிறார்கள். நாம் மட்டும் என்ன அவ்வளவு எளப்பமாப் போயிட்டமா? பறையன் சாவுக்கு ரேடியோ செட் கட்டக் கூடாதா?" விவாதம் சிறு சண்டையாக மாறி நின்றது.

ஆரோக்கியம், சவுரி, வெளியூர் வண்ணான்கள் எல்லாரும் வாசல்முன் குண்டான்களை இறக்கி வைத்தனர். ராமசாமி மனைவி குள்ளம்மாள் ஒவ்வொரு குண்டானிலிருந்தும் ஒரு குத்து நெல் அள்ளிப்போட, அந்தக் குண்டானைத் தூக்கி வந்தவர்கள் மடியிலோ, துண்டை விரித்துப் போட்டோ வாங்கிக்கொண்டனர். நெல்லை அள்ளும்போது குள்ளம்மாளின் கைகள் சுருங்கிக் கூம்பு போல மாறிப்போனது. முறையாக ஒரு குத்து நெல் அள்ளிப் போட்டால் முக்கால் மாகாணி வரும். குள்ளம்மாள் கை போகும் போக்கைப் பார்த்தால் மொத்தம் சேர்த்தே ஒரு மாகாணி வராது போலிருக்கே என்று ஆரோக்கியம் எண்ணினாள். அவள் உடம்பில் சூடு ஏறிற்று. கோபம் உண்டாயிற்று. கழுத்தில் வழியும் வியர்வையைச் சேலைத் தலைப்பால் துடைத்தாள்.

எந்தச் சாதியானாலும் சாவு வீட்டிலுள்ளவர்கள் நெல் போட வரமாட்டார்கள். உறவினர்களோ பக்கத்து வீட்டுக்காரர்களோதான் போடுவார்கள். மூன்றாவது ஆள் நெல் போட்டால் வண்ணான்களுக்கு அதிகமாகப் போட்டுவிடுவார்களோ என்று பயந்துகொண்டு முன்னெச்சரிக்கையாக ராமசாமி, குள்ளம்மாளையே போடச் சொல்லிவிட்டார். காலையில் சாவுச் செய்தி கேட்டதும் ரொம்ப நாட்களுக்குப் பின் கலப்படமில்லாத நெல் சோறு பொங்கலாமென ஆரோக்கியம் நினைத்தாள்.

சவுரி முண்டாசாகத் தலையில் கட்டியிருந்த வேட்டியை அவிழ்த்து, நாலு குண்டான்களுக்கும், நான்கு குத்து நெல் வாங்கிக்கொண்டான். அயலூர் வண்ணான்கள் குள்ளம்மாள் கை போகும் போக்கைப் பார்த்து முறைத்துவிட்டு, மௌனமாக நாடகம் பார்க்க நடந்தனர். இது தங்கள் ஊராக இருந்தால் 'நானா விடுவேன் இப்படிப் போட' என்பதுபோல் அவர்களின் நடை இருந்தது. ஆரோக்கியம் வாய் திறந்து கேட்டே விட்டாள்:

''என்னாங்க சாமி இது? கையக் கையக் காட்டுறீங்க?''

''பின்ன என்ன பண்ணுவாங்களாம்? குண்டானோட அப்படியே தூக்கி உங்கிட்டக் கொட்டச் சொல்லுறியா?''

''எனக்கு எதுக்கு அம்புட்டும்?''

''பின்ன எப்படி நீ கையக் காட்டுறனு சொன்ன? இதவிட உனக்கு இந்த ஊர்ல ஆரு கனமாப் போடுவாங்க? விரல வுடு.''

''ரவ மிஞ்சிப் போட்டாத்தான் என்ன? கொறஞ்சாபூடும்? உச்சந்தல வெந்துபோச்சி. நான் உங்கள அண்டி வவுரு வளக்கறவ சாமி.''

''அதுக்கு ஆரு என்ன பண்ணுவா?''

''ஆங்...''

''வாடி'' என்று ஆரோக்கியத்தை இழுத்துக்கொண்டு பாடை இருந்த இடத்திற்கு வந்தான் சவுரி. குள்ளம்மாள்மேல் வந்த கோபத்தையெல்லாம் சவுரியிடம் காட்டினாள். 'அவ கையில புத்து வைக்க. பாம்பு, பல்லி கடிக்க அந்தக் கை ரண்டும் அடுத்த வருஷம் இந்நாளைக்கு விளங்காமப்பூடும்' என்று தொடர்ந்து திட்டிக்கொண்டே மடியிலிருந்த நெல்லைச் சவுரி நெல்லுடன் கொட்டி மூட்டை கட்டி வைத்தாள். வெகு நாட்களுக்குப் பின் நெல் சோறு சாப்பிடப்போகிறோமென்ற எண்ணம் காலையில் இருந்தது. அந்த எண்ணம் இப்போது வெறுப்பை உண்டாக்கியது. கலப்படமில்லாத சோறு, நெல் சோறு சாப்பிட்டு எவ்வளவு நாளாகிறது?

ஆரோக்கியம் திட்டுவதைக் கேட்டுக்கொண்டிருந்த வெளியூர்ப் பெண் ஒருத்தி சொன்னாள்:

''எங்க ஊரு வண்ணாத்தி மவ இப்படி எல்லாம் இல்ல. சொன்னதக் கேப்பா. இவ பெரிய ராக்காச்சியா இருப்பா போலிருக்கு.''

ஆரோக்கியம் அவளிடம் மல்லுமல்லுவென்று சண்டைக்குப் போய்விட்டாள். சவுரி தடுத்து, பிளாச்சுகளை எடுத்துக்கொடுக்கச் சொல்லி, பாக்கி இருந்ததைக் கட்ட ஆரம்பித்தான். ஆரோக்கியம் அப்போதும் அடங்கவில்லை. குள்ளம்மாளையும் வெளியூர்ப் பெண்ணையும் கரித்துக்கொட்டியபடி இருந்தாள்.

சவுரி துணிகளைக் கட்ட ஆரம்பித்தான். பாடையைச் சுற்றித் துணியைச் சுற்றினான். இணைப்பதற்கு, பெரிய கட்டாஞ்சி முள்களைக் கொடுத்தாள். சவுரி, பாடை முழுக்கத் துணி கட்டி முடித்தான். ஆரோக்கியம், பாடையைச் சுற்றித் தென்னங்கீற்றுத் தோரணத்தைக் கட்டினாள்.

மீண்டும் வாய்க்கரிசி தூக்குவதற்குத் தெருமுனைக்கு எல்லாரும் கிளம்பினர். கூத்தாடிகள், மேளக்காரர்கள், சிறுவர்கள் சுற்றி அதிர்ந்து வர, ஆர்ப்பாட்டத்துடன் சென்றனர். ஆரோக்கியம் மோசமாகச் சலிப்புற்றிருந்தாள். ஒவ்வொரு முறையும் நெல் போடும்போதும் குள்ளம்மாளும் ஆரோக்கியமும் சண்டைபிடித்துக்கொண்டனர்.

நான்கு ஐந்து முறைக்குமேல் வாய்க்கரிசி தூக்கிவிட்டாள் ஆரோக்கியம். ஆனாலும், ''நாலு மரக்காகூடத் தேறாதுபோல இருக்கு!'' என்றாள். குள்ளம்மாளை ஒரேயடியாகக் கரித்துக்கொட்டினாள். ''பஞ்ச பொயப்புல காயறுக்கிறாளே பாவி'' என்றாள். அவளுக்கு ஆத்திரம் ஏறிக்கொண்டேயிருந்தது. நல்ல வெயில். தரையில் கால்களை ஊன்றி நிற்க முடியவில்லை. மேளச் சத்தம் வேறு.

சவுரி ஆட்டம்போட்டுக்கொண்டிருந்தான். கூத்தாடிகளுடன் சென்று சாராயம் போட்டுக்கொண்டு வந்திருந்தான். எப்படியோ ஒவ்வொரு சாவின்போதும் சவுரி குடிப்பான். அவனுக்குக் கிடைத்துவிடும். அவன் நிற்கும் பாங்கே, அவனுக்குச் சாராயம் கொடுக்க வைக்கும். ஊரில் சாவு என்றாலே சவுரிக்குக் குஷி உண்டாகிவிடும்.

வாண வெடிகளும், மேளமும் சேர்ந்து பெரும் சத்தத்தை உண்டாக்கிக்கொண்டிருந்தன. பெரிய வீட்டுச் சாவு என்பதால் கும்பல் பெரிய அளவில் திரண்டிருந்தது. காலனியிலிருந்த சொந்தக்காரர்கள், கரைக்காரர்கள் சாவு வாசலின்முன் நின்றும் உட்கார்ந்தும் இருந்தனர். ஒப்பாரி அழுகையினூடே உறவுமுறைகள், சுக துக்கங்கள், பயிர் விளைச்சல், மழை, மாடுகன்று, கல்யாணம் காட்சி என்று பெண்கள் பேசிக்கொண்டிருந்தனர்.

குடையைப் பாடையின் உச்சியில் வைத்து பீட்டர் கட்டினான். தூக்கிப் பிடித்துக்கொண்டிருந்தான் சவுரி. மேரியிடம் அடிவாங்கிக்கொண்டு தொரப்பாட்டுக்குப் போகாமல் ஆரோக்கியத்திடம் வந்துவிட்டான் அவன். அவனைக் கண்டதுமே சவுரிக்கு எரிச்சல். ஆரோக்கியம் இருப்பதால் அவன் பேசவில்லை. அதோடு அவன் சாராயம் வேறு போட்டிருந்தான். அதனால் எல்லார்மீதும் திடீரென்று பாசமும் ஏற்பட்டிருந்தது.

சாமித் தேரில் கட்டியிருப்பார்களே அதே போன்று துணியால் சவுரி கட்டியிருந்தான். சின்னத் தேர் போலவே இருந்தது. இந்தத் துணியைத் தேர்ப் பாடைக்கும் கல்யாண வீட்டிலும் கட்ட மட்டுமே வெளியில் எடுப்பான். மற்ற நாட்களில் ஆரோக்கியம் பத்திரமாகக் கட்டிக் குதிருக்குள் வைத்துவிடுவாள். கவிழ்ந்திருக்கும் கட்டிலில் நெல் வைக்கோலைப் பரப்பி, வைக்கோல் சுற்றிய கால் திண்டையும் தலைத் திண்டையும் வைத்துப் பழைய சேலையை விரித்துப் போட்டாள் ஆரோக்கியம். பாடை தயார்.

சவுரி குடி மயக்கத்தில் ஏதேதோ, தன் இஷ்டம்போல் உளறிக்கொண்டிருந்தான். தம்ளரை முகர்ந்தாலே போதும், அவனுக்குப் போதை ஏறிவிடும். பீட்டரைத் தன் செல்லப்பிள்ளை என்றான். அடிக்கடி ஆரோக்கியத்தை அடிக்கக் கையை ஓங்கிக்கொண்டு வந்தான். அவன் இதுவரை ஆரோக்கியத்தை அடித்ததில்லை. ஆரோக்கியம் புறங்கையால் அவனை இடிப்பதுண்டு.

''பவுச கெட்டவன'' என்று கூறியபடி சிரித்துக்கொண்டிருந்தாள்.

ஊரில் சாவு விழுந்தாலோ, வெளியூருக்கு வாய்க்கரிசி தூக்கிக்கொண்டு போனாலோ சவுரிக்கு அன்று சாராயம் கிடைக்கும். அன்றைக்கு வீட்டில் தகராறு செய்வான். சக்கிலியக் குடி பெரியானிடம் ஆரோக்கியத்தைக் குறைகூறுவான். பிறகு, 'அந்தக் காலம்' என்று ஆரம்பித்துத் தன் வாழ்க்கை வரலாற்றைக் கூறுவான். சாராயம் போட்டால்தான் சவுரிக்கு அழுகையும், பழைய வாழ்க்கையின் நினைவும் வரும். போதை தெளிந்தவுடன் எப்போதும்போல் மௌனமாக இருப்பான். ஆரோக்கியத்திடம் சண்டை போட மாட்டான். அவள் சொல்வதைச் செய்யத் தயாராய்க் காத்திருப்பான்.

''கயித முண்டச்சிங்களா, இன்னா சோறு? கொயம்பு?''

''மூணு பொட்டச்சி இருக்கிற வூட்டுல வேளக்கி வேள கஞ்சி கெடயாது. என்னாத்துக்கு ஒயக்கணுங்கறன்? எல்லாம் இந்தச் சாண் வவுத்துக்குத்தான்.''

''ஆ நாத்தம், பீ நாத்தம் அடிக்கில. சோறு ஆக்குறாளுவோ ஒலகத்துல இல்லாத சோறு. உப்புச்சப்பு ஒண்ணுமில்ல. ரவ ஒரப்பு இல்ல கொயம்புல. மாட்டு மூத்தரமாட்டம் இருக்கு.''

''எம் பொயப்பே அயிஞ்சிபோச்சி.''

''உங்க மூணு பேத்தயும் வெட்டிச் சாய்க்காம நான் வுடப் போறதில்ல. அடேய் ஜோசப்பூ, எடுத்தாடா கொடுவாள!''

சவுரி போதையில் இருக்கும்வரை இப்படித்தான் தண்டுமுண்டாகப் பேசுவான். பிறகு ஊரில் இருப்பதே தெரியாது. அவன் பேசுவது பக்கத்து ஆளுக்குக்கூடக் கேட்காமல் பேசுவான். சாது.

''பாடெ ரடியா?''

''பாடெ ரடியாடா முண்டப் பயல?''

''ரடி சாமியோவ்.''

''எல்லாம் ஆயிடுச்சிங்கோ...''

ராமசாமி அவசரம்அவசரமாகப் பிணத்திற்கு அருகில் போனார். பாடை பிரமாதமாக இருக்கிறதென்றார்கள் வெளியூர்க்காரர்கள். வைக்கோலால் கால், தலைக்கு வைத்திருந்த திண்டுகள் கண்டு பிரமித்தனர். இதெல்லாம் ஆரோக்கியத்தின் வேலைதான். செய்ய வேண்டும் என்று செய்தால் நன்றாகச் செய்வாள்.

''எங்க ஊருல இருக்கிற வண்ணாரப் பெய ராங்கி புடிச்சவன்.''

''இவன் தேவலாமிங்கறன்.''

''எங்கியும் வண்ணாரப் பெயலுக சரியில்ல. அந்தக் காலம் மலையேறிடிச்சி.''

''இப்ப வண்ணான் வண்ணானாவாயிருக்கான்? என்னமோ மிட்டா மிராஸ்தார் மாதிரியில்ல இருக்கானுங்க.''

''அந்தக் காலத்துல...''

நாடகம் பார்த்துக்கொண்டிருந்தவர்கள் தங்கள் இஷ்டம்போல் பேசிக் கொண்டிருந்தனர். புதிதாக வரும் பெண்களுடன் குள்ளம்மாள் கட்டிப்பிடித்துப் பெருங்குரலில் அழுதாள். ராமாயியின் பெருமைகள், தன்னை எப்படிச் சிறப்பாக நடத்தினாள் என்பதை எல்லாம் சொல்லி அழுதாள். நேரம் கிடைக்கும்போதெல்லாம் ராமசாமியைத் திட்டித்தீர்க்கவும் அவள் மறக்கவில்லை.

''இந்த ஆம்பள ஏன்தான் காசக் கரியாக்குறானோ?''

ராமாயியின் இரு மகள்களும் கடைசியில் வந்து சேர்ந்தனர். அப்போது இழவு வீட்டில் ஒரே சத்தமாக அழுகுரல் பீறிட்டுக் கிளம்பிற்று. பிறகு திட்டுத்திட்டாகப் பெண்கள் உட்கார்ந்து பேசிக்கொண்டிருந்தனர்.

''பச்சப்புள்ளெ பக்கத்துல நிக்குதேனுகூட ரவ கைய நீட்ட மாட்டா, கொடுக்கீ.''

''நான் அப்பவே சொல்லுல. புயுப்பூத்து, தாம் பீயத் தானா அள்ளித்தான் சாவாள்னு.''

பொழுது சாயத் தொடங்கிவிட்டது. ஆரோக்கியம் தொரப்பாட்டு நினைவாகவே இருந்தாள். ஜோசப் இருக்கிறான் என்ற தெம்பும் இருந்தது.

பிணத்தை பெஞ்சின்மீது வைத்துக் குளிப்பாட்டினார்கள். சீயக்காய், எண்ணெய் எல்லாம் தேய்த்தனர். ராமாயி உயிருடன் இருந்தால் 'இதெல்லாம் எதுக்கு?' என்பாள். ராமாயி உடம்பு சூம்பி வெளுத்திருந்தது. கடைசிவரை வாய் திறந்தே இருந்தது. எவ்வளவு முயன்றும் கண்களை மூட முடியவில்லை.

''சவுரி...''

''சவுரி...''

''சவுரி...''

''சவுரி...''

''சவுரி...''

''சவுரி...''

''சவுரி...''

பெண்களின் அழுகுரல் கோவென்று ஊரையே அதிரச் செய்தது. பெண்களை விலக்கிக்கொண்டு பிணத்திடம் சவுரி போவதற்குள் எல்லா வாய்களுமே 'சவுரி', 'சவுரி' என்று அலறின. மகன்கள், பேரப்பிள்ளைகள், உறவினர்கள் குடம்குடமாகத் தண்ணீர் ஊற்றினர். ஈர உடம்பில் திருநீற்றுப் பட்டையுடன் எல்லாரும் நின்றிருந்தனர்.

தட்சிணாமூர்த்தி அய்யர் பட்டையாகத் திருநீற்றை எல்லாருக்கும் அள்ளி நிறையப் பூசியிருந்தார்.

''வாய்க்கரிசி போடுறவுங்க போடலாங்கோ!'' சவுரி கத்தினான். சாராயம் போட்டதால் அவன் குரல் வேகம் கொண்டு ஒலித்தது. வாய்க்கரிசி போட, பிணத்தின் நெஞ்சின் மேல் சவுரி தன் இடுப்பு வேட்டியை விரித்துப்போட்டான்.

ஒரு பித்தளைச் சோற்றுக் குண்டானில் நெல், பச்சரிசி, வேப்பிலைக் கொழுந்து, மஞ்சள், எள், சில்லறைக் காசுகளுடன் குண்டானை எல்லாரிடமும் காட்டினான். முகத்தைத் தவிர உடலைக் கோடித் துணியால் கட்டியிருந்தான். பிணத்தை அவன் எண்ணம்போல் இயக்க முடிந்தது. அப்போது எல்லாரும் அரிசியை வாயில் காட்டி நெஞ்சின்மேல் போட்டனர். ஏற்கனவே சில்லறைகள் விழுந்திருந்தன. பேரப்பிள்ளைகள் நெய்ப்பந்தம் பிடித்துவருமாறு ஆரோக்கியம் கூட்டத்தில் கத்திச் சொன்னாள். ''அரமர, உறமற பங்காளிங்க பாக்கி இருக்கறவங்க அரிசி போடுங்கோ!'' மீண்டும்மீண்டும் கத்தினாள் ஆரோக்கியம்.

வேட்டியில் விழுந்த அரிசியைச் சரியாகக்கூட முடிந்துவைக்க முடியாமல் அவசரமாக ஒரே முடிச்சுடன் தலையில் கட்டிக்கொண்டு பிணத்தை மூடிக் கட்டினான். கால் பகுதியில் மீதமிருந்த கோடித் துணியைக் கிழித்து ஆரோக்கியத்திடம் நீட்டினான். அவள் பிணத்தின்மீது கிடந்த அரிசி, காசுகளை அள்ளி மடியில் கட்டிக்கொண்டிருந்தாள். கடைசி யாக, பிணத்தைப் பார்க்க வந்த கூட்டம் விலக ஆரம்பித்தது. இப்போதுதான் சவுரியும் ஆரோக்கியமும் மூச்சுவிட்டனர்.

''பாதியக் கியிச்சுட்டான்.''

''இது என்ன கூத்து, பொணத்துக்குண்டானதைக் கியிக்கிறது.''

''எப்பிடிக் கியிக்கலாம்?''

''அதெல்லாம் இல்லிங்க சாமி.''

''என்ன, இல்லீங்க சாமி, நொல்லீங்கோ சாமி.''

கடைசியாக வாய்க்கரிசி போட்ட ஆள் ஆரோக்கியத்தைத் திட்ட ஆரம்பித்ததும் பிணத்தைச்சுற்றி நின்ற மற்ற எல்லாருமே அவளைத்திட்ட ஆரம்பித்தனர். எல்லாருக்குமே ''இல்லிங்க சாமி!'' என்றே பதில் சொல்லிக்கொண்டிருந்தாள். ''ஒரு முயம்கூட இருக்காது'' என்று மனதில் எண்ணினாள். அவள் எல்லாருக்குமே ஒரே நேரத்தில் பதில் சொல்ல முயன்றாள்.

ஆரோக்கியமும் பீட்டரும் தயாராக ஏற்கனவே பத்து, இருபது சேலைகளைத் தெருவில் விரித்துப் போட்டிருந்தனர். கடைசியாக மேளக்காரர்கள் அடித்து முடித்தனர். பாடை புறப்பட்டது. போர்க்களச் சத்தம் எழுந்தது.

தெருவில் விரித்துக் கிடந்த சேலையின்மேல் வரிசைவரிசையாக ஆண்களும், பெண்களும், சிறுவர்களும் பிணத்திற்கு வணங்கி எழுந்தனர். நின்றுநின்று பாடை போயிற்று. கைக்குழந்தைகளைப் பெண்கள் தரையில் கிடத்தித் தூக்கினர். ஊரின் கடைசி வரை அழுது புரண்டுகொண்டு பெண்கள் ஓடினார்கள். தப்பட்டை மேளக்காரன் ஒருவன் மட்டும் வெகு நேரம் விட்டுவிட்டு, ''டண்... டண்... டண்... டண்'' என்று அடித்துக்கொண்டு போனான். அவனைப் பின்தொடர்ந்து அனைவரும் அதே பழைய, தேய்ந்துபோன பாதையில் நடந்தவண்ணமிருந்தனர்.

சேறும்சகதியுமாக இருந்த சேலைகளைச் சுருட்டிக்கொண்டு, சில்லறைகளையும் பொறுக்கிக்கொண்டு வீட்டுக்கு ஆரோக்கியமும் பீட்டரும் நடந்தனர்.

''கைலாசம் சேர...''

''கைலாசம் சேர...''

''சொக்கம் சேர...''

''சொக்கம் சேர...''

''சிவலோகம் சேர...''

''சிவலோகம் சேர...''

''காசி விசுவநாதம் சேர...''

''காசி விசுவநாதம் சேர...''

''வைகுந்தம் சேர...''

''வைகுந்தம் சேர...''

''கோவிந்தம் சேர...''

''கோவிந்தம் சேர...''

பெரும் சத்தமாக இருந்தது. எல்லாரும் ஓடி ஆடி வேலை செய்துகொண்டிருந்தனர். அப்படி ஒன்றும் அங்கே பெரிதாகச் செய்வதற்கு ஏதும் இருக்கவில்லை. ஆனால் எல்லாரும் தடபுடல்படுத்திக்கொண்டிருந்தார்கள்.

பிணக்குழி மேட்டை ராமசாமியும், அவரது பிள்ளைகளும் இடப்பக்கமாக மூன்று சுற்றுச் சுற்றி வந்தனர். சவுரி சொன்னதைத் திரும்பி ஒரே குரலில் சொன்னார்கள். ராம சாமி மண் குடம் நிறையத் தண்ணீரைச் சுமந்தபடி முதலில் நடந்தார். சவுரி முதல் சுற்று முடியும்போது நீர்க் குடத்தில் ஓட்டை ஒன்று போட்டான். கொடுவாள் முனையால் ஒவ்வொரு சுற்றுக்கும் ஒரு ஓட்டை போட்டான்.

குடம் ராமசாமியின் இடது தோளில் இருந்தது. ஓட்டையிலிருந்து ஒழுகும் தண் ணீரை மாவிலையால் பிணத்தின் மீது விசிறிக்கொண்டே பிணத்தைச் சுற்றி வந்தனர். பிணத்தின் முகத்தை மட்டும் திறந்துவைத்திருந்த சவுரி கத்தினான்:

''நககிக யாதாச்சும் இருக்கான்னு பாருங்க சாமியோவ்.''

''ஒண்ணும் இல்லடா.''

''ஒப்புக்குப் பாருங்க சாமி.''

''முண்டப் பயல, சீக்கரம் ஆவட்டும்டா.''

''சீக்கிரம்.''

''பசி வவுத்தக் கிள்ளுது.''

''சேதி கேட்டதும் பல்லுல பச்சத்தண்ணி ஊத்துல. காத்தாப் பறந்து வந்தன்.''

''பசி எனக்குக் கொலய இயித்துப் புடிச்சிக்கிச்சி.''

''சீக்கிரம்.''

''சீக்கிரம்.''

ராமாயியினுடைய பெரிய மருமகன் விரட்டினார். அவருடன் வெளியூர் ஆள் ஒருவன் ஓயாமல் பேசிக்கொண்டே இருந்தான். ராமசாமியின் பிள்ளைகளின் கையில் விரல் நீட்டுக் குச்சியை ஆளுக்கொன்றாகக் கொடுத்து, வடக்கு முகமாக விழுந்து கும்பிட்டு வைக்கச் சொன்னான். உறவினர்கள் சிலர் விழுந்து கும்பிட்டனர். அங்கிருந்த அனைவரும் சவுரி சொன்னபடி செய்துகொண்டிருந்தனர்.

குழிமேட்டைச் சுற்றிக் குறைவாகவே ஆட்கள் இப்போதிருந்தனர். கூத்தாடிகள், மேளக்காரார்கள், வெளியூர் ஆட்கள் குளிப்பதற்குப் புறப்பட்டுச் சென்றிருந்தனர். பாக்கி இருந்தவர்கள் சவுரியைத் திட்டியவாறும் அதட்டியவாறும் இருந்தனர்.

''அப்புறம்?''

''முண்டப் பயல, அப்புறம் என்னடா பண்ணணும்?''

''மடமடன்னு வேலய முடி.''

''சொல்லு. சொல்லுடா.''

''ஆவட்டும். ஆவட்டும். வளத்தாத.''

''சீக்கிரம்டா.''

''சீக்கிரம்...''

பிணத்தைக் குழியில் இறக்கினார்கள். ராமசாமி கதறி அழுதார். புறங்கையால் மூன்று முறை மண்ணைத் தள்ளிவிட்டுச் சவுரி சொன்னதுபோல, திரும்பிப் பார்க்காமல் குளிக்கப்போனார். அவருடன் சிலர் போனார்கள். ராமசாமியின் பிள்ளைகள் குழியில் மண்ணைத் தள்ளியதும் மற்றவர்களும் தள்ளினார்கள்.

துணி மூட்டைகளை வீட்டில் கொண்டுவந்து போட்டுவிட்டு அப்போது ஜோசப் அங்கு வந்தான். சவுரி அவனை முறைத்துப் பார்த்தான். ஜோசப் மௌனமாகச் சிறிது நேரம் நின்றுவிட்டு, பாடையில் கட்டியிருந்த துணிகளை அவிழ்த்து மூட்டை கட்ட ஆரம்பித்தான்.

பிணத்தின் தலை இருந்த திசையில், குழிமேட்டுக்குச் சிறிது தள்ளி, தரையில் சவுரி சிறிய பள்ளம் ஒன்றைப் போட்டான். பிறகு இளநீர் சீவி, பசு மாட்டுப் பாலில் கலந்து ராம சாமி பிள்ளைகள் பிணத்துக் குழியின்மேல் நீட்டியிருந்த கைகளின்மீது ஊற்றினான். முன்பு பள்ளம் போட்ட இடத்தை மூடி, இளநீர் வைத்து ஊதுபத்தி ஏற்றிவைத்தான் சவுரி.

''வடக்கமா விய்ந்து கும்புட்டுத் திரும்பிப் பாக்காமப் போங்க. கிடுகிடுன்னு.''

''ஆவட்டும். ஆவட்டும்... சாமியோவ்.''

பாடையில் கட்டியிருந்த கட்டுகளை ஒவ்வொன்றாக வெட்டிவிட்டு, மூங்கில் வளைகளையும், கட்டிலையும் கட்டையன் எடுத்துகொண்டு கிளம்பினான்.

சவுரி பிணக்குழி மேட்டில் குங்குமம், சந்தனம் கரைத்து ஊற்றினான். ஓட்டை போட்டுக்கிடந்த குடத்தைக் கொடுவாளால் சில்லுச்சில்லாக உடைத்து நொறுக்கினான். வடக்கு முகமாக விழுந்து கும்பிட்டுவிட்டுப் புறப்பட்டான். ஜோசப்பும் பின்னால் போனான்.

வீட்டிலும் சுடுகாட்டிலும் விழுந்த வாய்க்கரிசியை ஒன்றாக்கிப்போட்டு முடிந்திருந்த முடிச்சை அவிழ்த்து, அரிசியில் கிடந்த தேங்காய்த் துண்டுகளைப் பொறுக்கி வாயில் போட்டுகொண்டான். 'சாராயம் ஒரு கிளாஸ் கிடைச்சாப் போதும், உடம்பு வலி காத்தாப் பறந்துடும்' என்று எண்ணினான்.

காசு போடும் இடத்தில் முன்னமே ஆரோக்கியம் சேலையை விரிப்பாகப் போட்டிருந்தாள். கொத்துக்காரர், கரைக்காரர்கள் வட்டமாக உட்கார்ந்திருந்தனர். இழவுக்கு வந்த ஆட்களும் குளித்துவிட்டு உட்கார்ந்திருந்தனர். நின்றிருந்தவர்கள் தங்கள் ஈரத் துணிகளை விரித்துப் பிடித்துக் காற்றில் பறக்க விட்டு, காய வைத்துக்கொண்டு நின்றனர். எல்லாருடைய மத்தியிலும் கொல்லுச் சில்லறைக் காசுகள் கொட்டிக் கிடந்தன. பல ரகம்.

சவுரி குளித்துவிட்டு வேட்டியை உடம்பில் போர்த்திக் காய வைத்துக்கொண்டே வந்தான். ஜோசப் பாடைத் துணிகளை மூட்டையாகக் கட்டித் தலையில் வைத்துக் கொண்டுவந்து கூட்டத்தினின்று விலகி நின்றான். சிறிது நேரம் கழித்து மேரியும் பீட்டரும் சகாயமும் அங்கே வந்து ஒரு ஓரமாக நின்றனர்.

''ஏம்ப்பா நேரத்தப் போக்கிக்கிட்டு இருக்கீங்க?''

''இந்தா ஆச்சி ராமசாமி அண்ணே!''

''தம்ரு மேளக்காரன் வாங்கப்பா!'' என்றான் சடையன்.

தம்ரு மேளத்தின் பெரிய மேளக்காரன் துண்டை இடுப்பில் கட்டிக்கொண்டு வந்து விழுந்து வணங்கி நின்றான். மொட்டையன் அவனிடம் ஒரு குத்துக் காசை அள்ளிப்

போட்டான். இடுப்பிலிருந்த துண்டை அவிழ்த்துப் பிரித்துப் பிடித்து வாங்கிக்கொண்டு போனான்.

''அடுத்து யாரு?'' என்றான் சடையன்.

''ஆட்டக்காரங்க.''

''வாங்கப்பா.''

''அடுத்து?''

''தாதன்.''

''இந்தா வந்துட்டன் சாமி.''

''பெறவு?''

''சக்கிலி.''

''இந்தா இருக்கறன் சாமியோவ்.''

பெரியான் வந்து விழுந்து வணங்கினான். அவனுடைய பெரிய மகன், அம்பாயிரம் வந்தான். பிறகு அவன் மனைவி, அவன் மகள் கோசலை காசு வாங்கிக்கொண்டு போனார்கள்.

''வண்ணான் வாடாயோய்.''

ஆரோக்கியமும் சவுரியும் தரையில் விழுந்து வணங்கி எழுந்து நின்றனர். மொட்டையன் சவுரிக்குப் போட்டான். மடியேந்தி ஆரோக்கியமும் வாங்கினாள். பகீரென்றது. கேட்டேவிட்டாள்.

''என்ன சாமி, ரண்டு ரூவாகூடத் தேறாது போலிருக்கு...''

''அது போதும் போம்மா'' கடகடவென்று சிரித்தான் சடையன்.

''பெரிய வூட்டுக் காரியமுங்க சாமி. இல்லாதவுங்கன்னா கசந்து மூந்துக்கப்போற தில்லிங்க. உங்க நெயல்ல காலம் தள்ளறவுங்க சாமி நாங்க.''

''அம்பூட்டுத் தூரம் ஆச்சா? கயித வாய மூடு'' என்று அதட்டினான் மொட்டையன்.

''இம்பூட்டுக் கூட்டத்துல பேசுறியா?'' என்று திட்டி ஆரோக்கியத்தை இழுத்துக்கொண்டு கூட்டத்தைவிட்டு வந்தான் சவுரி. கூத்தாடிகள், மேளக்காரர்கள், வெளியூர்க்காரர்கள் கிளம்பிவிட்டிருந்தனர்.

ஜோசப்பும் மேரியும் பீட்டரும் சகாயமும் எல்லாரும் தரையில் விழுந்து எழுந்தனர். சகாயம் மட்டும் கோவிலில் கும்பிடுவதுபோல முட்டிபோட்டுக் கும்பிட்டு எழுந்து விறைப்பாக வணங்கி நின்றாள். மொட்டையனுக்குப் பதிலாகச் சடையன் சில்லறையை அள்ளிக் குத்தாகப் போட்டான். மேரிக்கு அதிகமாகக் காசு கனத்தது. பீட்டருக்கும் அதிகம்தான். மேரிக்குப் பகீரென்றது.

''அடேய், ஜோசப்பூ, உன் சம்சாரம் என்ன ஊருடா?''

''சின்னசேலமுங்க சாமி!''

''அதான பாத்தன்.''

''ஜோக்கான குட்டி.''

''ஆமாம், டவுனுக்காரி.''

ஆரோக்கியம் வெறுப்பாக முன்னே நடந்தாள். மேரி, சகாயம், பீட்டர், அவள் பின்னால் போனார்கள். விரிப்புத் துணி எடுப்பதற்கு ஜோசப் காத்திருந்தான் இருளில்.

3

ஆரோக்கியம் விடாமல் அந்தோணியாரைப் பிரார்த்தித்துக்கொண்டிருந்தாள். கோவிலுக்குப் போய்வந்த ஒரு மாத காலம் முழுக்கக் கோவில் நினைவாகவே இருந்தாள். திருவிழாவிற்குப் போய்வந்தாலும் இப்படித்தான் இருப்பாள். இதற்காகச் சவுரி அவளைக் கிண்டல் செய்வதும் உண்டு. சவுரியை அவள் கணக்கில் கொள்ளவில்லை. குடும்பம், கோவில், சாமியார் இவைபற்றிய சிந்தனையாகவே இருந்தாள்.

ஒவ்வொரு முறையும் ஊரார்களும் ஆரோக்கியத்திடம் அவள் கோவிலுக்குப் போய்வந்த கதையை, கைவேலையைச் செய்துகொண்டே கேட்பார்கள். அவளும் சலிப்படையாமல் ஒவ்வொருத்தருக்கும் முழுக் கதையையும் சொல்வாள். கடைசியில் பெருமூச்சுடன் இப்படிச் சொல்லிகொண்டு புறப்படுவாள்:

''அதெல்லாம் பாக்கவா கடவுள் என்ன வச்சான்? உலகத்துல மனுசாள் எப்படி யெல்லாம் இருக்காங்க? எனக்கு ஏது அந்தக் கொடுப்பன?''

இந்த முறையும் அவள் கோவில் போய்வந்த கதையைச் சிலர் மட்டுமே கேட்டனர். அதுவும் அவசரம்அவசரமாக, போகிற போக்கிலே ஒரு சிலர் ஒரு வார்த்தையில் கேட்டனர்.

''கோவிலுக்குப் போனியே என்னடி ஆச்சி ஆரக்கியம்?''

''அட அத யாங் கேக்கற அக்கா. இங்கிருந்து போனதுதான் தாமசம். துப்புன இச்சி காயறதுக்குள்ள குண்டு அடிச்சாப்பல வந்துட்டன்ங்கறன்.''

''எங்க போய்தான் என்னாகப்போவுது?'' என்பாள்.

ஆரோக்கியத்திற்கும் அந்தக் கதையை விவரமாக எடுத்துச் சொல்ல நேரமில்லைதான். அவள் கோவில் போய்வந்த மறுநாளே காடுகளில் வேலையை ஆரம்பித்துவிட்டனர். ஆகையால் அவளும் ஒன்றும் பெரிதுபடுத்திக்கொண்டிருக்கவில்லை. நேரமும் இருக்க வில்லை.

அவள் கோவில் போய்வந்த மறுநாள்தான் ராமசாமியின் அம்மா செத்துப் போனாள். அந்த வாரத்திலேயே மும்முரமாகக் காட்டில் அறுவடையும் தொடங்கி விட்டதால் களம் தூற்றுவதில் மும்முரமாய் இருந்தாள் ஆரோக்கியம். இல்லையென் றால் அவள் குடும்பத்துடன் கோவில் போய்வந்ததை ஒவ்வொரு வீடாகப் போய்ச் சொல்லியிருப்பாள். இல்லையானாலும், அவர்களும் விடாமல் கேட்டுவைப்பார்கள். ஆரோக்கியம் என்ன செய்தாலும் காலனியில் இருக்கும் ஒவ்வொரு வீட்டுக்கும் தெரிந்துவிடும். ஒரு வகையில் ஒவ்வொரு வீட்டுக்கும் அவள் முக்கியமான உறவுக்காரி.

இப்போதெல்லாம் பெண்களுக்கும், கிழவர்கள், சிறுவர்களுக்கும்கூட ஒரே வேலை. அறுவடைக் காலம் வந்தாலே இப்படித்தான். விதைப்புக் காலம்போல் விடியற்காலையிலிருந்து இரவுவரை ஒரே வேலை. காட்டில் சென்று வேலை செய்ய முடியாதவர்கள், கிழவர்கள், சிறுவர்கள் பன்றிகளையும் கோழிகளையும் நாள் முழுக்க அடித்து விரட்டிக்கொண்டிருந்தனர். எப்போதும் கையில் கல்லையோ சிறிய தடியையோ வைத்திருந்தனர். ஓயாமல் கோழிகளையும், பன்றிகளையும் திட்டித்தீர்த்த வண்ணமிருந்தனர். சோறுகூடச் சாப்பிடப் போகாமல் தானியங்களைத் தெருக்களிலும் களத்து மேடுகளிலும் காய வைத்துக் காவல்புரிந்துகொண்டிருந்தனர். நாள் முழுதும் ஒரே இடத்தில் இருப்பதால் விரைவிலேயே அலுப்புற்றவர்களாக இருப்பார்கள். தங்கள் கோபங்களை விலங்குகள்மீது காட்டுவார்கள்.

கடலை, சோளம், வரகு, துவரை என்று காய்ந்துகொண்டிருந்தது. தெரு, பாதை, காடு, களம் என்று எல்லா இடத்திலும் தானியங்கள்தான். நித்தியத் தரித்திரக்காரன் வீட்டின் பானையில்கூட நாலுபடி தானியம் இருந்தது. இந்தக் காலத்தில் வரும் தானியங்களை வைத்துத்தான் வரும் ஆண்டு முழுதும் காலம் தள்ளியாக வேண்டும்.

வெற்றிலை, பாக்கு, சுருட்டு, பீடிக்கென்று ஆண்களும் உப்பு, புளி, மிளகாய், மிளகு, பூண்டுக்கென்று பெண்களும், மிட்டாய், பொரி உருண்டை, ஐஸுக்கென்று சிறுவர்களும் தானியத்தை வாரி இறைத்தவண்ணம் இருந்தனர். அறுவடைக் காலத்தில் எல்லாருமே செல்வந்தர்களாக, கேட்டால் உடனேயே கொடுத்துவிடும் குணம் கொண்டவர்களாக இருப்பார்கள். குடியானவனின் நடை அதிபதிக்கிருக்கும் நடையாகத்தான் இருக்கும்.

செட்டியார், வரகு, சோளம் என்று தனித்தனியாக டின்கள் வைத்து வாங்கிக் கொட்டிக்கொண்டிருந்தார். ஐஸ்காரன் விதவிதமான சாக்குகளில் கொண்டுபோனான். அவன் பழைய இரும்பு, பிய்ந்த பிளாஸ்டிக் செருப்புகளுக்கெல்லாம் ஐஸ் கொடுப்பதை நிறுத்திவிட்டிருந்தான். கோணி ஊசி, மணி, கொண்டை ஊசி, ரிப்பன், மை, பவுடர்களைக் கொடுத்துத் தானியத்தை வாங்கினார்கள் குறவர்கள். எங்கெல்லாம் தெருவில் நாய்கள் கூட்டாகக் குறைத்தனவோ, அவ்விடத்திலெல்லாம் குறத்திகள் வியாபாரம் நடத்திக்கொண்டிருந்தனர் என்றே சொல்லலாம். பகல் முழுக்க நாய்களின் ஓலம் ஊரில் தொடர்ந்து கேட்டுக்கொண்டிருந்தது. கூடை, முறம், புட்டி, தட்டு, சிப்புத் தட்டு, படல் செய்கிற குறவர்கள் ஊரை வளையமிட்டுக்கொண்டிருந்தனர். உரல், உலக்கை, கல்லுரல், ஆட்டுக்கல் ஆகியவற்றைக் கழுதைகளின்மீது ஏற்றிக்கொண்டு வந்தனர். கூத்தாடிகள் வீடுவீடாகப் பாட்டுப் பாடிக்கொண்டு வந்தனர். தொம்பன்கள் மாட்டுக் கொம்பு சீவினர், இரவுகளில் ஆட்டம்போட்டனர். கந்தன் காவடிகள், சில ஊர்களிலிருந்து நல்லரவான் வெட்டும் திருவிழாவுக்கும், அன்னப்படல் திருவிழாவுக்கும் காவி உடையில் சாக்குகளுடன் வந்தனர். தை ஆரம்பித்ததிலிருந்து தெருத்தெருவாகத் தாதன் சங்கு ஊதினான் ஒவ்வொரு விடியற்காலைப் பனியிலும். ஒவ்வொருவரும் தானியத்தைப் போட்டியிட்டுப் பங்கு போட்டு வாங்கிக்கொண்டு போனார்கள்.

வளையல் விற்கும் நாயுடுப் பெண்கள், அம்மி கொத்தும் குறவப் பெண்கள், கூடை முறம் பின்னும் குறத்திகள், பச்சைகுத்தும் பெண்கள், கைரேகை, கிளி ஜோசியம் பார்ப்பவர்கள், மைவைப்பவர்கள், சீட்டுக்கட்டுபவர்கள், பூம்பூம் மாட்டுக்காரன், ரெக்கார்டு டான்ஸ் கோஷ்டியினர் என்று எல்லோரும் வந்தனர். மண்சட்டி, அலுமினியம், சில்வர் பாத்திரங்கள் விற்பவர்கள், பாவாடை, ரவிக்கை, சேலை விற்பவர்கள் சைக்கிளில் குரலெழுப்பிக்கொண்டே தெருத்தெருவாக வட்டமிட்டனர். கட்டில் கயிறு, பிரிமணை, ஆப்பை, ஆப்பைக்கூடு, மத்து விற்கும் ஆசாரிப் பெண்கள், மாட்டுக்கொம்பு சீவுகிற தொம்பன், கொப்பு கட்டுகிறவன், லாடமடிப்பவன், சலங்கை விற்பவன், மூலிகை மருந்துக்காரன், கருவாடு விற்பவர்கள், உப்பு வண்டிகள், ஈயம் பூசுகிறவன், கலக்காடுகள், அரிவாள்கள், மண்வெட்டிகள், உலக்கைகள், பாய்கள், கட்டில்கள், கால்கள், வெட்டிக்கூடைகள். திருவிழாக்களில் விற்பனைக்குக் கொண்டுபோவதுபோல் கிராமத்தின் எல்லாத் தெருக்களுக்குள்ளும் சந்துகளுக்குள்ளும் நுழைந்துநுழைந்து ஊர்வலம்போல் ஒவ்வொன்றாய் மாறிமாறித் தொடர்ந்து வந்துகொண்டிருந்தன.

ஊரில் யாருமே ஓய்ந்திருக்கவில்லை. அந்த எண்ணம்கூட யாருக்கும் தோன்றவில்லை. அவரவருக்குத் தகுந்தபடி வேலைகள் காத்திருந்தன. ஒன்றுக்குமே உதவாதவர்கள் என்று கருதிய நொண்டி, முடம்கூடக் காயும் தானியத்தைக் காவல்காத்தார்கள். எல்லாருக்குமே வேலை இருந்தது. ஊரில் சோம்பேறிகள் என்று பெயர் எடுத்தவர்கள்கூடக் காட்

டில்தான் நாளெல்லாம் கிடந்தார்கள். திருவிழா போன்று மனிதர்கள் வீடு, காடு என்று நடந்துகொண்டிருந்தார்கள். சாப்பிட நேரமேது?

ஆரோக்கியத்திற்குத் தலையே தெறித்துவிடும்போல் இருந்தது. ஒண்ணுக்கு, ரெண்டுக்குப் போகக்கூட அவளுக்கு நேரம் கிடைப்பது அரிதாகத்தான் இருந்தது. சதா நேரமும் வேலை, ஒரே வேலை. ஒவ்வொரு வீட்டுத் தானியத்தையும் தூற்றி யாக வேண்டும். ஆரோக்கியத்திற்கு இதுதான் வருமானத்திற்கான நேரம். இதை வைத்துக்கொண்டுதான் அடுத்த அறுவடைக் காலம்வரை அவள் குடும்பம் நடத்த வேண்டும். காலனியில் இருநூறு வீடுகளுக்குக் குறையாதிருக்கும். எல்லா வீடுகளுக்குமே ஆரோக்கியமும் சவுரியும்தான். தூக்கமே இல்லாமல் ஆரோக்கியம் ஒவ்வொரு வீட்டுக்கும் அலைந்துகொண்டிருந்தாள்.

களம் தூற்றுவதொன்றும் சாதாரண வேலை இல்லை. ஒவ்வொரு முறம் தானியத் தையும் அள்ளி, நிமிர்ந்து நின்று, காாற்றின் போக்கை அறிந்து விட வேண்டும். காற்று அடிக்கவே இல்லையென்றால் பெரும் சிரமமாகிவிடும். ஒரே இடத்தில் நின்று தூற்ற வேண்டும். வாட்டப்பிலி போட்டு வேகமாகத் தூற்ற முடியாது. அதே நேரத்தில் காற்று மோசமாக விசிறி சிம்பியடிக்கும். அவ்வாறு அடிக்கும்போதெல்லாம் தூற்றினால் காற்று, களத்தைச் சுற்றியிருக்கும் அடைப்புகளில் தானியத்தைத் தள்ளிவிடும். தானியத்தின் சொந்தக்காரர்கள் காற்று அவ்வாறு கொண்டுபோய்விட்டால் சும்மா விட மாட்டார்கள். சவுரிமேல் பாய்வார்கள். நாசம்செய்துவிட்டதாகக் கத்துவார்கள்.

ஒவ்வொரு வீட்டின் தகுதிக்கேற்றபடி இரண்டு மூட்டையிலிருந்து இருபது முப்பது மூட்டைகள்வரை கிடைக்கும். வரகு, சோளம்தான் அதிகம். இரவு வேளைகளில் மாட்டைப் பிணைத்து அடித்துச் சக்கை தனியாகவும் தானியம் தனியாகவும் அடித்துக் குவித்து வைப்பார்கள். ஆரோக்கியமும் சவுரியும்தான் தூற்ற வேண்டும். ஒரு நாளில் ஒரு வீடுதான். இதில் பலத்த சண்டைகள் ஒவ்வொரு வருடமும் வரத்தான் செய்கின்றன. நிலம் குறைவாக இருப்பவர்களும், அதிகமாக இருப்பவர்களும், யாருக்கும், யாரும் விட்டுக்கொடுக்காமல் சண்டை பிடித்துக்கொள்வார்கள். ஆரோக்கியம்தான் எல்லோரையும் இழுத்துப்பிடித்துச் சமாதானம் செய்வாள். மாமா என்றும், அப்பா, அண்ணன், அம்மா, அக்கா, அத்தையென்றும் உரிமை கொண்டாடிச் சண்டையை நிறுத்துவாள். அவர்களும் சம்பாதிக்க வேண்டிய காலம்தான் இது. தங்கள் வருமானம் எங்கே போய்விடுமோ என்ற பயத்தினால்தான் சண்டைபிடித்துக்கொள்வார்கள். ஒவ்வொருவருக்கும் ஆண்டை வீடு என்று ஒன்று, கவுண்டர், உடையார், சேர்வை, பிள்ளை வீடுகளில் இருக்கும். அவர்களுடைய தானியத்தை எல்லாம் தூற்ற இவர்கள்தான் போக வேண்டும். காலம் தள்ளிப் போக முடியாது. அவர்கள், இவர்களிடம் சண்டைக்கு வந்துவிடுவார்கள். ஒருவன் அவ்வாறு களம் தூற்றப் போகாமல் தன் சொந்த வேலையைச் செய்துகொண்டிருந்தால், அவர்கள் தங்களின் அடிமைப் பறையனை மாற்றிக்கொண்டுவிடுவார்கள். விசேஷ தினங்களில் கிடைக்கும் வருமானம் கிடைக்காது. அதனால் இவர்கள் சவுரியைத் துரிதப்படுத்துவார்கள். மிரட்டுவார்கள்.

இப்போதெல்லாம் முன்புபோல் யாரும் சவுரி வரும்வரை தூற்றாமல் குவித்து, சாக்கோ, பாயோ போட்டு மூடி வைத்திருப்பதில்லை. குறைவாகவே இருப்பவர்கள் தாங்களாகவே தூற்றிக்கொள்ள ஆரம்பித்துவிட்டார்கள். அதிகமாக இருந்தால் கூலி ஆள் வைத்துக்கொண்டார்கள். இதனால் ஆரோக்கியத்திற்குக் கிடைக்கும் அள்ளுமுறம் கிடைக்காது. படி மட்டும்தான் கிடைக்கும். போன தையிலிருந்து ஜோசப்பும் களம் தூற்ற ஆரம்பித்துவிட்டான். இதனால் ஆரோக்கியத்திற்குப் பிரச்சினை லகுவாயிற்று.

ஒரே நேரத்தில் இரண்டு இடங்களில் களம் தூற்ற முடிந்தது. சண்டைகள் குறைந்தன. ஜோசப் தூற்றுவது சரியில்லையென்று புகார்கள் கிளம்பின.

காலையில் சடையன் வந்து கூப்பிட்டுவிட்டுப் போனான். ஆனால் அழகன் இரண்டு நாட்களாகவே சொல்லிக்கொண்டிருந்தார். ஆரோக்கியத்திற்குப் பெரிய குழப்பம் உண்டாகிவிட்டது. இரண்டு குடும்பமும் சற்றுப் பெரியதுதான். பெரிய வீட்டு வேலைகளையே முதலில் செய்ய வேண்டும். ஆனால் அள்ளுமுறம் எல்லோர் வீட்டிலும் ஒன்றுதான்.

ஆடு, மாடு அவிழ்த்து மேய்ச்சலுக்குக் கொண்டுபோகும் நேரத்தில் அழகன் வீட்டுக்குச் சவுரி போனான். ஜோசப் சடையன் வீட்டிற்குத் தூற்றிக்கொண்டிருந்தான். அவனுடன் மேரியும் தூற்றிக்கொண்டிருந்தாள். சோறு எடுத்து வர ஆரோக்கியம் வீட்டிற்கு ஓடினாள். இரண்டு வீட்டிலும் கிடைத்த அள்ளுமுறச் சோளத்தைக் கொட்டிவைத்துவிட்டுக் கஞ்சி குடிக்கும்போது மேரியும் வந்து சேர்ந்தாள். மேரியும் பீட்டரும் காலையில் எடுத்துகொண்டுவந்த துணி, மூட்டைமூட்டையாகக் கட்டிக் கிடந்தது. சகாயம் படுத்துக் கிடந்தாள். பீட்டர் மேரியின் செறுவாடு ஆடு ஒன்றை மேய்ப்பதற்கு ஓட்டிக்கொண்டு போயிருந்தான்.

மேரி ஜோசப்புக்கும், ஆரோக்கியம் சவுரிக்கும் சோறு எடுத்துக்கொண்டு புறப்பட்டனர். மேரி தெரு முனை தாண்டும்வரை ஆரோக்கியம் கத்திச் சொல்லிக் கொண்டேயிருந்தாள். ''அவனப் பாத்துத் தூத்தச் சொல்லு, சோத்தக் குடுத்துட்டு இந்தா நான் ஒரு எட்டுல வந்துடறன்.'' மேரியும் ''சரி, சரி'' என்றபடி கத்திக்கொண்டே போனாள். சவுரி பேசாமல் உட்கார்ந்திருந்தாலும் இருப்பான், ஆரோக்கியம் வந்த பிறகு தூற்றுவோமே என்று. ஆரோக்கியம் வேகமாக நடந்தாள். அவள் சவுரிக்குச் சோறு எடுத்துக்கொண்டு போக வேண்டுமே என்ற காரணத்தைவிட, சகாயத்தின்மேல் உண்டான கோபத்தினாலும் வெறுப்பினாலுமே அவ்வளவு வேகமாக நடந்தாள். சவுரிக்கு ஈடுகொடுத்து ஆரோக்கியம் தூற்றுவாள்.. அவள் இல்லாவிட்டால் சவுரி ஒரு நாளில் ஒரு வீட்டிற்கு மட்டும்தான் தூற்றி முடிப்பான்.

சவுரி வரும் முன்பே குவித்திருந்த வரகை அழகன் முறத்தாலும் காலாலும் பரப்பிக் காயவைத்திருந்தார். சவுரி வந்த கையுடன், காய்ந்துகொண்டிருக்கும் வரகை ஏர் உழுவதுபோல் இரண்டு கால்களையும் நுழைத்து உழ ஆரம்பித்தான். நல்ல வெயில். காற்றும் அடித்துக்கொண்டிருந்தது. களத்துமேட்டைச் சுற்றிப் பன்றிகளும், கோழிகளும் ஆலவட்டம் அடித்துக்கொண்டிருந்தன. அவற்றின் தந்திரம், திறமை, பாச்சாவெல்லாம் அழகனிடம் ஒன்றும் செல்லவில்லை. அவர் வண்டி முளைக்குச்சியை வைத்துக்கொண்டு விரட்டியடிப்பதும், நிழலில் உட்காருவதும், பிறகு களத்து மேட்டைச் சுற்றி வருவதுமாக இருந்தார்.

சவுரி மௌனமாக, படர்த்திக் காய வைக்கப்பட்டிருக்கும் வரகைக் கிண்டிக்கொண்டிருந்தான். முறத்தால் மேலும் மெல்லிசாக்கினான். தூசு, தும்புகளுடன் மொத்தமாகக் கிடந்தது அது. சிறிது நேரம் கழித்து முறத்தால் அள்ளி விட்டுப்பார்த்தான். எளிதாக வரகும் தூசும் தனித்தனியாகப் பிரித்து விழுந்தன. நன்றாகக் காய்ந்திருந்தது. இனித் தூற்றலாமென்று முறத்தை எடுத்து வடக்கு தெற்கில் வாட்டப்பிலி போட்டுத் தூற்ற ஆரம்பித்தான். ஆரோக்கியம் வந்தால் திட்டுவாளே என்ற கவலை வரவே, வேகமாகத் தூற்றினான். மனதிற்குள் அவளை மோசமாகத் திட்ட எண்ணினான். ஒருவேளை அவளுக்குத் தெரிந்துவிட்டால்!

வரகு ஆகாயம் போய்த் திரும்பி மண்ணில் விழுந்துகொண்டிருந்தது. காற்றில் தூசும் பதர்களும் பறந்து தனியே விழுந்தன. சிறிது நேரத்திற்கொருமுறை வலது கைக்கு

இடது கையைப் பளு கொடுத்து முறத்தால் விசிறி வரகின்மேல், அதைச் சுற்றியிருந்த தூசுதும்புகளைப் போக்கினான். பிறகு முறம்முறமாக அள்ளி வானத்தில் தூக்கி விசிறினான்.

களத்தின் கிழக்குப் புறத்தில் மலைபோல வைக்கோல் குவிக்கப்பட்டிருந்தது. பொழுது சாய்ந்துகொண்டிருந்தது. அழகன் விடாமல் பன்றிகளை விரட்டி யடித்துக்கொண்டிருந்தார். அழகனின் மனைவி கருப்பாயி வந்தாள். வந்தவுடனேயே களத்தைச் சுற்றிக் கூட்ட ஆரம்பித்தாள். சிறிது நேரத்திற்கெல்லாம் ஆரோக்கியமும் வந்து சேர்ந்தாள்.

சவுரி ஆரோக்கியத்தை முறைத்துப் பார்த்தான். பிறகு வேகமாகத் தூற்ற ஆரம்பித்தான். சவுரி கோபமாக இருப்பதைக் கண்ட ஆரோக்கியம் மௌனமாக ஒரு முறத்தை எடுத்து அவனுக்கு எதிர்த் திசையில் நின்று அவனுடன் தூற்ற ஆரம்பித்தாள். எதிரெதிர்த் திசையில் நின்று மாறிமாறி வரகை முறம்முறமாக அள்ளிக் காற்றில் விட்டனர். வரகோ காற்றில் இறகுபோலப் பறந்து வந்து மண்ணில் நீண்டு குவிந்துகொண்டிருந்தது.

''இம்பூட்டு நேரம் என்னா பண்ணின?''

''ஹூம், சட்டியும் புட்டியும் பண்ணினன்.''

''நான் என்னடி கேக்கறன், நீ என்னடி எகத்தாளமாச் சொல்ற? வாங்கித் தின்னவன் மவள!''

''எங்கப்பன எதுக்கு இயிக்கிறவன்! மொவற திரும்பிக்கும். யாரப் பாத்து என்னா வாத்த சொல்றவன்?''

''நீ பெரிய குபேரன் மவதான்டி.''

''நான் குபேரன் மவனு உங்கிட்டத் தொறந்துகிட்டுச் சொல்ல வந்தனா?''

''என்னடி ஆரோக்கியம் கடிச்சிக்கிறீங்க?'' என்று கேட்டாள் கருப்பாயி.

''அட அதெ யாங் கேக்கறீங்க சாமி, என்னப் புடுங்கியெடுக்கறான் ஆளு.''

அழகன் பூவரசு மர நிழலில் உட்கார்ந்தபடியே தூங்கிக்கொண்டிருந்தார். காற்று சிறிது நேரம் நின்றிருந்தது. கருப்பாயி சவுரியுடன் பேசிக்கொண்டே இருந்தாள். அவன் உடல் முழுவதும் வியர்வையின் ஈரத்தால் வரகு ஒட்டிக்கொண்டிருந்தது.

காற்று வீசட்டுமென்று ஆரோக்கியம் களத்துமேட்டைச் சுற்றி நின்ற மர நிழலில் ஒதுங்கி உட்கார்ந்தாள். சவுரி நிறமே மாறி இருந்தான். அவனுடைய கூன் முதுகு மேலும் வளைந்திருப்பதாக ஆரோக்கியத்திற்குப் பட்டது. சுத்தமான கறுப்பு. முன்புபோல் அவ்வளவு தெம்பாக அவனில்லை. வேறு ஆள் மாதிரி தெரிகிறது. வயதாகிறதே!

''பொயிதாவுது எயிந்திரு.''

''காத்து வரட்டும்.''

''ரண்டு முறமா வாரி வுட்டுட்டுப் போவறதில்லாம இங்கியே குந்தியிருக்கலாம்னு பாக்கறியா?''

''சும்மா இருடி, எம் மருமவள!''

''மருமவதான் உன்ன அயிக்கிறா.''

''உன்னதான் அயிக்கிறா, போயேன்டி.''

''நீ கத்திக்கிட்டுக் கிட, நான் போயி அந்தப் பயலப் பாத்துட்டு வாறன்.''

''போ போ, உன் காலத் தெலக்கிப்புடுறன்.''

ஆரோக்கியம், ஜோசப் தூற்றிக்கொண்டிருந்த சடையன் களத்திற்குப் போனாள். ஜோசப்புக்கு மேரி முறத்தில் அள்ளிக் கொட்டக்கொட்ட, ஜோசப் வானத்தில் விட்டுக்கொண்டிருந்தான். ஜோசப்பை நகரச் சொல்லிவிட்டு ஆரோக்கியம் தூற்ற

ஆரம்பித்தாள். ஜோசப் விடவில்லை. பிறகு எதிரெதிராக நின்று அள்ளி இருவரும் விட்டனர். மேரி ஜோசப்புக்கு அள்ளிக் கொட்டியவாறு இருந்தாள்.

''இப்ப நீ எதுக்கு இங்க ஓடியாந்த?''

''நீங்க என்ன பண்றீங்களோ, ஏது பண்றீங்களோன்னு பாத்துட்டுப் போவலாம்னுதான் வந்தன். நீ செத்த நெயல்ல குந்தேன்டாப்பா.''

''வாண்டாம். நீ வேணும்னாக் குந்து.''

''இல்ல நான் அங்க போறன்.''

''செரி.''

''சண்ட சாடி இல்லாம இருங்க, வந்துடறன்.''

ஆரோக்கியம் வேகமாகச் சடையன் களத்தை விட்டு அழகன் களத்திற்கு ஓடி வந்தாள். சவுரி தூற்றிக்கொண்டிருந்தான். அழகன் களத்துமேட்டைச் சுற்றிவந்து கொண்டிருந்தார். களத்துமேட்டைச் சுற்றியிருந்த அடைப்புகளின் பொந்துகள் வழியே நுழைந்து வந்து வரகை அள்ளிக்கொண்டு போவதற்குத் தயாராகப் பன்றிகள் உறுமியவாறு இருந்தன. கோழிகள் பல வழிகளில் அழகனுக்குத் தொல்லை கொடுத்துக் கொண்டிருந்தன. அழகனும் லேசில் விடவில்லை. ஓயாமல் திட்டிக்கொண்டே இருந்தார். ஒரு முறை சொல்வார்:

''எந்தத் தட்டுவாணி வூட்டுக் கோயீனு தெரியல. ஆளயே முயிங்கிடுமாட்டம் இருக்கு.''

மற்றுமொரு முறை:

''இந்தா வருது பார் தாசி வூட்டுப் பன்னிவோ, மிரமன மிரமனயா.''

''இந்த ஊருல கோயி பெருத்த மாதிரி நாட்டுல எங்கயுமில்ல.''

இருபது முப்பது குஞ்சுகளுடன் வந்த கோழி ஒன்றைக் கையிலிருந்த தடியை விட்டெறிந்து விரட்டினார். அவர் பன்றிகளையும், கோழிகளையும் படுத்தும் பாடு பொறுக்காமல் ஆரோக்கியம் கேட்டாள்:

''வாயில்லாச் சீவன் சாமி. அது தின்னா கொல்லயில விளஞ்சது கொறயவா போவுது?''

''ஆருடியவ? உங்கப்பன் வூட்டுக் காணியில வெளஞ்சதா?''

''காட்டுல வெளஞ்சது நாலு உசுரு வாயில பட்டா நல்லது சாமியோவ்.''

அப்போது அழகனின் மகள் பாக்கியம் ஐந்தாறு பிள்ளைகளுடன் வந்து மலைபோலக் குவித்துவைத்திருக்கும் வைக்கோல் போரில் ஏறிக் குதியாளம் போடத் தொடங்கினாள். சிலர் வைக்கோலுக்குள் மறைந்துகொண்டு கண்டுபிடிக்கச் சொன்னார்கள். சிலர் வைக் கோலின் அடிக்கட்டையை வாயில் வைத்துச் சுருட்டுப் பிடித்தனர். வைக்கோலைத் தலையில் அள்ளிப் போட்டுக்கொண்டு பேய் என்று மிரட்டவும் செய்தனர். சிறிது நேரத்தில் அவர்களின் அட்டகாசம் அதிகரிக்கவே அவர்களை அழகன் விரட்டியடித்தார்.

''ஊரானுக்குப் பொறந்த கம்மனாட்டிக் குட்டிகளா! எங்க வந்து ஆட்டம் போடு றீங்க? இங்க வாங்க, உங்க கால ஒடைக்கறன்.''

பாக்கியத்தை மட்டும் பிடித்து வைத்துக்கொண்டார். கருப்பாயி பாக்கியத்துக்கு நாலு அடி கொடுத்தாள். சிறுவர்கள் அடைப்பிற்கு வெளியே போய் நின்றுகொண்டு கறுவினர். சிரித்துச்சிரித்துக் கோபமூட்டினர். அடைப்பைச் சுற்றி வர ஆரம்பித்தார்கள். அவர்களுக்கு வைக்கோல் போரில் ஏற வேண்டும்.

நாளை விடியற்காலையில் குளிருக்கு மூட்டம் போடும்போது அழகன் வீட்டு வைக்கோலைத்தான் கட்டுக்கட்டாக அள்ளி வந்து போட்டு, எரிய வைத்துக் குளிர்காய

வேண்டுமென்று திட்டம் போட்டனர். பிறகு அடைப்பைச் சுற்றி இருக்கும் கிளுவைச் செடிகளுக்குமேல் பறந்துகொண்டிருக்கும் தட்டான்களைப் பிடிக்கும் சாக்கில் வேண்டு மென்றே அங்கே இருந்தனர் சிலர். சிலரோ ஓணானைப் பிடிப்பதற்காக அடைப்பில் கல்லை விட்டு எறிந்துகொண்டிருந்தனர். ஆனால் அழகனும் விடாமல் அவர்களை ஏசிக் கொண்டே இருந்தார்.

‘‘வாங்க, உங்களைச் சொல்றன். சூத்தாம்பட்டில ரண்டு பூச வச்சாத்தான் லாக்கிப்பட்டு வருவீங்க.’’

‘‘நான் என்னா பதனமா போர் மாரிப் போட்டிருந்தன். பூராத்தையும் சரிச்சித் தொலச்சிப்புடிச்சிங்களே! நாய்க்குப் பொறந்ததுங்க.’’

‘‘டூர்ரோவ்... டூர்ரோவ்...’’

‘‘டூர்ரோவ்... டூர்ரோவ்...’’

‘‘டூர்ரோவ்... டூர்ரோவ்...’’

‘‘டூர்ரோவ்... டூர்ரோவ்...’’

‘‘டூர்ரோவ்... டூர்ரோவ்...’’

‘‘நல்லா வந்துக்கிட்டு இருந்த காத்துக்கு, அதுக்குள்ள என்னமோ வேதி வந்து டுச்சினு நின்னுபோச்சே.’’

‘‘டூர்ரோவ்... டூர்ரோவ்...’’

‘‘ஊ ஊ ஊ ஊ ஊ...’’

ஆரோக்கியமும் சவுரியும் மாறிமாறி சீழ்க்கையடித்தும், டூர்ரோவ் போட்டும் காற்றை வரவழைக்க முயற்சி செய்தனர். அப்படியும் காற்று வரவில்லை. பொழுது இறங் கும் நேரமாகிவிட்டாலே காற்று நின்றுவிடும். இருந்தாலும் ஆரோக்கியம் விடாமல் தூற்றிக்கொண்டு இருந்தாள். காற்றில் ஓடும் வரகைக் கூட்டிக்கொண்டுவந்து வரகுடன் சேர்த்தாள் கருப்பாயி. அழகன் காதில் கோழி இறகை விட்டுக் குடைந்துகொண்டிருந்தார். அப்போது அவர் முகம் சுருங்கி என்னவோபோல் இருந்தது.

சிறிது நேரத்திற்குள் காற்று நன்றாக வீசியதால் ஆரோக்கியம் ஒரு மூச்சில் குனிந்து அள்ளி, நிமிர்ந்து வானத்தில் விசிறினாள். எல்லாரும் குனிந்து அள்ளி, நிமிர்ந்து வானத்தில் விட்டவண்ணமிருந்தனர். போட்டியிட்டுத் தானியத்தை வானம் நோக்கி விசிறியபடி இருந்தனர்.

சவுரியிடம் கருப்பாயி ஓயாமல் பேச்சுக் கொடுத்துக்கொண்டே இருந்தாள். இது சிறி தும் ஆரோக்கியத்திற்குப் பிடிக்கவே இல்லை. இருந்தாலும் பேசாமல் இருந்துவிட்டாள். அவள் விரும்பினால்கூட, அவளால் கோபம் கொள்ள, சண்டைபிடிக்க முடியாது. யாரையும் அவள் பகைத்துக்கொள்ள விரும்பவில்லை.

‘‘செத்த நேரம் நின்னு, பொறவுதான் தூத்தன்டா சவுரி.’’

‘‘இருக்கட்டும் சாமி. இந்தா இப்ப முடிஞ்சுடும்.’’

‘‘ரொம்பத்தான் இளச்சிட்டடா சவுரி.’’

‘‘வயசாவுதில்ல சாமி. உடம்பு என்னா பண்ணும்!’’

‘‘மின்ன நல்லா இருந்தீயே! சும்மா மதக்குமதக்குனு!’’

‘‘அந்தக் காலமெல்லாம் போயிடிச்சி சாமியோவ்.’’

தூற்றி முடித்துவிட்டு, முந்தானையை அவிழ்த்து, தலையில், மேலில் படிந்திருக்கும் தூசை ஆரோக்கியம் துடைத்துக்கொண்டாள். சவுரி வேட்டியைத் தலைப்பாகையாகக் கட்டியிருந்தான். அவன் எப்போதுமே கோவணத்தோடு சரி. அவன்மேல் ஆளே அடை யாளம் தெரியாமல் தூசு படிந்திருந்தது. அப்படியே கருப்பாயி கரைத்துக் கொடுத்த சோளச் சோற்றை மடக்மடக் என்று குடித்து முடித்தான். ஆரோக்கியமும் ஒரு

லோட்டா குடித்தாள். ஒரு முழு மிளகாயை மென்று வெறும் வாயில் தின்றாள். மிளகாயைக் குத்தாகச் சவுரி வாயில் அள்ளிப் போட்டுக்கொண்டான்.

''புள்ளயார் புடிச்சி வையடா சவுரி.''

''இந்தா, ஆச்சி சாமி''

சாணத்தால் பிள்ளையார் பிடித்து வாட்டப்பிலியின் வட முனையில் சவுரி வைத்தான். அருகம்புல்லைப் பிடுங்கி வந்து அந்தப் பிள்ளையாரின் உச்சியில் நட்டுவைத்தாள் ஆரோக்கியம். அவளுக்கு ஜோசப்பிடம் போக வேண்டும். அவர்கள் ஏதாவது சொல்லியிருந்தால்...

அழகன் சற்று முரட்டுத்தனமான ஆள் என்று ஊரில் பேச்சு. ஆனால் அவருடைய வீரமெல்லாம், கோபமெல்லாம் ஊர்க்காரர்களிடம்தான். கருப்பாயியிடம் அவருடைய பேச்செல்லாம் எடுபடாது. அவள் சொல்படிதான் எல்லாம். ஒரு வார்த்தை அவளிடம் எதிர்த்துப் பேச மாட்டார். கருப்பாயி பற்றி ஊரில் பேச்சு பலவிதமாக இன்றும் பேசப்பட்டு வருகிறது. ஆரோக்கியத்திற்குத் தெரியாததுமில்லை; ஊரில் அவளுக்குத் தெரியாமல் என்ன நடந்துவிட முடியும்?

அழகன், சுப்புக் கவுண்டரிடம் உடலில் தெம்பு வந்து நடக்க ஆரம்பித்த காலத்திலிருந்து அடிமைப் பறையனாக வேலை செய்தான். அவனுடைய தாத்தாவும், அப்பாவும் கவுண்டர் வீட்டில்தான் அடிமைப் பறையர்களாக வேலை செய்தனர்.

கவுண்டர்தான் அழகனுக்கு வயது ஏறுகிறதென்று கல்யாணம் செய்துவைத்தார். மற்றவர்கள் தங்கள் அடிமைப் பறையர்களுக்குச் செய்வதைக் காட்டிலும் கவுண்டர் அதிகம் செலவு செய்தார். நிறமணியில் கவுண்டரின் மகள் வீடு. அங்கு கருப்பாயி அடிமைப் பறைச்சியாக வேலைசெய்துகொண்டிருந்தாள். இங்கு வந்து அழகனுடன் கவுண்டர் வீட்டு வேலைகளுக்குப் போகும்போது, கருப்பாயிக்கும் கவுண்டருக்கும் 'அந்த' தொடர்பாகிவிட்டது.

கருப்பாயி அழகுதான். சிகப்புத் தோல். பார்வை, சிரிப்பு, பேச்சு, முகத்தைச் சொடுக்குவது, நடை, எல்லாமே அவளுக்கு வளம் ஊட்டியது.

கவுண்டருக்கு உடம்பு ஒரு சமயத்தில் மோசமாக இருந்தது. செத்துவிடுவாரென்று கருப்பாயி எப்படியோ ஓடைக்காட்டையும், இந்தக் களத்தையும் எழுதி வாங்கிக் கொண்டாள். ஊருக்குத் தெரியும், அழகனுக்குத் தெரியும். ஊரில் பேச்சாக இருந்தது நிலம் எப்படி வந்தது என்று. அழகன் பேசவே இல்லை.

ஓடைக்காட்டை எழுதிக்கொடுத்ததால், அவர் மகன் துரத்தியதும் மகளின் வீடான நிறமணிக்குக் கவுண்டர் போய்விட்டார். கவுண்டரின் மருமகனுக்கு விஷயம் தெரியவந்ததும் கவுண்டரின் மகளிடம் கவுண்டரை வீட்டை விட்டுப் போகச்செய்யச் சொன்னான். கல்யாணம் கட்டிவந்த பின்னாலும் கருப்பாயி 'நல்லதுக்கு, கெட்டதுக்கு' என்று ஊருக்குப் போனால் நேரே கவுண்டரின் மருமகன் வீட்டிற்குத்தான் போவாள். இன்றும் அவளுடைய அம்மாவும், அப்பாவும் அவர் வீட்டில் அடிமை வேலை செய்து வருகின்றனர்.

ஒரு காலத்தில் சுற்றுப்பயணம் செய்துகொண்டிருந்த ஆர்க்காடு நவாப், இந்த வழியாக வந்தான். இங்கிருந்த முகமது உசேன்பாய் விண்ணப்பத்தை ஏற்றுக் கணிச மாக நிலமானியம் அளித்தான்.

முகமது உசேன்பாய்க்கு நிலம்பற்றி ஒன்றும் தெரியாது. காடுகள் மேலும் புதர்களாக வும், அடர்ந்த இருள் நிறைந்த காடுகளாகவும் பலம் பெற்று வளர்ந்தன.

மேல்சாதிக்காரர்களிலேயே மேலோங்கியிருந்தவர்கள் உசேன்பாய்க்கு ஆடு, கோழி, மாடுகள் கொடுத்தும், சாராயம் கணக்கு வைத்துக்கொடுத்தும் காட்டில் நின்ற

மரங்களை வெட்டினர். சிறிது நிலத்தைத் துணிந்து தங்கள் வசம் வைத்துக்கொள்ளவும் செய்தனர். பின்னர் முகமது உசேன்பாய் மகனான முகமது பஷீரிடம் நகை, தானியம் கொடுத்துச் சிலர் நிலம் பெற்றனர். ஆள் பலமுள்ளவர்கள் மிரட்டியும் கொஞ்சம் பகுதியை வாங்கினர். மீதமிருந்த நிலத்தையெல்லாம் பயிர் செய்யும் காலங்களில் சிறிதுசிறிதாகச் சேர்த்துக்கொண்டனர்.

முகமது பஷீர் போய் அசதுல்லா, நாசர் என்றாகி இப்போது எங்கோ இரவில் லாந்தர், சைக்கிள், கோழிக்கூண்டு சகிதம் ‘கோழியிருக்கா கோழி’ என்று கோழி வியாபாரிகளாகிவிட்டனர்.

முதலில் வெங்கடாசலச் சேர்வைதான் உசேன்பாயிடமிருந்து நிலத்தைப் பிடுங்கினார். ஆறுமுகச் சேர்வை, ராமநாதன் பிள்ளை, கண்ணுசாமி உடையார், சுப்புக் கவுண்டராகி இப்போது கருப்பாயிக்கு அந்த நிலம் வந்துவிட்டிருந்தது.

ஊரில் என்னதான் இல்லை? எதுதான் நடக்கவில்லை? மேல்குடிக்காரர்கள், காணி, பூமி படைத்தவர்கள் எது செய்தாலும் அது அந்த ஊரில் பழக்கமாகிவிடும்.

‘‘ஏ, சவுரி, ஒன்னோட அள்ளுமுறத்த அள்ளிக்கிட்டு வுடு.’’

ஆரோக்கியம் முந்திக்கொண்டு தன் கையிலிருந்த முறத்தைச் சவுரியிடம் கொடுத்தாள். அந்த முறத்தால் அள்ளப்போனான் சவுரி. அவனைத் தடுத்து, ஒரு பழைய, பிய்ந்து நைந்துபோன முறத்தைக் கொடுத்து அள்ளச் சொன்னார் அழகன். அந்தப் பழைய முறத்தால்தான் இதுவரை குப்பை கூளங்களைக் களத்துமேட்டிலிருந்து கருப்பாயி அள்ளி வெளியே கொட்டினாள்.

‘‘இதால அள்ளுடா’’

‘‘அதால அள்ள முடியாது சாமி.’’

‘‘முடியாதுன்னா போ.’’

‘‘என்னா சாமி வெடுக்கு வெடுக்குன்னு பேசுறீங்க. உங்கள வுட்டுட்டு நாங்க எங்க போவம்?’’

ஆரோக்கியம் வெலவெலத்துப்போய் நின்றாள். அழகன் இப்படிச் சொல்வார் என்று சிறிதும் எதிர்பார்க்கவில்லை. ஆனால் சவுரியோ எதுவுமே நடக்காததுபோல் இருந்தான். ஆரோக்கியத்துக்கு அழுகையே வந்துவிடும்போல் இருந்தது. காலையிலிருந்து அழகனும், கருப்பாயியும் இனிக்கஇனிக்கப் பேசிக்கொண்டிருந்ததெல்லாம் வேலை வாங்கவே என்று ஆரோக்கியம் நினைத்தாள். என்ன பேசுவதென்றே அவளுக்குப் புரியவில்லை. அழகன் ஆரோக்கியத்தையே வெறித்துப் பார்த்துக்கொண்டிருந்தார். மனம் தாங்க முடியாமல் ஆரோக்கியம் கேட்டாள்:

‘‘நாங்க ஒங்களண்டி ஊழியம் செஞ்சி பொயப்ப நடத்தறவுங்க சாமி.’’

‘‘பொட்டச் சிறுக்கி நீ பேசாத!’’

‘‘உங்களாட்டம் நாலு பெரியவுங்ககிட்டச் சொல்லுங்களன்.’’

‘‘ஏ, வண்ணாரக் கயித, நாயம் பொளக்க வந்துட்டியா, வடவாண்டி நாய.’’

‘‘இடுப்பு நாந்து, சப்ப வலிக்கிற மாரி ஒயச்சதுக்கு நீங்க ரண்டு படி மனம் குளுந்து குடுங்க சாமி. இத வச்சி, மெத்த மாளியா கட்டப்போறன்?’’

‘‘நீ காக்காணி வச்சிருந்தாத் தெரியும், அதனோட வலி வருத்தம் எல்லாம். வெறும் கூதி மவளுக்கென்ன? ஏ, சவுரி இதால நீ அள்ளப்போறியா, இல்லியாடா?’’

‘‘பெரியவுங்க நீங்க சொல்லும்போது மாத்தம் எப்பியாச்சும் உண்டுங்களா?’’

‘‘நீங்களே வச்சிக்கீங்க சாமி.’’

சவுரியின் கையைப் பிடித்திழுத்தாள் ஆரோக்கியம். சவுரி பேசாமல் நின்றான். அவன் நகரவில்லை. ஆரோக்கியம் காலியாக இருந்த சோற்றுக் குண்டானை

எடுத்துக்கொண்டு களத்தை விட்டுப் போக ஆரம்பித்தாள். ஆரோக்கியத்தைத் தடுத்து நிறுத்தினாள் கருப்பாயி.

''ஏ, வண்ணாத்தி மவள, நீ இங்க வாடி, நீ ரண்டு முறம் அள்ளூறதால ஒண்ணும் கொறைஞ்சுடப்போறதில்ல. மொதமொத லட்சுமி வூட்டுக்குப் போற நேரத்துல சண்டை சச்சரவு எதுக்குங்கறன்?''

தலைப்பாயாகக் கட்டியிருந்த சவுரியின் வேட்டியை ஆரோக்கியம் வாங்கி வாட்டப்பிலியின் அருகில் விரித்துப் போட்டாள். இதுவரை களம் தூற்றிய புது முறத்தால் சவுரி இரண்டு முறம் அள்ளி வேட்டியில் கொட்டினான். மூன்றாவது முறம் அள்ளப் போன சவுரியின் பிடியிலிருந்து முறத்தை அழகன் பிடுங்கியெறிந்தார்.

''போடா வெளிய.''

''வயக்கமா மூணுதாங்களே அள்ளூறது?''

''அதெல்லாம் அந்தக் காலம். நீ கியிச்ச கியிப்புக்கு ரண்டு போதும் போடா.''

''இந்த ஊர்லயே உங்களுக்குத்தாங்க நாப்பது, அம்பது கல வரவு. நீங்களே இப்பிடிச் செஞ்சா, மத்தவுங்க என்ன பண்ணுவாங்க சாமி?''

''மசுரு பண்றான். விளயறதப் பூராத்தையும் உங்ககிட்டவே கொட்டிக் குடுத்துடுணுமா?''

''ஊர்ல புது வயக்கத்த உண்டு பண்ணாதீங்க. மூணு மொறமாப் போடுங்க சாமி.''

''இனிமெ ரண்டுதான். இஷ்டமிருந்தாத் தூத்து. இல்லாட்டி அடுத்த வருஷத்துலருந்து நீ வர வாணாம்.''

''நீங்களே அப்பிடிச் சொன்னா நாங்க எங்க போவம்?''

''எனக்கென்ன அதைப் பத்தி?''

''சாமியோவ், நாங்க சின்னக்குடிக்காரங்க.

''லாச்சட்டம் பேசறவளுக்கு இனிமே இங்க வேல கெடையாது''

சவுரி மௌனமாகவே நின்றான். ஆரோக்கியம் செய்வதறியாது நின்றாள். தொடர்ந்து, வார்த்தையை வெட்டிவெட்டி ஏன் அழகன் இப்படிப் பேசுகிறார் என்று அவளுக்குப் புரியவில்லை. நடப்பது நடக்கட்டுமென்று வரகை மூட்டையாகக் கட்டிக்கொண்டு கிளம்பினாள், வருகிறேன் என்றுகூடச் சொல்லாமல். ஆனால் ஆரோக்கியத்திடம் சமாதானம் செய்வதுபோலக் கருப்பாயி:

''என்னாடி இன்னத்துப் போறமாரிப் பேசுற? எங்க போயிடப்போவுது? எல்லாம் உன்னதுதான்னு நினைச்சிக்க. போராக் கெடக்கற சோளத்த அடிக்கறப்ப நானாவே ரண்டு முறம் சேத்து அள்ளிப் போடுறன்டி, லட்சுமி இருக்கிற எடத்துல சத்தமில்லாமப் போ. சவுரிய பின்னால அனுப்புறன்.''

ஆரோக்கியம் பதில் ஏதும் பேசாமல் மடமடவென்று களத்தை விட்டு வெளியே வந்துவிட்டாள். மனம் கொள்ளாத ஆத்திரம் அவளுக்கு. நேராக வீட்டிற்கு வந்து மூட்டையை வைத்துவிட்டுச் சடையன் வீட்டுக் களத்தை நோக்கி ஓடினாள். ஜோசப்பும், மேரியும் எதிரில் வந்துகொண்டிருந்தனர்.

மேரியிடமிருந்து ஆரோக்கியம் மூட்டையை வாங்கித் தலையில் வைத்துக்கொண்டாள். மேரி ஒண்ணுக்குப் போவதற்காகப் பின்னால் நின்றுகொண்டாள்.

''என்னடா தம்பி கொறவா இருக்கு?''

''அம்புட்டுத்தான்.''

''அம்புட்டுத்தான்னா?''

''ரண்டு மொறந்தான் அள்ள வுட்டாங்க.''

''யானாம்?''

''யான்னு அவுங்களப் போயிக் கேளு. என்னக் கேட்டா எனக்கென்னா தெரியும்?''

''வருசா வருசம் ஒவ்வொரு முறமாக கொறச்சிக்கிட்டே வந்தா நாம எப்பிடிப் பொயக்கிறதாம்?''

''நான் மேலுக்குத் தண்ணி போட்டுட்டு வாறன்.''

இருள் நன்றாக பூமியில் இறங்கிவிட்டது. சகாயம் சோறாக்கிக்கொண்டிருந்தாள். பீட்டர் தெருவுக்குப் பிள்ளைகளுடன் விளையாடப் போயிருந்தான். ஆட்டுக்குத் தண்ணி வைத்தாளா என்று சகாயத்திடம் கேட்க வேண்டுமென்று முதலில் ஆரோக்கியம் நினைத்தாள். 'எல்லாரும் கொயவியப் புடிச்சாங்க, நான் குசுவப் புடிச்சன்' என்றவள் மேற்கொண்டு பேசாமல் மேரியிடம் மூட்டையைக் கொடுத்துவிட்டு வாசற்படியில் உட்கார்ந்துவிட்டாள். சகாயத்தைப் பார்க்கவே அவளுக்குப் பிடிக்கவில்லை.

மேரியிடம் சொல்லி, சோறு தின்னும் குண்டான் ஒன்றில் தண்ணீர் வாங்கி, மாராப்புச் சேலையை இடுப்பில் சுற்றிக்கொண்டு, முகம், கை, முதுகு, மார்பு என்று கழுவிக்கொண்டாள். சோற்றுக் குண்டான்களை எடுத்துக்கொண்டு சோறு எடுக்கத் தெருவுக்குக் கிளம்பினாள். வழியில் ஜோசப்பும் வந்தான். அவனையும் அழைத்துக்கொண்டு போனாள்.

தெருத்தெருவாகச் சோறு எடுத்துக்கொண்டு வந்தாள். கூப்பிட்டவர்களுக்கெல்லாம் மறுநாளைக்குக் களம் தூற்ற வருகிறேன் என்று சொல்லிக்கொண்டே வந்தாள். சோற்றுக் குண்டான்களை ஜோசப்பிடம் கொடுத்து வீட்டிற்குப் போகச் சொல்லிவிட்டு அழகன் களத்திற்கு ஆரோக்கியம் போனாள்.

மூட்டைகளை வண்டியில் ஏற்றிக்கொண்டு வழியில் வந்தார் அழகன். ஒதுங்கி நின்றாள் ஆரோக்கியம். சவுரி இல்லை.

''வண்ணாத்தி மவ வயில வர்றா, நல்ல சகுனம்தான். அடுத்த வருசம் வெள்ளாம அதிகமா இருக்கும்.''

வண்டிக்குப் பின்னால் போன ஆள் ஒருவன் சொன்னான். இருட்டில் ஆள் யார் என்று ஆரோக்கியத்திற்குத் தெரியவில்லை.

ஆரோக்கியம் களத்துமேட்டைச் சுற்றிப் பார்த்துவிட்டு வெளியே வரும்போது, வைக்கோலுக்குப் பின்புறமிருந்து இரண்டு கருத்த நிழல்கள் வெளியே வருவதைக் கண்டாள். பிறகு பேசாமல் வீட்டிற்கு வேகமாக நடந்தாள்.

''வரட்டும், இன்னிக்கு வூட்டுல வுடக் கூடாது'' என்று சொல்லிக்கொண்டபோது, வருகிறேன் என்று சொன்ன சாமியார் ஏன் வரவில்லை என்ற எண்ணமும் வந்தது.

சாமியார் வந்து ஊர்ப் பஞ்சாயத்தார்களிடம் பேசும்வரை ஆரோக்கியத்தால் ஒன்றும் ஊரில் சாதிக்க முடியாதென்று உணர்ந்தாள். அவர் ஏன் வரவில்லை என்ற கவலையுடன் வீடு நோக்கி இருட்டில் நடந்தாள்.

4

''போனமா, வந்தமானு இருக்கணும். வேல நிமிர்சண்டா இருக்கிறப்பப் போன்னு சொல்லவே மனசு இல்ல. சுடுதண்ணியக் கால்ல ஊத்திக்கிட்டு நிக்கறாப்ல நிக்கிறா அந்தப் பொண்ணு. போயிட்டு வந்துடு. நடந்து போன அடி மறையறதுக்குள்ள வந்து சேரு. துப்புன இச்சி காயறதுக்குள்ள இங்க வந்து நிக்கணும்.''

''செரி.''

ஆரோக்கியம் படித்துப் படித்துத்தான் சொன்னாள். ஆனால் சகாயம் ஒரே பிடிவாதமாக இருந்துவிட்டாள். களம் தூற்றும் மும்முரத்தில் இதை ஆரோக்கியம் பொருட்படுத்தவில்லை. இரண்டு நாட்களாகச் சகாயம் சோறு தின்னவில்லை என்று மேரி சொன்னபோதுதான், வேறு வழியின்றி ஆரோக்கியம் அனுப்பி வைத்தாள்.

சகாயத்தினுடைய அண்ணன் ஆல்பர்ட்டுக்கு உடம்பு சரியில்லை என்று சின்ன சேலத்திலிருந்து ஆள் ஒருத்தன் வந்து சொல்லிவிட்டுப் போனான். அதிலிருந்து சகாயம் தொசம் கட்டிக்கொண்டாள், சின்னசேலம் போயே தீருவேன் என்று. யாருடைய பேச்சும் அவள் காதில் ஏறவே இல்லை. மற்றவர்கள் அவளிடம் பேசியதாகவே அவள் உணரவில்லை.

தை கடைசித் தேதியில்தான் ஜோசப்புக்கும், சகாயத்திற்கும் மேல்நாரியப்பனூர் அந்தோணியார் கோவிலில் கல்யாணம் நடந்தது. கோவிலிலிருந்தபடியே நேரே இங்கு வந்தவள்தான் சகாயம். ஒரு வருஷம் கழிந்துவிட்டதே, போய்விட்டு வரட்டுமென்று ஆரோக்கியம் நினைத்தாள் ஒருபுறம். மறுபுறம் சகாயத்தின் ஆணவப் பேச்சு.

தை மாதத்தின் மத்தியில் போனான் ஜோசப், மாசி, பங்குனி, சித்திரை பிறந்துவிட்டது. ஜோசப் திரும்பி வரவில்லை. காரணம் என்னவென்று ஆரோக்கியத்திற்குப் புரியவில்லை. சவுரியைப் பிடுங்கியெடுத்தாள், என்ன சங்கதி என்று தெரிந்து வரும்படி. அவன் நகரவே இல்லை. தை, மாசி முழுவதும் களம் தூற்றும் வேலை. பிறகு ஊரில் திரு விழா போட்டுவிட்டார்கள். நகரவே ஆரோக்கியத்திற்கு நேரமில்லை. அதோடு மேரியைத் தனியாக விட்டுவிட்டு அவள் எங்கும் போக மாட்டாள். களம் தூற்ற ஜோசப் இல்லாததால் அள்ளுமுறத்தில் வர வேண்டிய வருமானம் பெரும் பகுதி இல்லை என்றாகிவிட்டது. பெரிய இடியாக இருந்தது. இன்னும் இரண்டு மூன்று கலம் தானியம் வந்து சேர்ந்திருக்கும்.

இந்த வருஷத்தில் வரும் படியையும் அள்ளுமுறத் தானியத்தையும் விற்று மேரிக்குக் கல்யாணம் நடத்த வேண்டுமென்று ஆரோக்கியம் திட்டம் போட்டிருந்தாள். போன வருஷத்தைவிட இந்த வருஷம் குறைவாகத்தான் வருமானம் கிடைத்தது. என்ன காரணமோ மூன்றிலிருந்து இந்த வருஷம் அள்ளுமுறத்தை இரண்டாக்கிவிட்டனர். திடீர்திடீரென்று இந்த ஊர்ச் சனங்களுக்கு என்னாகுமோ ஏதாகுமோ! புதிதாக ஒன்றை வழக்கமாக்கிவிடுகிறார்கள்.

காலையிலேயே தெருவுக்குப் போன ஆரோக்கியம் திரும்பிவந்தபோது நாரியப்பனூர் சூசைமாணிக்கம் வாசலில் உட்கார்ந்திருப்பது கண்டு திடுக்கிட்டாள். பிறகு குடும்ப நிலவரம் விசாரித்தபடியே அவனுடன் வாசலில் உட்கார்ந்துகொண்டாள். நாரியப்பனூரில் மழை, விளைச்சல், குடும்பம் நடப்பது பற்றியெல்லாம் கேட்டாள். ஆனாலும் இவன் ஏன் இங்கு வந்தான் என்ற கேள்வி மட்டும் அவள் நெஞ்சில் ஊசியாய்க் குத்திக்கொண்டிருந்தது. அவனுடைய முகத்தைக்கூட ஆரோக்கியம் சரியாகப் பார்க்கவில்லை.

அந்தோணியம்மாளுக்குக் கல்யாணப் பாக்கு வைக்க வந்தேன் என்று சூசைமாணிக்கம் சொன்ன பிறகுதான் ஆரோக்கியம் மனசார்ந்தாள். கல்யாணப் பாக்கு வைக்க சின்னசேலம் போயிருந்தபோது ஜோசப்பையும் சகாயமேரியையும் பார்த்துப் பேசியதாகவும் சொன்னான். இன்னும் என்ன என்னவோ சொன்னான். மேரி சாப்பாடு போட்டாள். அவசியம் குடும்பத்துடன் கல்யாணத்திற்கு வர வேண்டுமென்று கூறிவிட்டுச் சூசைமாணிக்கம் போய்விட்டான்.

சகாயமேரியின் சித்தப்பா மகன்தான் இந்த சூசைமாணிக்கம். ஜோசப்புக்குக் கல்யாணம் நடக்கும் முன்பு அடிக்கடி வந்துபோவான். கல்யாணத்திற்குப் பிறகு இப்போதுதான் வந்திருந்தான்.

சூசைமாணிக்கத்தின் தங்கை அந்தோணியம்மாளைத்தான் ஜோசப்புக்குக் கட்டுவதாக இருந்தது. ஆரோக்கியம்தான் மறுத்தவள். பிடிவாதமாக, சகாயமேரியைத்தான் கட்டுவேன் என்று உறுதியாக இருந்துவிட்டாள். இருந்தாலும் சூசைமாணிக்கம் ஜோசப் கல்யாணத்திற்கு வந்திருந்தான்.

இப்போது நினைத்தாள், அந்தோணியம்மாளையே கட்டியிருக்கலாமென்று. சூசைமாணிக்கத்திடம் இரண்டு கழுதைகளும், சொந்தமாக வீடும் இருந்தது. சகாயத்திற்கு அண்ணன் ஆல்பர்ட் ஒருவன்தான். அவன்கூட அப்பா, அம்மா செத்தவுடன் கிராமத்தை விட்டுச் சின்னசேலம் போய் ஒரு சலவைக் கடையில் கூலிக்கு வேலை பார்த்துக்கொண்டிருந்தான். சகாயம் பள்ளிக்கூடம் சிறிது போயிருந்தாள். அவ்வளவுதான். ஏதோ இங்கிலிசுப் படிப்பெல்லாம் போனதாகக் கேள்வி.

சவுரிக்கு விருப்பமில்லை. டவுனுக்காரி இங்கு 'ஒத்துப்பட்டு வர மாட்டாள்' என்று சொன்னான் சவுரி. அந்தோணியம்மாளின் பெற்றோர்களைவிட, சகாயமேரி பெற்றோர்கள்தான் ஆரோக்கியத்துடன் அதிக உறவு. அவர்கள் இறந்துபோன பிறகு அவர்கள் நினைவாகச் சகாயத்தைக் கட்ட வேண்டுமென்று ஆரோக்கியம் சொன்னாள். இரண்டு பெண்களுமே சோடை கிடையாது. சகாயத்திற்குச் சிறிது எழுதப் படிக்கத் தெரியும் என்று எண்ணினாள்.

''காலான காலத்துல சொந்தம்பந்தமின்னா, பாவத்தப் பாத்தாவது ரவ கஞ்சி ஊத்தும்'' என்று ஆரோக்கியம் பெரிய அளவில் கல்யாணம் நடத்தினாள். ஆனால் ஊரார்கள் கேட்டபோது மாற்றித்தான் சொன்னாள்:

''அரகரா கோவிந்தான்னு, மால சந்தனத்த மாத்திக் கூட்டாந்துட்டேன் சாமி.''

தை மாதத்தில் ஒருபுறம் களம் தூற்றும் வேலை. மறுபுறம் ஜோசப் கல்யாணம். வருஷத்து வருமானம் முழுவதையுமே செலவிட்டாள் ஆரோக்கியம். ஊர்ப் பெரியவர்களிடத்தில் கேட்டு அடுப்புக்கு இரண்டு மரம் வெட்டிக்கொண்டு வந்தாள். மிளகாய், புளி, பருப்பு, காய் என்று ஒவ்வோரிடத்திலும் ஒவ்வொரு பொருள் வாங்கிச் சேர்த்தாள். முதல் பிள்ளை கல்யாணம் என்று எல்லாரிடமும் சொன்னாள். பாட்டாகப் பாடினாள். தளுக்குப் பண்ணினாள்.

ஊர்க் கொத்துக்காரர்களிடமும் கரைக்காரர்களிடமும் நடையாக நடந்து ஊர்ப் பொதுப் பணத்தில் கால் பவுன் தாலி வாங்கினாள். தாம்தூமென்று உறவினர்களுக்குச் சமைத்துப் போட்டு மேல்நாரியப்பனூர் அந்தோணியார் கோவிலில் கல்யாணத்தை ஆரோக்கியம் முடித்தாள். புதுப் பெண்ணாக சகாயம் வந்தபோது ''ஒரு ஆப்பக்கூடுகூட இல்லியே!'' என்று வருத்தப்பட்டாள். தனக்குள்ளாக அழுது தீர்த்தாள்.

கல்யாணமாகி சகாயம் வந்த புதிதில் ஊர்ச் சோறு எடுக்க அவளை அனுப்பவில்லை. நினைத்தால் தொரப்பாட்டுக்கு வருவாள். கொஞ்ச நாள் நன்றாக இருந்தாள். பிறகு நாகப் பாம்புபோல முகத்தை எப்போதும் தூக்கிவைத்துக்கொண்டிருந்தது சிறிதும் ஆரோக்கியத்திற்குப் பிடிக்கவில்லை. உட்கார்ந்த இடத்திலேயே நாள் முழுக்க அசையாமல் உட்கார்ந்திருந்தாள். ஜோசப்பைக்கூட மதிப்பதில்லை.

சகாயம் வந்த முதல் மாதத்தில் ஆரோக்கியம் உப்பு, மிளகாய் எல்லாம் எடுத்து, அவள் தலையை மூன்று தடவை சுற்றி, பிறகு எரியும் அடுப்பில் போட்டாள். உப்பு வெடிப்பதையும், மிளகாய்க் காரம் வருவதையும் கண்டு ''ஊர்க் கண், பொச்சரிப்பு,''

என்று ஊர் மக்களைத் திட்டி திருஷ்டியெல்லாம் கழித்தாள். ஒரு வகையில் இப்படிப் பட்ட மருமகள் கிடைத்ததற்காக அவள் மனதில் சந்தோசம் கொண்டாள். ஆனால் யாரிடமும் எதுவும் சொல்லவில்லை.

''வாட்டசாட்டமா, கண்ணுக்குப் பாந்தமான குட்டி'' என்று சகாயத்தை ஆரோக் கியம் புகழ்ந்திருக்கிறாள். சகாயமேரி நல்ல அழகுதான். ஜோசப் மட்டும் என்ன? கட்டு மஸ்தான உரமேறிய உடம்பு. நெகுநெகுவென்று சதைப்பிடிப்போடு இருந்தான். கழுத்தில் ஏசுநாதரை ஒரு சிகப்புக் கயிற்றில் தொங்க விட்டிருந்தான். சிறிது கறுப்பு, ஆரோக்கியம் போன்று. நிறமிருந்து எதற்கு ஆகும்?

சகாயமேரியின் கட்டாயத்தினால்தான் ஜோசப் சட்டை போட ஆரம்பித்தான். சகாயத்தின் அண்ணன் ஆல்பர்ட்தான் தைத்துக்கொண்டு வந்தான். சகாயத்துடன் ஜோசப் தெருவில் நடந்து வரும்போதெல்லாம் தெருக்காரர்கள் அவனைக் கிண்டல் செய்வார்கள். ஜோசப் வெட்கப்பட்டுச் சிரிப்பான்.

''அடேய் ஜோசப்பு, சோக்கான குட்டியப் புடிச்சிட்டேடா!''

''அவனுக்கென்ன, பாப்பாத்தி மாரி பொண்டாட்டி.''

''விளக்கு எரியுறாப்பல சிகப்புத் தோல எங்கடா புடுச்ச ஜோசப்பு!''

''அதிஸ்டக்காரப் பெய.''

ஆரோக்கியம்கூட அடிக்கடி நினைப்பதுண்டு. ஆளைப் பார்த்து மயங்கிவிட்டோ மென்று. இரண்டு படி உள்ள வீடாப் பார்த்திருக்கலாம் என்று தன்னையே குற்றம் சொல்லிக்கொண்டாள். இதில் ஒன்றில்தான் அவள் தவறு செய்துவிட்டாள்.

ஆரோக்கியத்தின் கல்யாணம் சாமியார்முன் நடக்காவிட்டாலும் சிறப்பான கல்யாணம்தான். சுத்துப்பத்து சொந்தமெல்லாம் வந்திருந்தனர். ஒரு பன்றியை வெட்டினார்கள். ஒரு குட்டிக் கழுதையும், எட்டுக் கலம் வரகும், மூன்று கலம் சோளமும் ரொக்கமாக நாப்பதும் கொண்டுவந்தாள் ஆரோக்கியம். ஆப்பக்கூடு, புட்டி, கூடை, பிரிமணை, தட்டுமுட்டுச் சாமான்கள் சில. அப்போது இதுவே பெரிய கல்யாணமாக இருந்தது. ஆரோக்கியத்தின் வயதுடையவர்கள், கல்யாணத்தன்று நடந்த விசேஷங்களை இன்றும் பேசிக்கொண்டிருக்கின்றனர். ஆரோக்கியத்தின் அப்பன் குடும்பம் பெரியது. அந்த ஊரும் பெரியதாகத்தான் இருந்தது. எட்டுநூறு வாசற் படிகள் கொண்ட பெரிய காலனி. இந்த வட்டாரத்திலேயே காலனிக்காரர்கள் அதிகம் உள்ள ஊர். மேல்குடிக்காரர்கள் என்பவர்கள் இருநூறு குடும்பங்கள்தான் இருந்தன. இந்த இருநூறு வீடுகளின் வாசல்கள் வழியாகத்தான் காலனியிலிருந்த எட்டுநூறு அடுப்புகளும் உயிர்கொள்ளும்.

ஆரோக்கியம் கல்யாணம் கட்டிக்கொண்டு வரும்போது அவளுக்கு வயது பனி ரெண்டுதான் இருக்கும். பிறகு நான்கு வருஷம் கழித்துத்தான் பெரியமனுஷியானாள். அதற்கடுத்து இரண்டு வருஷம் கழித்து ஜோசப் பிறந்தான்.

ஆரோக்கியம் வந்தபோது சவுரி வீட்டில் எவ்வளவு கும்பல். எல்லாம் இந்தக் குடி சைக்குள்தான் கிடந்தார்கள். சவுரியின் நான்கு தங்கைகள், மூன்று தம்பிகள். மாமியார், மாமனார், சவுரி. இவ்வளவு நபர்களுக்கும் சின்னப் பெண் ஆரோக்கியம்தான் சோறாக்கிப் போட வேண்டும். ஆரோக்கியம் வந்த பிறகு சவுரியின் தங்கைகள் வீட்டு வேலைகள் ஒன்றையுமே செய்வதில்லை. இருந்தாலும் சவுரியின் முதல் தங்கை தெரசா சிறிது உதவினாள். ஆரோக்கியத்திற்கும் அவளிடம்தான் அதிகப் பிரியம். அவளுக்கு நல்ல மனசு. அடிக்கடி அழுபவள். எல்லாருக்கும் இளக்காரமான பிள்ளை.

அப்போதெல்லாம் குண்டான்குண்டானாகச் சோறு கிடைக்கும். ஊர்ச் சோறு ஒரு சுற்றுக்குத்தான் வரும். பெரிய பானையில்தான் வடிக்க வேண்டும். எல்லாருமே

நிறையநிறையச் சாப்பிடுவார்கள். ஆரோக்கியத்திற்குக் களைப்பாகிவிடும். எப்போது பார்த்தாலும் அடுப்பில் எதையாவது வேக வைத்துக்கொண்டே இருப்பாள். அடுப்படி கடந்து வெளியே வர அவளுக்கு வாய்த்ததே இல்லை.

பொங்கல், தீபாவளி, பதினெட்டு என்று வந்தால் ஆரோக்கியம் திண்டாடுவாள். பத்துக்கும் குறையாமல் பன்றித் தலைகளும், பதினைந்து இருபது ஆட்டுத் தலைகளும், நாலைந்து மாட்டுத் தலைகளும், குடல்களுமாக, கூடைகூடையாக வந்து சேரும். சவுரியின் அப்பாவும், கடைசித் தம்பி திரவியராஜும்தான் தலைகளை உடைத்து நொறுக்குவார்கள். குடல்களை அலசுவார்கள். கல்யாண வீட்டில் சோறாவதுபோல் மூன்று நான்கு மொடாக்களில் ஒவ்வொரு கறியும் தனித்தனியாக வேகும். ஆப்பையைப் பிடிக்கவே தெம்பிருக்காது ஆரோக்கியத்திற்கு. இருந்தாலும், வேர்க்கவேர்க்கக் கரிப் பானைக்குள் ஆப்பையை விட்டுக் கிண்டிக் கிளறுவாள். சவுரி எங்கிருக்கிறான் என்பதே தெரியாது. அவனைச் சட்டைசெய்வதுமில்லை அவள். தொடர்ந்து வேலையாக இருப்பாள். அவளுக்கு வேலைகள் இருந்துகொண்டேயிருக்கும். இல்லாவிட்டால் அவளே வேலையை உண்டாக்கிக்கொள்வாள்.

சவுரியின் அப்பன் பூரித்து ஆரோக்கியத்தைத் தலையில் அடிக்கடி செல்லமாகத் தட்டுவான். மாமியாள் முத்தம்மாள் ஆக்கி வைத்திருக்கும் சோற்றைப் பங்குபோட மட்டுமே அடுப்புக்கு வருவாள். அவள் பங்குபோட்டுக் கொடுக்கும் சோற்றுக் கிண்ணங் களை ஆரோக்கியம் எடுத்துவந்து, தெருவில் உட்கார்ந்திருக்கும் ஒவ்வொருவர் முன் னும் வைப்பாள்.

மேரி பிறந்த மாதம்தான் சவுரி அப்பன் இறந்துபோனான். இரண்டு மாதம் கழித்துச் சவுரியின் கடைசித் தம்பி மஞ்சள்காமாலையில் செத்துப்போனான். பிறகு இரண்டு தம்பிகளுக்கும், நான்கு தங்கைகளுக்கும் கல்யாணம். இரண்டு தம்பிகளும் பிழைக்க வழி தேடி வட நாட்டுக்குப் போய்விட்டனர். இதனால் நான்கு தங்கைகளின் குடும்பங்களில் ஏற்படும் நல்லதுகெட்டதுகளை இன்றுவரை ஆரோக்கியம்தான் பார்த்துக்கொண் டிருக்கிறாள். அவள் சலித்துக்கொண்டதே இல்லை. 'மனுஷங்கதான் நமக்குச் சொத்து' என்பது அவள் எண்ணம்.

சகாயமும் ஜோசப்பும் ஊருக்குப் போகும் முன்பு, சகாயத்திற்கும் ஆரோக்கியத் திற்கும் சண்டை ஏற்பட்டது. அது இதற்குமுன் நடந்த சண்டைகளைவிடப் பெரியதாக இருந்தது. ஜோசப் மட்டும் சோறு எடுப்பதற்குத் தெருவுக்குப் போயிருந்தான். சகாயம் அன்று அவனுடன் ஏன் போகவில்லை என்று ஆரோக்கியம் கேட்டாள்.

சகாயமும் ஆரோக்கியமும் சாதாரணப் பிரச்சினைகளில்தான் சண்டையைத் தொடங்குவார்கள். சகாயம் வழக்கமான இடத்திற்குப் பதிலாகப் பொருள்களை இடம் மாற்றி வைத்திருப்பாள். சில பொருள்களை வைக்கும்போது சப்தம் எழ வைப்பாள். மண் சாமான்கள் உடைந்துவிடும். வரிசையாகப் பனைமரம்போல் நிற்கும் மண் மொடாக்களில் எந்தப் பொருள் எதனுள் இருக்கிறதென்று தெரியாது. ஒரு மொடாவில் பலவகையான தானியங்கள் வேர்முண்டுகள்போல் சிறுசிறு முடிச்சுகளாக முடிந்து போடப்பட்டிருக்கும். ஒரு மொடாவில் ஒரே வகையான தானியம் தை, மாசி மாதங்களில் மட்டும்தான் இருக்கும். ஆரோக்கியம் ஒரு தானியத்தின் பெயரைச் சொல்லி எடுத்துவரச் சொல்வாள். சகாயம் ஒவ்வொரு மொடாவாக இறக்கி, அதனுள் இருக்கும் முடிச்சுகளைத் தனித் தனியாக அவிழ்த்துப் பார்ப்பாள். முடிச்சுகளை அவிழ்க்கையிலும், அவற்றை முடிகை யிலும் ஒன்றுடன் ஒன்று கலந்துவிடும்; அல்லது, முடிச்சுகளைச் சரியாக முடியாமல்

விட்டுவிடுவாள். அடுக்கப்பட்ட மொடாக்கள் சரியாக அடுக்கினுள் பொருந்தாமல் நிற்கும். வேகமாக வைத்து வீறல் விட்டிருக்கும்.

தண்ணீர்ப் பானை மூடாமலிருக்கும். இரவில் சோற்றுப் பானைகளை மூடாமல் விட்டிருப்பாள். தையலுக்கு வந்த துணிகள் ஒழுங்கில்லாமல் சிதறிக் கிடக்கும். முகப் பவுடர் தரையில் கோல மாவுபோல் கொட்டியிருக்கும். கண் மை சுவரில் பட்டை பட்டையாய்ப் பூசப்பட்டிருக்கும். நெத்திப்பொட்டு மாவு கொட்டியிருக்கும். அடிக்கடி தலையைச் சீவுவாள். கண்ணாடியில்தான் தன்னைச் சீர்செய்து கொள்ள முடியும் என்பதுபோல், நெடு நேரம் அதில் தன்னைப் பார்த்துக்கொள்வாள். பறவைபோல் அவ்வப்போது கொஞ்சம் சாப்பிடுவாள். பகலில் தூங்குவாள். மேரிக்கு சினிமாக் கதை, பாட்டு சொல்லித்தருவாள். இவற்றில் ஒன்றை ஆரோக்கியம் பிடித்துக்கொள்வாள். ஜென்மப் பகைவர்கள்போல் சண்டை நடக்கும்.

''ஆளு மட்டும் மினிக்கிக்கிட்டுச் சுத்தமாயிருந்தா ஆச்சா, அப்பிடிப் பொயப்பும் இருக்கணும்.''

''பொயப்புக்காரிக்குக் கண்ணாடி கேக்குமா?''

''இல்லாததக் காட்டுமா கண்ணாடி?''

ஆரோக்கியம் சில நேரங்களில் 'சின்ன சாதின்னாலும், எம் மருமவளப் பாத்தீங்களா?' என்று ஊர்க்காரர்களுக்குக் காட்ட விரும்புவாள். உடனேயே அடிபட்ட வலியை நினைப்பதுபோல், 'ஆள் மட்டும் வாட்டசாட்டமாக இருந்தாப் போதுமா? வவுறு நெறைய வாணாமா? இது உதவாதே.' தனக்குப் பின்னால் என்ன ஆவாள்? குடும்பம் எப்படிச் செய்வாள்? குடும்பத்தை நடுத்தெருவில் விட்டுவிடுவாளோ என்ற கவலை உண்டாகும். மறுகணமே தெருவுக்கு சகாயம் சோறெடுக்கப் போக வேண்டுமெனத் தீர்மானித்து, அடம்பிடிப்பாள்.

ஆரோக்கியத்திற்கு சகாயத்தைப் பிடித்திருந்தது. ஆனால், தனக்குப் பிடித்திருக்கும் விசயம் சகாயத்திற்குத் தெரிந்துவிடுமோ என்று அஞ்சியே சில நேரம் சண்டை போடுவாள். தெருவில் சுற்றும்போது சகாயத்தின் நிறம், வடிவம், முடி பற்றியெல்லாம் ஊரார்கள் பெருமையாகச் சொல்வார்கள். அந்த மகிழ்ச்சியிலேயே சில நேரம் சண்டை பிடிப்பாள்.

சகாயத்திற்கும் ஆரோக்கியத்தை ரொம்பவும் பிடித்துதான் இருந்தது. மனதில் சந்தோஷமாக இருந்தாலும், நேரில் ஆரோக்கியத்திடம், 'எரி, பிரி' என்பதுபோல் இருப்பாள். தெருவுக்குச் சோறு, துணியெடுக்க அனுப்பிவிடுவாளோ என்ற பயத்திலும் சகாயம் ஆரோக்கியத்திடம் சண்டை போடத் தயாராகக் காத்திருப்பாள்.

''நீ பெரிய சீமான் மவளாயிருந்தா ஆருக்கு என்னாங்கறன்?''

''நான் சீமான் மவன்னு உங்கிட்டச் சொல்ல வந்தனா? நான் சோறு எடுக்கப் போவல.''

''வாயப் புடிச்சித் தெச்சிப்புடுவன் தெச்சு.''

''எங்க தெய்யி பார்க்கலாம்''

''ஆ...''

சகாயம் கத்திக்கொண்டு ஆரோக்கியம் இருக்கும் இடத்திற்கு வந்தாள். இதைச் சிறிதும் அவள் எதிர்பார்க்கவில்லை. திகைத்து மருளமருள வெறித்து சகாயத்தையே பார்த்தாள்.

ஒரு கணம் தயங்கினாள் ஆரோக்கியம். எல்லாம் தன்னால்தான் என்று எண்ணிக் கொண்டாள்.

''ஊர்ச் சோறு எடுக்கிறதில என்ன சின்னம்?''

''சோத்துக் குண்டான இடுப்புலியும், குழம்புக் குண்டானக் கையிலியும் வச்சிக் கிட்டு வூடுவூடாப் போய் நின்னு 'அம்மோவ் வண்ணாத்தி வந்திருக்கன் சோறு போடுங்கோனு' கத்தச் சொல்றியா?'' என்றவள் குண்டான்கள் இடுப்பில் இருப்பது போல் நடித்துக் காட்டினாள்.

''அப்புறம் யாரு போறது?''

''நான் போவ மாட்டன்.''

''வூட்டுக்குனு தாலிகட்டி வந்தவதான் போவணும். நான் இல்லாட்டிப்போனா என்னா பண்ணுவ?''

''ஏதோ பண்றன்.''

''இந்தக் கட்டெ காடு போய்ச்சேந்தா, எல்லாரும் ஓடுதான் எடுக்கணும்.''

''அவஅவ சட்டி புடிச்ச நேரம் பான ஆனையாச்சு. நான் சட்டியப் புடிச்ச நேரம் ஆனை பானையாச்சு.''

''அவ பவுசுக்கு வந்தவ, நான் எதுக்கு ஆனவ?''

''ஜில்லா கலேக்கிட்டரு மவளாயிருந்தா ஆருக்கு என்னா?''

''பெரிய தனம் படச்சா இருக்கிற சின்ன தனமும் போயிடும்.''

''என் பண்டம் பாயாப் போச்சி.''

''தொடக்காலி, தொடச்சிப்புட்டா.''

''உதறுகாலி, உதறிப்புட்டா.''

''பூதக்காலி வந்தா, பூந்த மனெ பாயாப் போச்சி.''

''நான் எதுக்கு ஆனவ?''

''மண்ணாப் போனவ.''

''சொந்தமின்னு சொல்லிக்க வந்தனா?''

''பந்தமின்னு சொல்லிக்க வந்தனா?''

''கொள்ளு குசுவாப் போச்சின்னா, போனா மசுராச்சுன்னு போறவதான.''

ஆரோக்கியத்திற்கு அழுகை பொங்கி வந்தது. தனக்குப் பின்னால் இந்தக் குடும் பத்தின் நிலை என்னாகுமோ? தன் ஊமைப் பிள்ளை ஜோசப்பின் கதி? 'குடும்பத்தைக் கரையேத்த மாட்டா போலிருக்குதே இந்தச் சிறுக்கி மவ' என்று எண்ணினாள். இதுவரை ஆரோக்கியத்திடம் எதிர்த்து யாருமே பேசியது கிடையாது. ஜோசப் ஒரு சொல்கூட மறுத்துப் பேச மாட்டான். எதிர்க் கேள்வி கேட்பதுபோல், குற்றம்சொல்லிப் பேசு வதுபோல் ஆரோக்கியம் இதுவரை யாரிடமும் நடந்துகொண்டதில்லை. இது போலச் சண்டை வருகிறதென்று சவுரியிடம் சொல்ல முடியாது. 'எல்லாம் உன்னால்தான்டி' என்று ஆரோக்கியத்திடமே சண்டைக்கு வருவான். குடும்பம் அழியத்தான்போகிறது என்று எண்ணினாள். ''புத்தி கெட்டுப் பொய மோசம் போனேனே!'' என்று ஈன மான குரலில் முணுமுணுத்தாள். அழுகை வந்தது. சகாயத்தின்முன் அழ அவள் விரும்பவில்லை.

ஆரோக்கியம் சவுரியைக் குறைசொல்லியும் திட்டியும் அழுதாள். அதேபோல, சகா யம் தன் அண்ணன் ஆல்பர்ட்மேல் குறைசொல்லியும் திட்டியும் அழ ஆரம்பித்தாள்.

''துணியெடுக்கவாவது போயித்தான் ஆவணும்.''

''முடியாது. கட்டியிருக்கிற சேலைக்குள்ளார என்னா இருக்குனு ஒவ்வொரு வூட்டு ஆம்பளயும் மொறச்சிமொறச்சிப் பாக்கிறானுவ. அவனுவோ வூட்ல போயி துணியெடுக்கணுமா?''

''பாத்து என்னா பண்ணப்போறாங்க?''

''உனக்குத்தான் மானமும் இல்ல. வெக்கமும் இல்ல. அடுத்தவளயும் அப்பிடினு நினைச்சிக்கிட்டியா?''

''இப்படி மருவாத இல்லாம வாயடிக்காத, நல்லதுக்கில்ல. ஆமாம், சொல்லிப் புட்டன்.''

''உங்கிட்ட நானா ஓடியாந்தேன்?''

''இப்ப நீ வாய மூடப்போறியா, இல்லியா?''

மேரி கத்தினாள். ஆரோக்கியமும், சகாயமும் மௌனமாகிவிட்டனர். இதுவரை மேரி அமைதியாக இருந்து பார்த்தாள். சண்டை நிற்கும் வழியைக் காணோம். சாயங்காலம் தொரப்பாட்டிலிருந்து வந்தபோது ஆரம்பித்த சண்டை. சகாயமும் விட்டுக்கொடுக்காமலும் மரியாதையில்லாமலும் பேசுகிறாள். மேரி தன் அம்மாவுக்காக வருந்தினாள். அவளுக்குக் கண்ணீரே வந்துவிட்டது. சகாயம்தான் வேண்டுமென்று ஆரோக்கியம் கொண்டுவந்தாள். இப்போது படுகிறாள். என்ன செய்ய முடியும்? சட்டியா பானையா மாற்றிக்கொள்ள? எல்லாம் அந்த மேல்நாரியப்பனூர் அந்தோணியார் பார்த்துக்கொள்வார் என்று மேரி நினைத்துக்கொண்டாள். ஏனோ எல்லாவற்றின்மீதும் கோபம் வந்தது அவளுக்கு.

''இந்த வூட்டுல அடுப்புப் பொகயணுங்கிறதுக்காக நான் எப்பிடி என் உசுரத் தெனமும் விடுறன்னு தெரிஞ்சா நீ இப்படிப் பேச மாட்ட'' என்றாள் ஆரோக்கியம்.

மேரி சகாயத்தைச் சமாதானப்படுத்தி, ஆறுதல் சொல்லி வீட்டிற்குள் அழைத்துப் போனாள். சகாயம் வீம்பை விடாமல்தான் இருந்தாள்.

''நான் போறன். நீ போவ வாண்டாம்'' என்றாள் மேரி சகாயத்திடம்.

''நல்லதுனு நினச்சி நாறப் பீயில கைய வச்சிட்டனே'' வாசல் நடையிலேயே உட்கார்ந்துகொண்டு, புலம்பி அழ ஆரம்பித்தாள் ஆரோக்கியம்.

வீட்டின் மூலையில் கிழிசல்கள் தைக்க வந்த துணி மூட்டைக்கருகில் சகாயம் உட்கார்ந்து அழுதாள். பிறகு விசும்பலை நிறுத்திக்கொண்டு கிழிந்த துணிகளைப் படர்த்தி அதன்மேல் படுத்துக்கொண்டாள். அவளுக்கருகில் மேரி வந்து உட்கார்ந்தாள்.

மேரிக்குச் சகாயத்தைப் பார்க்க வெறுப்பே அதிகம் ஏற்பட்டாலும் ஒருபுறத்தில் இதுவும் தேவைதான் என்று எண்ணினாள். சகாயத்தை இனி சோறு எடுக்க, துணி எடுக்க, ஏன் தொரப்பாட்டுக்குக்கூட அழைத்துப்போகக் கூடாது என்று தீர்மானித்தாள். அதே வேகத்தில் சகாயத்திடம் கேட்டாள்:

''நீ உன் ஆயுள் பிரயாந்தியமும் சோறு, துணி எடுக்கப் போவ மாட்டன்னு எந் தலயிலெ அடிச்சிச் சத்தியம் பண்ணு.''

சகாயத்திற்கு ஒண்ணும் புரியவில்லை. ஒருவரையொருவர் ஆழ்ந்து ஊடுருவிப் பார்த்துக்கொண்டனர். மேரியின் கண்கள் கலங்குவதுபோல் இருப்பதைக் கண்ட சகாயம் மேரியைக் கட்டிப்பிடித்து மெல்ல அழுதாள்.

''அய்வாத, நான் என்னிக்குமே சோறு, துணியெடுக்கத் தெருவுக்குப் போவப்போறதில்ல. உங்கம்மாக்காரிதான் என்னப் புடுங்கியெடுக்கிறா, நான் திருந்தணும்னு.''

''நீ இப்படியே இரு. உன்னை எனக்குப் புடிக்கும். ஏசுநாதர் மேல ஆணையா.''

சகாயமும் மேரியும் அந்த இரவு முழுக்கப் பேசிக்கொண்டிருந்தார்கள். தொடர்ந்து பேசினார்கள். பிறகு இருவருக்கும் பேசுவதற்கு தினமும் விசயம் கிடைத்துக்கொண்டே இருந்தது. ஊரில் யார் யார் எப்படியெப்படி என்றெல்லாம் மேரி சொன்னாள்.

ஆரோக்கியத்திற்கும் சகாயத்திற்கும் சண்டை நடந்தாலும் மேரியும் சகாயமும் பேசிக்கொண்டார்கள். திருவிழாவின்போதும் மரணத்தின்போதும், நடக்கும் நாடகப்

பாட்டு, நாடகம் பற்றியெல்லாம் மேரி சொன்னாள். ஒப்பாரிகளைக் கற்றுத்தந்தாள். செத்துப்போன அப்பா, அம்மா, அண்ணன், தம்பிகளுக்கு எப்படிப் பாட வேண்டு மென்றெல்லாம் சொல்லித்தந்தாள். பதிலுக்கு சகாயம், சினிமாக் கதை, சினிமாப் பாட்டெல்லாம் சொன்னாள். சினிமாவில் எப்படியெல்லாம் வருகிறது என்று விவரித்துச் சொல்லும்போதெல்லாம் மேரி, சகாயத்தை வெறித்துப் பார்ப்பாள். அவள் இதுவரை சினிமா பார்த்ததில்லை. சகாயம்மேல் அவளுக்கு அன்பு கூடிற்று. பெயர் எழுத சகாயம் கற்றுத்தந்தாள். இருவரும் பேசினார்கள். சிரித்தார்கள். போட்டியிட்டு வேலை செய்தார்கள். கிழிசல் தைக்க சகாயம் உதவினாள். தொரப்பாட்டுக்கும் சகாயம் மேரியுடன் போனாள்.

ஜோசப்புடன் போகும்போது, லெட்டர் போடுகிறேன் என்றாள். திகைத்துப் போனாள் மேரி. ''கடுதாசி எனக்கா? நீதான் உடனே வந்துடுவியே, அப்பறம் அதெல்லாம் எதுக்கு?''

''சரி'' என்று போனவள்தான். இன்றுவரை வரவில்லை. அவள் கற்றுத்தந்த பெயரை மேரி தமிழிலும் ஆங்கிலத்திலும் தனியாக இருக்கையில் தரையில் கோடு கோடாக எழுதிப்பார்த்தாள்.

சூசைமாணிக்கம் சென்று வெகு நேரமாகிவிட்டது. இருந்தாலும், ஆரோக்கியம் உட்கார்ந்திருந்த வாசற்படியை விட்டு எழுந்திருக்கவே இல்லை. பிரமை பிடித்ததுபோல் இருந்தாள். மேரியும் பேசாமல் இருந்துவிட்டாள். நினைவு வந்தவள்போல மேரியிடம் கேட்டாள்:

''இதென்னடியம்மா கூத்து?''

''இதுக்குப் பெறவுதான் கூத்தே.''

''அட, அந்தோணியாரே!''

''உம் புள்ளெ செய்யுறதுக்கு அந்தோணியாரு என்ன பண்ணுவாராம்?'' என்றாள் மேரி, உள்வாங்கிய சிரிப்புடன்.

''காலம் மாறிப்பூட்டாலும், அதுக்குன்னு இப்படியா?'' என்ற ஆரோக்கியம் வாய டைத்து, பழசையெல்லாம் வரிவரியாக நினைத்துக்கொண்டாள்.

''ஏசுநாதரே!''

''அட அந்தோணியாரே, எங்க பய ஜோசப்பா பீடி குடிக்கிறான். காசு, பண மெல்லாம் பொயக்கமுண்டா? மேச்சட்டயக் கயிட்டறதே இல்லியாமே. அதுகூட வெள்ளவெளேர்னு தும்பப் பூவாட்டம் இருக்குதாமே, நிசமா தம்பி?''

''அட கடவுளே! அந்தோணியாரே.''

ஆரோக்கியம் சூசைமாணிக்கம் சொல்லிவிட்டுப் போனதிலிருந்து, சக்கிலியக் குடிப் பெண்களிடத்தில் திருப்பித்திருப்பி இதையே சொன்னாள். தெருவில் மறந்து, ''உம்மவன் பெரியவன எங்க காணோம்?'' என்று யாராவது கேட்டுவிட்டால் போதும். பெரிய கதை ஒன்று சொல்வதுபோல் உட்கார்ந்து முழுக் கதையையும் விபரமாகச் சொல்லிவிட்டுத்தான் நகர்வாள். அழுதாள். சில சமயம் சிரித்தாள். கேட்போரிடத்தில் ஜோசப் விஷயமென்றால் கூசாமல், வாய் வலி, வேலை எல்லாவற்றையும் மறந்து பேசுவாள். அவளுக்குச் சிரிப்பு வந்தது. அழுகை வந்தது. சந்தோசம்கூட.

''இவனுங்கள நம்பி நான் எப்படிப் பொயப்பேன்? கடசிக் காலத்துல, இந்தக் கட்ட காடு சேருறப்ப கஞ்சி ஊத்த மாட்டானுங்க போலிருக்கே.''

''அந்தோணியாரே!''

''உடம்பில இருக்கிற தெம்புதான் நமக்குச் சொத்து. அதுதான் நம்ம கூடப் பொறந்தது. கெட்டு முறிஞ்சிபோயி நிக்கற காலத்துல பெத்த புள்ளெ, நான் தாங்கு

றேன்னு சொல்லப்போவுதா? சாதிசனந்தான் சொல்லப்போவுதா? அம்போன்னு பூமியில வியிந்தப்பவே நம்பளும் நம்ப உசுரும் தனிதான்னு ஆயிப்போச்சி'' என்று மேரி கண்கலங்கியபடி கூறியபோது ஆரோக்கியம் குரல் விட்டே அழுதாள்.

''எல்லாம் தொடயத் தட்டின கதயாப்போச்சி'' என்றவாறு சவுரி கொண்டுவந்து போட்டிருந்த துணி மூட்டைகளைத் தூக்கிக்கொண்டு தொரப்பாட்டுக்குப் போனாள். சிறிது நேரத்தில் தோளிலும் தலையிலும் இரண்டு மூட்டைகளைச் சவுரி கொண்டு வந்தான். சவுரியும் மேரியும் ஆளுக்கொரு மூட்டையாகத் தூக்கிக்கொண்டு கிளம்பும்போது, பீட்டரும் ஆட்டை ஓட்டிக்கொண்டு அவர்களுடன் போனான்.

துணிகளைப் பிரிக்கும்போதும், உய மண்ணில் போட்டு நனைத்து ஊறவைக்கும் போதும், பிறகு அதை அடிக்கும்போதும் ஆரோக்கியம் அரற்றிக்கொண்டே இருந் தாள். சூசைமாணிக்கம் இன்று ஏன்தான் வந்தானோ என்று எண்ணினாள். அவன் வராதிருந்தால் ஆரோக்கியம் தினம் பாடும் பாட்டுடனும், அழுகையுடனும் இருந் திருப்பாள். ஜோசப் போன தொடக்கத்தில் ''ரண்டு படி கண்டு பொயக்கறதக் கெடுத்துட்டானே'' என்றாள். நாளாகிப்போனதும், ''என் புள்ளெயக் காணுமே' என்றாள்.

''என் ஊமைப்புள்ளெ, என்னமா இருக்கோ ஆண்டவரே!''

''ஓடத் தண்ணி ஓடறாப்ல ஓடிட்டானே கொலகார சண்டாளன்.''

''சளி மூக்காவுமா?''

தொரப்பாட்டிலிருந்து வந்து மூட்டையைப் போட்டாளோ இல்லையோ, ஆரோக் கியம் வாசல் நடையில் உட்கார்ந்து புலம்ப ஆரம்பித்துவிட்டாள்.

''ஆயிரம் மனுசாளும், சேன, பட, கும்ப, கூட்டம் இருந்து என்னத்துக்கு ஆவும்? நான் பெத்த மவனே!''

''பச்சக் கிளி வளர்த்தன் அது
பறக்கயிலெ தப்பவிட்டன்,
குஞ்சுக் கிளி வளர்த்தன் அது
கூவயிலே தப்பவிட்டன்.''

ஆரோக்கியம் ஒப்பாரிவைத்து அழ ஆரம்பித்தால், லேசில் நிற்காதென்று மேரிக்குத் தெரியும். ரொம்பப் பாவமாக இருந்தது. இருந்தாலும் கோபமும் உண்டாயிற்று. நாள் முழுக்கக் கூப்பிட்ட குரலுக்கு, இட்ட வேலைகளுக்கெல்லாம் 'நான் ரெடி' என்று வந்து நிற்கும் தன்னை விட்டு, மனைவி பேச்சைக் கேட்டு, அதை நம்பிப் போன ஜோசப்பை நினைத்து இப்படி அல்லும்பகலும், சோறு தண்ணீர்கூட வேண்டாமென்று புலம்பி அழுகிறாளே என்ற ஆத்திரத்தில் மேரி கேட்டாள்:

''என்னா அப்பிடி ஊரு ஒலவத்துல இல்லாத மவன் போயிட்டான்னு கொலயில குத்திக்கிட்டு அய்வுற? நீ சேத்து வச்சியிருக்கிற ஆஸ்திபாஸ்தியெல்லாம் ஆண்டு ஆள ஆளு இல்லியேன்னு அய்வுறியா?''

''மருந்துக்காரி. எம்புள்ளெய மசக்கிப்புட்டா. என்னா மருந்து வச்சாளோ, மாயம் வச்சாளோ. மொவத்தக்கூட வந்து காட்ட மாட்டனுட்டானே.''

''ஆச அம்பாயிருக்கிற மவனாயிருந்தா உன்னப் புடிக்க முடியாது.''

''இவதான் கண்டவ? சுக்குக் கசாயம் குடிச்சி முக்கிமுக்கிப் பெத்தவ பாரு, நீ.''

''நீதான் கயிதமாரி கத்திக்கிட்டுக் கெடக்கணும். அவுங்க ஏன் உன்ன வந்துப் பாக்கணும்? விதியா? தலஎயித்தா?''

''எம் புள்ளெக்கி ஒண்ணுமே தெரியாது. அந்தத் தட்டுவாணி முண்ட மசக்கிப் புட்டா. சீமத் தேவிடியா!''

''அடுத்தவுங்க புள்ளெயப்பத்திப் பேசாத! உம் புள்ளெங்க எது உம் பேச்சக் கேட்டிருக்கு? கண்ண மூடி மூடித் தொறந்து பாத்தாலும் இருக்கிறதுதான தெரியும்.''

''வாய மூடுடி.''

''உசுரு அங்கயும், கட்ட இங்கயுமா இருக்கறத வுட்டுப்புட்டு வேலயப் பாரு. வவுத்துப் புள்ளெ கீய எறங்கித்தான ஆவணும்.''

''அடிப்பாவி, கொலகார முண்ட.''

''நாயத் தொறத்துனா நாயிக்கி மட்டும் கால வலிக்காது.''

''மானத்துல மய பெஞ்சாலும் தண்ணி தரெயிலெதான் ஓடணும்.''

''ஒருத்தன் இன்னொருத்தனுக்கு எம்புட்டு நாளைக்குத்தான் சூத்துக் கய்வி வுடுவான்.''

''கேவி கேக்கவா புள்ளெ பெத்தன்?''

நான்கு துணி மூட்டைகளையும் பிரித்து ஒவ்வொரு வீட்டுத் துணியையும் தனித்தனியாக எடுத்துச் சிறுசிறு மூட்டைகளாக ஆரோக்கியம் கட்டினாள். நன்றாக இருட்டிவிட்டது. அப்போதுதான் சவுரியும் பீட்டரும் வீட்டில் இல்லை என்பதை உணர்ந்தாள்.

ஜோசப், ஜோசப் என்றவாறு இருளில் உட்கார்ந்திருக்கும் ஆரோக்கியத்தைப் பார்க்கவே முடியவில்லை. அழுகை வந்துவிடுகிறது மேரிக்கு. அவளுக்கும் வருத்தம் தான், சகாயமும் ஜோசப்பும் வீட்டில் இல்லாதது. சகாயத்தின்மேல் மேரிக்குக் கோபம் இல்லை. எதிர்பார்த்ததுதான். ஆனால் இவ்வளவு சீக்கிரம் நடத்திவிடுவாள் சகாயம் என்று மேரி கருதவில்லை. அவள் நல்லவள்தான். இந்த ஊர்ச் சனங்களிடமிருந்து போனாளே!

ஜோசப் போன மறு வாரமே ஆரோக்கியம் போய் அழைத்து வருகிறேன் என்றாள். மேரி கூட வருவதாகச் சொன்னாள். இதுவரை அவள் போய் வர நேரமில்லை. வேலை ஒழியவில்லை. இந்த வாரத்திலிருந்துகொண்டு, வரும் வாரத்தின் ஒவ்வொரு நாளையும், அடுத்த வாரத்தையும் ஜோசப்பைப் பார்க்கப் போவதற்காக மனதில் குறித்துவைத்துக்கொள்வாள். ஆனால் சொல்லிவைத்தாற்போல அதற்கு முந்தின நாளே முக்கியமான வேலையாக ஏதாவது வந்து அமைந்துவிடும். வரும் வாரத்தில் ஒரு கிழமையை மீண்டும் மனதில் எண்ணிக்கொள்வாள் ஆரோக்கியம்.

வேலை புதிதாக முளைத்துவிடும்.

சாவு, பெண்கள் ஒதுங்குதல், குழந்தை பிறப்பு, கல்யாணம் என்று ஏதாவதொன்று தினமும் நடந்துகொண்டேயிருந்தது. ஆரோக்கியம் போய்விட்டால் என்னாவது? முதலில் சவுரியே விட மாட்டான். முனகுவான், ''அப்படி அப்படியே போட்டுட்டுப் போயிட்டாளா? வரட்டும், வரட்டும், பேசிக்கறன்.''

''ஊர் மணியக்காரன் மவன்னு நினப்பு அவளுக்கு. வரட்டும்.

ஆரோக்கியம் பிரித்துக் கட்டி வைத்திருந்த துணிகளை, எங்கோ சுற்றிவிட்டு வந்து தெருவுக்கு எடுத்துப் போனான் சவுரி. காலையிலிருந்தே ஆரோக்கியம் சரியாக இல்லையென்பதால் துணி மூட்டைகளைக் கொடுக்கவும், சோறு எடுக்கவும் ஒன்றும் சொல்லாமல் போனான். வரவர சவுரி சரியில்லை. ஜோசப் சின்னசேலம் போனதிலிருந்தே சவுரி ரொம்பவும் மோசமாக இருந்தான். குடும்பத்திற்கும், தனக்கும் யாதொரு சம்பந்தமுமில்லை, 'தொடுப்போ, தொடுசோ' கிடையாது என்பதுபோல் அவன் செய்கை இருந்தது.

அவன் கூன் முதுகு மேலும் வளைந்திருந்தது கண்டு ஆரோக்கியம் கவலை கொண்டாள். அவனுக்கு உடம்பு முன்புபோல் இல்லைதான் என்று எண்ணிக்கொண்டாள்.

மேரி அடுப்பை மூட்டினாள். துணிகளை வீடுவீடாகப் போட்டு, தெருவில் ராச்சோறு எடுத்துக்கொண்டு வரும்போது சவுரிக்குக் குண்டானில் சோறும், செம்பில் தண்ணியும் ரெடியாக வாசல் நடையில் இருக்க வேண்டும். இல்லையென்றால் அவன் ஏகமாய்க் கத்திப் புலம்ப ஆரம்பித்துவிடுவான். அவன் வயிறு சிறிதுகூடக் காலியாக இருக்கக் கூடாது.

ஆரோக்கியம் இருட்டில் தனியாக உட்கார்ந்து பலவாறு எண்ணமிட்டாள். அவள் அழவில்லை. கண்ணீர் வந்தது. ஜோசப்பைப் பார்க்க வேண்டும்போல் இருந்தது. இருந்தாலும் சகாயத்தின் முகத்தில் முழிப்பபதெப்படி? என்னதான் கோடீஸ்வரன் வீட்டுப் பெண்ணாக இருந்தாலும் கொண்டவனைப் பிறந்த வீட்டுக்கே கொண்டு போய்விட்டவள் முகத்திலா முழிப்பது? ஆனால் ஜோசப்பைப் பார்க்க வேண்டும். ''புள்ளயால பீயத் தின்னம்னு போறதா?'' என்று எண்ணினாள். மனம் இடம் கொடுக்கவில்லை. எதிர்த்துப் பேசியவள் வேறு.

ஜோசப்தான் முதல் பிள்ளை. செல்லமாக வளர்ந்தவன். அவனை வைத்திருக்க எத்தனை பேர் போட்டி போடுவார்கள்? சவுரியின் நான்கு தங்கைகள், தம்பிகள். அப்போது அவர்களுக்கு யாருக்குமே கல்யாணம் நடந்திருக்கவில்லை. மேரி, பீட்டர் எல்லாம் சும்மாதான், அவர்களாகவே வளர்ந்துவிட்டார்கள். ஜோசப் சின்னப் பிள்ளையாக இருந்ததுபோலவே, கல்யாணம் கட்டிய பிறகும் இருந்தான். ஆரோக்கியம் எங்கு போனாலும், அவள் பின்னால், அவள் கொசுவச் சேலையைப் பிடித்துக்கொண்டே போவான். அப்படி இருந்த ஜோசப்தான், வரவே இல்லை. இதற்கு ஊர்ப் பெண்கள் முன்பு எப்போதோ சொன்னார்களே, அதுபோல் இருக்கலாமோ என்று எண்ணினாள்.

''இந்த ஊரு வுட்டு வந்தாத்தான் உனக்குப் பொண்டாட்டிக்கி வருவன்'' என்று சகாயம் ஜோசப்பிடம் சொன்னாளாம். உண்மையாக இருக்குமோ? ஜோசப் எப்படி இதைச் சொல்லாமல் இருந்தான்?

சில நாட்களாகவே மேரியிடமும் சவுரியிடமும் சண்டைபிடித்தது, பீட்டர் பயலை அடித்து நொறுக்கியதெல்லாம் ஏன் என்று தன்னையே கேட்டுக்கொண்டாள் ஆரோக்கியம். மேரியுடன் அவளுக்குச் சண்டை இல்லாத நாள் இல்லை என்றாகிவிட்டது. சண்டை போட்டதற்காக மேரி தனியாக இருக்கும்போதும், சோறு ஆக்கும்போதும் வருந்தி அழுவதையும் நினைத்தாள். ''இவளெ எப்பிடிக் கரையேத்துவன்?'' என்று வருந்தினாள். எதையுமே காணாமல் போகும் சவுரியையும், நாள் முழுக்கத் தெருப் பிள்ளைகளுடன் நுங்கு வெட்டத் திரியும் பீட்டரையும் நினைத்து அழுதாள். அவள் மனம் எதையாவது எண்ணினால் உடனே கண்ணில் நீர் வழியத் தொடங்கிவிடும்.

''ரண்டு வூட்டுல சட்டி புட்டி கயிவியாவது நான் வவுத்த வளத்துக்குவன். இந்த ஜோசப்பு பய கதிதான் என்னாகுமோ?''

''அந்தோணியாரே, நான் பெத்த மவனே!''

ஆரோக்கியம் முன்பு இப்படித்தான் சொல்லிக்கொண்டிருந்தாள். ஆனால் இப்போது அவள் வேறுவிதமாக நினைத்துக்கொண்டாள். மேரிதான் அவளுக்குப் பிரச்சினையாக இருந்தாள்.

''இந்தப் பசங்களெ நம்புனன். கைய விரிச்சிப்புட்டானுங்க. ஆம்பளப் பயலா இருந்தா அக்கடான்னு இருக்கலாம். நாலு வூட்டுல மாடு மேய்ச்சாவது வவுத்த

வளப்பான். பொட்டச்சியாச்சே! நாளக்கி நல்லாங்கிற வாய், பொல்லான்னு வந்துட்டாப் போச்சே!''

''அந்தோணியாரே!''

மேரிதான் ஆரோக்கியத்தின் சிந்தனையைக் கலைத்தாள். சோறு சாப்பிடக் கூப்பிட்டாள்:

''மூக்குன்னு ஒண்ணு இருந்தா, சளின்னு இருக்கத்தான் செய்யும். தீரப் போறதில்ல. பொட்டச்சி நம்ப அயிது என்னாத்துக்கு ஆவும். சோத்த வந்து தின்னு.''

''நான் பெத்த மவன, எங்கடாயிருக்க? வெயிலுல அலயாதம்மா உடம்பு கறுத்து, இளைச்சிடும்பானே!''

''என் தங்க மவன்.''

''என் பொன்னு மவன்.''

''என் செல்ல மவன் எப்படி இருக்கானோ தெரியலியே!''

''அந்தோணியாரே!''

பீட்டர் சாப்பிட்ட கையுடன் தெருவுக்கு விளையாட ஓடினான். ஆரோக்கியம் சாப்பிட மறுத்துவிட்டாள். எல்லா வேலைகளையும் முடித்து, சாப்பிட உட்கார்ந்தபோது, 'ஜோசப்பு' என்றாள் ஆரோக்கியம். அப்படியே மூடி வைத்துவிட்டுப் படுத்துவிட்டாள் மேரி. அழுகையாக வந்தது அவளுக்கு. முதன்முதலாக இருட்டு அவளைப் பயமுறுத்தியது. கண்களை மூடினாள்.

வெகு நேரம்வரை ஆரோக்கியத்தின் ஈனமான அழுகுரல் கேட்டுக்கொண்டிருந்தது. சாப்பிட்ட இடத்திலேயே சவுரி தூங்கிப்போனான். உட்கார்ந்திருந்த இடத்திலேயே முந்தானையை விரித்துவிட்டுப் படுத்திருந்தாள் ஆரோக்கியம்.

''சீ ஓடுறா. இந்த வயசுல போயி நாக்கத் தூக்கிக்கிட்டு வயசுப் புள்ளெ இருக்கிற எடத்துல'' என்று கூறியபடி நடுச்சாமத்தில் மேரியிடம் வந்து ஆரோக்கியம் படுத்துக் கொண்டாள்.

ஒண்ணுக்குப் போக விழித்த மேரி, தன் மார்பில் கை போட்டுத் தூங்கும் ஆரோக்கியத்தைக் கண்டு திடுக்கிட்டாள். பிறகு அவளுக்குத் தூக்கம் வரவில்லை.

5

மேரி தடுத்தும் ஆரோக்கியம் நிற்கவில்லை. பீட்டரை மட்டும் அழைத்துக் கொண்டு காலனிக்குள் நுழைந்தாள். மூன்று நாள் காய்ச்சலில் ரொம்பவும் அவளுக்கு உடம்பு போய்விட்டது. இன்றோடு மூன்று நாள் ஆகிவிட்டது. அதற்குள் தெருவுக்குள் புகார் கிளம்பிவிட்டது. குறைகூறத் தொடங்கிவிட்டனர். சிலர் சண்டை கூடப் பிடித்தார்கள். வாய் நிறையத் திட்டினார்கள்.

''ரண்டு நாளாத் துணியும் எடுக்கல. முந்தா நாளு எடுத்துக்கிட்டுப் போன துணியும் வரல. மாத்தறதுக்கு அவனவன் இடுப்புல துணி இல்லாம நிக்கறான்.''

''வர வர வண்ணான் போக்கே சரியில்ல. மோசம்.''

''இவனெ மாத்திட்டாத் தேவலாம்.''

''அங்கங்க கெடக்கறவனுக 'நான் நீ'ன்னு போட்டி போட்டுக்கிட்டு வரங்கி றானுவோ.''

''நிசம்தான். இவன் சரியில்ல.''

''வண்ணான் வண்ணானாவா இருக்கானிப்போ.''

வீடுவீடாக ஆரோக்கியம் துணி வாங்கிக்கொண்டு போனாள். பின்னால் பீட்டர் அவற்றை மூட்டையாகக் கட்டித் தூக்கிக்கொண்டு போனான். விதைப்புக் காலமாக இருந்ததால் அதிகத் துணி விழவில்லை. கிழவர்களும் சிறுவர்களுமே கிராமத்தின் உயிர்ப்பை நிரூபித்துக்கொண்டிருந்தார்கள். அவர்கள் போதுமான அளவுக்கு வாரி வந்து துணிகளைப் போட்டார்கள். கடைசித் தெருவாகக் கொத்துக்காரன் சடையன் தெருவில் ஆரோக்கியம் துணி எடுத்துக்கொண்டிருந்தாள். திடீரென்று ஆரோக்கியத்திற்கு நடுக்கம் ஏற்பட்டு, மயக்கம் வருவதுபோல் இருந்தது. அந்த இடத்திலேயே உட்கார்ந்துவிட்டாள். பீட்டரை பாக்கியிருக்கும் வீடுகளுக்குப் போகச் சொன்னாள். நாக்கு உலர்ந்துவிட்டது. தொண்டைக்குழியில் ஏதோ நமநமப்பு. கால்கள் நடுங்கின. வியர்வை கிளம்பிற்று.

ஆரோக்கியத்திற்கு அழுகையாக வந்தது. தன்னையே நொந்து குறை சொல்லிக் கொண்டாள். எல்லாவற்றிற்கும் தான்தான் காரணம் என்று நினைத்தாள். அவள்தான் சவுரியை ஜோசப்பைப் பார்த்துவிட்டு, வரும்போது சாமியாரையும் பார்த்து எப்போது வருகிறார் என்று கேட்டுவரச் சொல்லி அனுப்பியிருந்தாள். சவுரி முதலில் மறுத்தவன் கடைசியில் ஏதோ நினைத்துகொண்டு கிளம்பிவிட்டான். சவுரி போன மதியமே தொரப்பாட்டில் ஆரோக்கியத்திற்குக் காய்ச்சல் கண்டுவிட்டது. உடல் பலகீனமாகி விட்டது.

மேரி அப்போதும் போக மாட்டேன் என்றுதான் சொன்னாள். ஆனால் ஆரோக்கியம்தான் விடவில்லை. நடந்து முடிந்துவிட்டது. நானே என்னை அழித்துக்கொண்டேன் என்று புலம்பினாள். நேற்றைக்கு முதல் நாள் இதே நேரம்தான் மேரி அழுது புலம்பிப் பேய்போல வந்த கோலமும், அவள் சொன்னதும் வரிவரியாக ஆரோக்கியம் நெஞ்சில் ஓடியது.

முன்பொரு முறை இப்படித்தான் நடந்தது. நடேசன் மகன் சிவராமன், ராணியை விட்டுக் கேட்டிருக்கிறான். மேரி, ராணியைச் சண்டையான சண்டை பிடித்துவிட்டாள்.

''இந்தப் பேச்சப் பேச எங்கிட்ட வராத''

''ஏண்டி ?''

''ஆவுற கதயா இருக்கணும். அதப்பத்திப் பேசணும்.''

''நடக்காதுங்கிறியா?''

''ஆமாம்''

''ஏண்டி ?''

''அவுங்க வூட்டுச் சூத்துத் துணிய வெளுத்து வயித்தக் கயிவுறவ நான். ஒண்ணுமே தெரியாதவமாரி பேசுறியே?''

''நல்லவரு.''

''நல்லவரா இருந்தா என் வவுத்துல புள்ளெ ஏறுறது நின்னுடுமா?''

''ஓ''

''கெனவு கண்டதில்லயா?''

''தண்ணிக்குள்ள அழுவ எனக்குத் தெரியாது.''

''யானைக்கும் எலிக்கும் கண்ணாலம் ஆன கதெதான்.''

''ஓடத் தண்ணியக் குடிக்கலாம்; குளிக்கலாம். அம்புட்டுத்தான்.''

''ஓடத் தண்ணியெ ஆரு என்ன பண்ண முடியும்?''

''ஆண்டிப் பயலுக்குக் கண்ணு பெருசாயிருந்தா ஆச்சா! கண்ணுக்கேத்த கெனவுதான்.''

நடேசன்தான் ஜோசப் கல்யாணத்தின்போது அவனுக்கு ஒரு வேளை சோறாக்கிப் போட்டார். கும்பிடு பணம் பத்தும் வேஷ்டி, சேலையும் கொடுத்தார். ஊரில் வேறு யாருமே கும்பிடு பணத்தைத் தவிர, வேறொன்றும் கொடுக்கவில்லை. அப்படிப்பட்டவரின் மகனையே விரட்டிவிட்டுவிட்டாளே, இனி மேரி குறித்து அஞ்சத் தேவையில்லை என்றுதான் ஆரோக்கியம் நினைத்திருந்தாள். அவள் எண்ணத்திற்கு மாறாக நேற்றைக்கு முதல் நாள் நடந்துவிட்டது.

''யாரு வூட்டுல! வண்ணாத்தி வந்திருக்கன், துணி போடுங்க!''

''எங்கடி உங்கம்மா? நீ வந்திருக்க?''

''அதுக்குக் காய்ச்ச.''

''கடவுளே!''

ஒரு மூட்டைத் துணிகளைப் பந்தாகச் சுருட்டிக் கொண்டு வந்து தெருவில் மேரியின் காலடியில் விட்டெறிந்தாள் பாக்கியம். இவ்வளவு துணிகளைப் போடுகிறோமே, மேரி ஏதாவது சொன்னாலும் சொல்வாள் என்பதற்காக மேலும் இரண்டு வார்த்தை பேசினாள் பாக்கியம்.

''அதான கேட்டன். நொடிக்கு நூறுதரம் நடப்பாளே இந்தத் தெருவுல, என்னடாப்பா ஆளக் காணுமேன்னு பாத்தன்.''

''எந்திருச்சி நடக்கக்கூடத் தெம்பில்ல. அப்பிராணியாக் கெடக்கு.''

''ஓம்மாவ வந்தா இங்க ஒரு எட்டு வந்துட்டுப் போவச் சொல்லு.''

''செரி.''

''அந்தோணியாரே!''

மேரி அடுத்த வீடு, அடுத்த வீடு என்று ஒவ்வொரு வீடாக நின்று அழுக்குத் துணிகளை வாங்கிக்கொண்டு அடுத்த தெருவுக்குள் நுழைந்தாள். இன்று என்னமோ அதற்குள் இரண்டு மூட்டைத் துணி சேர்ந்திருந்தது. அவற்றைக் கட்டி அந்தந்தத் தெருமுனையில் போட்டுவிட்டு வந்திருந்தாள்.

''அம்மோவ் வண்ணாத்தி வந்திருக்கன்.''

''அம்மோவ் வண்ணாத்தி.'' என்று மீண்டும் கத்தினாள்.

''இரு வாரன்'' என்று கூறிவிட்டு, சுசீலா வீட்டினுள் சென்று துணி கொண்டுவந்து போட்டாள். வாசற்படியில் உட்கார்ந்து, மேரியையும் உட்காரச் சொல்லிவிட்டுக் கேட்டாள்:

''செத்தாளா, பொயச்சாளான்னு எட்டிப்பார்க்கக்கூட மாட்டபோல இருக்கு.''

''கண்ணு முயிக்கறதில இருந்து, ராத்ரிக்குக் கண்ண மூடுறவரைக்கும் ஓயிஞ் சாத்தான அக்கா, வேல மேல வேல.''

''உங்கண்ணன்கிட்டயிருந்து சேதி ஏதும் வந்துச்சா?''

''இல்லக்கா. என்னா ஏதுன்னு தெரிஞ்சிக்கிட்டு வரன்னு போனாரு எங்கப்பா, ரண்டு நாளா ஆளே திரும்பல.''

''விருந்தா இருக்கும் மகன் வூட்டுல.''

''அதெ வுடுக்கா. மின்னமாரி மூஞ்சியில களை இல்ல. பேயறஞ்சமாரி இல்ல இருக்கு. ஏன்?''

''நான் என்னாத்தடி கண்டன்? நல்லா இருக்கறமாரிதான் இருக்கு.''

மேரி முகத்தில் சுரீரென்று வெயில் பட்டு உறைத்தபோதுதான், பாக்கி இன்னும் இரண்டு தெரு இருப்பது ஞாபகம் வந்தது. ஆரோக்கியம் தேடுவாள் என்கிற நினைப்பு வந்தவுடன் கிளம்பிவிட்டாள் துணி மூட்டையுடன்.

''நேரமாச்சு. வேல கெடக்கு.''

''பெறவு வாயேன்.''

''செரி.''

மேரி அடுத்த வீட்டில் நின்று கத்தினாள். துணி வாங்கிக்கொண்டு அடுத்த வீட்டுக்குச் சென்று உரக்கக் கத்தினாள்:

''அம்மோவ் துணி போடுங்க. வண்ணாத்தி மவ வந்திருக்கன்.''

''அம்மோவ்...''

''நான்தான் வண்ணாத்தி மவ.''

மூன்று நாட்களாக ஆரோக்கியத்திற்கு உடம்பு மிகவும் மோசமாகப் படுத்துவிட்டது. பக்கவாதம்போல் வந்து, படுத்த படுக்கையாக்கிவிட்டது. ஒன்றும் செய்ய முடியவில்லை அவளால். பீட்டர் பிறந்த பிறகு ஆரோக்கியம் உடம்புக் கோளாறு, முடியவில்லை என்று இந்த ஒரு தவணைதான் படுத்திருக்கிறாள். அதுவும் சவுரி இல்லாத நேரமாகப் பார்த்து. இதை எண்ணி மேரி வருந்தினாள். அந்தோணியாரே, அவளுக்கு ஒன்றும் ஆகக் கூடாது.

மேரிக்கு மூச்சு விடக்கூட நேரமில்லை. ஆரோக்கியம் படுத்துவிட்ட இரண்டு நாளுக்குள் அலுத்துக்கொண்டாள். எல்லாம் அவள் தலையில் விழுந்துவிட்டது. காலையில் துணியெடுத்து, தொரப்பாட்டுக்குச் சென்று, எல்லாவற்றையும் வெளுக்க வேண்டும். சாயங்காலம் துணி போட, சோறு எடுக்க, இப்படி எத்தனை வேலைகள். ஆரோக்கியம் படுக்காவிட்டால் இவ்வளவு தொல்லைகள் மேரிக்குக் கிடையாது. அவள் எப்போதும்போல் சில வேலைகளை மட்டும் செய்துவிட்டுச் சந்தோசமாக இருப்பாள். ஆரோக்கியமும் மேரிக்குக் கடுமையான வேலைகளைத் தருவதில்லை. எல்லாம் கிரகக் கோளாறுதான். சாமியார் வருவதாகச் சொன்னார். வரவில்லை. அவர் வந்தால் எல்லாம் சரியாகிவிடும். ஜோசப்பைப் பார்த்துவிட்டு, வரும் வழியில் முக்கியமாகச் சாமியாரையும் பார்த்துவரத்தான் ஆரோக்கியம் சவுரியை அனுப்பினாள். சவுரி திரும்பிவிட்டால் எல்லாம் சரியாகிவிடுமென்ற எண்ணத்துடன் ஒவ்வொரு வீடாக நடந்துகொண்டிருந்தாள் மேரி. வெயில் ஏறிக்கொண்டிருந்தது. சனங்கள் காடுகளுக்குச் சென்றவண்ணமிருந்தனர்.

''யாரு வூட்டுல, வண்ணாத்தி மவ வந்திருக்கன், துணி போடுங்கோ!''

''அம்மோவ்.. வண்ணாத்தி வந்திருக்கன்.''

''வண்ணாத்தி மவள, எல்லாரும் காடு, கரனு ஓடிப்போயாச்சி. உச்சிப் பொயிதுக்கா துணியெடுக்க நீ வரவ? என்னால எயிந்திருச்சி எடுக்க முடியல. நாளக்கி வா'' என்று கூறி விட்டு மீண்டும் தலையைச் சாய்த்துக்கொண்டாள் முத்தம்மாக் கிழவி.

''அம்மோவ் துணி போடுங்க.''

''ஏ குட்டி, இங்க வந்து இத எடுத்துக்கிட்டுப் போ.''

எதிர் வரிசை முடியும்போதுதான் மேரி தெருவின் இன்னொரு பக்கம் வருவாள். தெருவில் இன்னும் ஒரு பக்கமே முடியவில்லை. ஆனால் சடையன் கூப்பிட்டுவிட்டுத் திண்ணையில் உட்கார்ந்துகொண்டான். அவன் குரல் கேட்டதுமே மேரிக்கு உயிர் பிரிவதுபோல் இருந்தது.

''இந்த மூட்டயத் தெரு முக்குல போட்டுட்டு வரன் சாமி.''

''இதயும் சேத்துத் தூக்கிக்கிட்டு போ.''

''கனமா இருக்கு சாமி. போட்டுட்டு வந்துடறன்ங்க.''

''வண்ணாத்தி மவள, அவ்வளவாச்சா ஒனக்கு?''

''சாமி... இல்லிங்க. வந்து... கனமாயிருக்கு.''

சடையன் அதட்டிய அதட்டில் மேரிக்கு பயமாகிவிட்டது. மேரிக்கு எப்போதும் சடையன் என்றாலே பயம். பயத்தில் திடுக்கிட்டு, குடல்வரை நடுங்க, இடுப்பில், தலையிலிருந்த துணிகளை அப்படியே நடுத் தெருவிலேயே போட்டுவிட்டாள். பயத்தில் வெடவெடத்து வாசல்முன் வந்து நின்றாள். சோறு எடுக்க, துணி எடுக்கப் போகும்போது சடையன் அவளைப் பல முறை கேலிசெய்திருக்கிறான்.

சடையன் கொத்துக்காரன். இவன் நினைத்தால் மேரியை என்ன வேண்டுமானாலும் செய்யலாம். யாரும் தட்டிக்கேட்க முடியாது. தெம்போ தைரியமோ யாருக்கும் இல்லாததற்குக் காரணம், பஞ்சாயத்து நடக்கும்போது அடித்து, அதிக அபராதம் போட்டுவிடுவான். யார் தப்பு செய்கிறார்கள் என்று பாம்புக் கண்களுடன் எப்போதும் அலைந்துகொண்டிருப்பான். ஆகையால் கரைக்காரர்கள், கொத்துக்காரர்கள் சடையன் கையில். மேரி குடும்பத்தை, ஆரோக்கியத்தை சந்தர்ப்பம் பார்த்து, துணி வெளுக்கவில்லை, சரியாக வெளுப்பு இல்லை என்று காரணம் காட்டி, பஞ்சாயத்துக் கூட்டி சடையன் நிற்க வைத்துவிடலாம். ஆரோக்கியம் ஊருக்கு ஒரு குடி, அதுவும் பஞ்சக் குடி.

''கொண்டாரச் சொல்லு சாமி.''

''அவ வூட்டுக்குத் தூரம். மூலையில கெடக்கறத நீயே போய் எடுத்துக்கிட்டுப் போ.''

''சாமி!''

சடையன் திண்ணையில் அமர்ந்து கால்களை விடாமல் ஆட்டிக்கொண்டே இருந்தான். மேரி எப்போதுமே தனியாக வருவதில்லை. பீட்டர் பயலைக் கூட அனுப்புவாள் ஆரோக்கியம். அதுவும் ராத்திரி என்றால் வெளியே உட்காரக்கூட விட மாட்டாள். பீட்டரை அழைத்து வந்திருக்கலாமென்று மேரி எண்ணினாள். மனதிற்குள் மேல்நாரியப்பனூர் அந்தோணியாரைப் பிரார்த்தனை செய்தாள்.

''ஒரு குச்சியில சுத்தி எடுத்தாந்து போடுங்க சாமி.''

''சீ, அந்தக் கருமாந்தரத்த எவன் தொடுவான்? மனுசன் தொடுவானா?''

''எந்த எடத்துல சாமி?''

''உள்ளார!''

''அம்மோவ் வண்ணாத்தி மவ வந்திருக்கன்.''

''யாரு வூட்டுல?''

மேரி கடைசிவரை போய்த் தேடினாள். சடையன் மனைவி அமராவதி இல்லை, எங்கு தேடியும். பெரிய மெத்தை வீடு சடையனுக்கு. காலனியிலேயே இவன் மட்டும்தான் மெத்தை வீடு வைத்திருந்தான். அதனால் ஊரில் எல்லாரும் சடையனை 'மெத்தெ வூட்டுக்காரன், மெத்தெ வூட்டுக்காரன்' என்றுதான் சொல்வார்கள்.

''வாண்டாம் சாமி...''

''...''

''தப்பு சாமி...''

''...''

''நல்லதில்ல சாமி...''

''...''

''மானம் மருவாத பூடும் சாமி...''

''...''

''தெருவுல தலகாட்ட முடியாது சாமி...''

''...''

''குடும்பம் அயிஞ்சிபூடும் சாமி...''

''...''

மேரிக்கு அவ்வளவு தெம்பு கிடையாது. முக்கியமாக பயத்தில் விறைத்திருந்தாள். மோசமானதொரு குளிரில் மாட்டிக்கொண்டு நடுங்குவதுபோல நடுங்கியது அவள் உடம்பு. காலை விடாமல் கெட்டியாகப் பிடித்துக் கெஞ்சினாள். வீட்டின் கடைசி மூலையில் மாட்டிக்கொண்டிருந்தாள். மூட்டைகளும் சாமான்களுமாக நிறைந்து கிடந்தது அந்த அறை. அந்தோணியாரை வேண்டினாள்.

'கொத்துக்காரனாப் பார்த்து மயக்கிப்புட்டா வண்ணாத்தி மவ, பாத்தியா?' என்பார்களே ஊரில் என்று நினைத்தவுடன் நடுக்கத்திலும் பயத்திலும் கண்கள் இருட்டிக்கொண்டுவந்தன. நா எழவில்லை. சத்தம் போடவே முடியவில்லை. கள் வாடை அவன் உடலிலிருந்தும் வீசுவதுபோல இருந்தது. 'சத்தம் போடலாமா?' என்று ஒரு கணம் எண்ணினாள். ஊருக்குத் தெரிந்தால்? சடையனை என்ன செய்ய முடியும்? ஆரோக்கியம் என்ன ஆவாள்..? அடக் கடவுளே! அந்தோணியாரே! ஆரோக்கிய மாதாவே!

சடையன் நினைத்தால் என்ன வேண்டுமானாலும் செய்யலாம். இந்த வண்ணான் சரி கிடையாது. ஆகவே நம்ம ஊருக்கு ஒரு புது வண்ணான்தான் தேவை என்று கூறி இவர்களை ஊரை விட்டு விரட்டிவிடலாம். புதிதாக வேறு ஒரு வண்ணானைக் கொண்டுவந்து வைத்துக்கொள்ளலாம். இவனால் எதுவும் பண்ண முடியும். செய்யலாம். சவுரி குடும்பம் சின்னக் குடி.

சவுரியின் அப்பனுக்கும் தெரியாதாம் இந்த ஊருக்கு வண்ணானாக வந்தது எப்படி என்று. அவன் அப்பனுக்கும் அப்பனுக்கு வேண்டுமானால் இந்த ஊருக்கு யார் சுவீகார வண்ணானாக வந்தது, ஊர்க்காரர்கள் எப்படி வந்து, என்ன சொல்லி அழைத்துவந்தார்கள் என்பது தெரிந்திருக்கலாம். இந்த ஊருக்கு வண்ணான் இல்லாமல் இருந்து, தங்களுக்கு வண்ணான் தேவை என்று உணர்ந்து, ஊரில் இருந்த பெரியவர்கள் கூடிப்பேசி, தங்களுக்கென்று தனியான ஒரு வண்ணான் தேவை என்று யாரால், எப்பொழுது, யார் கொண்டுவரப்பட்டார்கள் என்று ஆரோக்கியத்திற்குத் தெரியாது. மேரி இன்றுவரை இது குறித்து யாரிடமும் எதுவும் கேட்கவில்லை. யோசிக்கவே இல்லை. அந்த எண்ணமே வரவில்லை. ஆரோக்கியமும் சொல்லவில்லை. இது குறித்து ஆரோக்கியமே கவலைப்படவில்லை. தனக்குச் சொந்த ஊர் எதுவாக இருக்க முடியும்? இந்த ஊர் அவள் பிறந்த ஊர்தான். ஆனால் ஏழு, எட்டுத் தலைமுறைகள் கொண்ட பூர்வீகமா? மேரிக்கு அழுகையே வந்துவிட்டது. இவர்கள் துரத்திவிட்டால் எங்கே, எந்த ஊருக்குப் போவது?

ஊரில் எல்லாருமே மாரியாயி, முருகன், வெங்கடாசலபதி, காளியம்மன் என்று சாமி கும்பிடும்போது நாம் மட்டும் ஏன் ஏசுநாதரைக் கும்பிடுகிறோம்? கிருஸ்தவ மதத்தைச் சார்ந்து இருப்பது ஏன்? அதுவும் வண்ணானாக? மற்றவர்களைப்போல் இந்துவாக இருந்தால் துணி வெளுக்கத் தேவையில்லை. உறவுகள் அதிகம் இருக்கும். பெண்களைத் துணிந்து ஆண்கள் யாரும் தொந்தரவு செய்ய மாட்டார்கள், சண்டை வருமென்று. நாம் ஏன் கிருஸ்தவ மதம், அதுவும் ரோமன் கத்தோலிக்க மதம் என்கிறார்கள் என்று இப்போதுதான் முதன்முதலாக எண்ணினாள்.

மேரியின்மேல் பிடி அழுந்தி இறுக்கியது.

''வண்ணாத்தி சாமி!''

''...''

''வாக்கப்படப்போறவ சாமி...''

''...''

''சாதிக் குத்தமாயிடும் சாமி...''

''...''

''உண்டாயிடும் சாமி...''

''...''

''உசுரப் போக்கிப்பேன் சாமி...''

''...''

''உங்களுக்குக் காலுக்குக் கும்பிடுறேனய்யா...!''

''...''

''உங்க வவுத்துல மவளாப் பொறக்கறனய்யா...''

''...''

''வேணுமின்னா என்னக் கொன்னுபோடுங்கய்யா... சுட்டுப் பொசுக்குங்கய்யா...''

''...''

''அந்தோணியாரே!...''

''கடவுளே, அந்தோணியாரே... மாதாவே.''

வீட்டின் மூலையில் உயிர் போவதுபோல் மேரி அழுதாள். உடலின் ஒவ்வொரு பகுதியையும் பார்த்துப்பார்த்து அழுதாள். தலையிலும், மார்பிலும் ஓங்கிஓங்கி அறைந்துகொண்டாள். மார்பு, இடுப்புச் சேலை நழுவிவிட்டதையும் கவனிக்கவில்லை. பூமியை இரு கைகளாலும் ஓங்கிஓங்கி அறைந்தாள். மேலும்மேலும் அழுதுகொண்டே இருந்தாள். அவள் அழுகை எல்லையற்று நீண்டுகொண்டிருந்தது. உடலினின்று வழியும் வியர்வை, தரையில் ஈரம் பண்ணியது.

மேரி தெருவில் நடந்து வந்தது, காற்றில் நடப்பதுபோல் இருந்தது. கண்கள் சவத்தினுடையதைப்போலிருந்தன. கண்களுக்குள் மரணம் நிறைந்திருந்தது. மேரியின் வெறித்த பார்வை, வானத்தைத் தாண்டி ஊடுருவியது. அது பார்வையாய் இல்லை. வானத்திற்குள் எதையோ எட்டிப் பார்க்க முயன்றது.

முதலில் ஆரோக்கியம் திகைத்தாள். பிறகு, யாராவது தெருவில் திட்டியிருப்பார்கள் என்றுதான் நினைத்தாள். கத்தி அழுகிறாளே ஒழிய, ஆரோக்கியம் கேட்டதற்குப் பதிலே சொல்லவில்லை. சிறிது நேரத்தில் திகில் உண்டாகிவிட்டது. ஆரோக்கியத்தினால் வாய் திறந்து அதிகம் பேச முடியவில்லை. பயத்தினால் அழுகையும் ஆத்திரமுமே உண்டானது. கண்களினுள் இருள் புகுந்துவிட்டது. அது உடலெங்கும் பரவிப்பரவி ஊடுருவி வியாபிக்கிறது. கனத்த இருள்.

மேரி உயிரே போவதுபோல் அழும்போது ஆரோக்கியத்தினால் படுத்திருக்க முடியவில்லை. திண்ணையை விட்டிறங்கி மேரியிடம் வந்து உட்கார்ந்தாள். என்ன கேட்டும் பதிலில்லை. ஓயாமல் அழுகை. இயலாமையில் தோன்றிய, அவமானத்தில் உண்டான, பெரும் இழப்பினால் ஏற்பட்ட அழுகை குடிசையை அதிர வைத்தது.

ஆரோக்கியத்திற்கு எல்லாம் புரிந்துவிட்டது. அவளும் பெண்தான். இந்த ஊரிலேயே வாழ்ந்த அவளுக்குத் தெரியாதா? மேரி அழுகையின் அர்த்தம் என்ன என்பதை ஆரோக்கியத்திடமிருந்து மறைக்க முடியாது. ஊரிலிருக்கும் ஒவ்வொரு பெண்ணின் அந்தரங்கமான விஷயங்கள் அனைத்தும் ஆரோக்கியம் அறியாத ஒன்றல்ல. ஆரோக்கியம் கல்லாகச் சமைந்துவிட்டாள். பிறகு சிறிது நகர்ந்து, மேரியை அணைத்துப் பிடித்துத் தேற்றினாள். தானும் அழுதாள். ஆனால் மேரி

முன்பைவிட இப்போது அதிகமாக அழுதாள். மேரியை விலக்கிப் படுக்க விட்டாள் ஆரோக்கியம்.

குழந்தைபோலச் சுருண்டு மடங்கி விசும்பிக்கொண்டிருந்தாள் மேரி. என்ன சொல்லி, எதைச் சொல்லி அவளைத் தேற்ற முடியும்? ஏதாவது வாய் திறந்து ஒரு வார்த்தை சொல்ல முற்படும்போது ஆரோக்கியத்தையும் மீறி அழுகை வந்துவிட்டது. ஆனால் வாய்க்கு வாய் இதையே முணுமுணுத்தாள்.

''அந்தோணியாரே!''

''அந்தோணியாரே!''

''அந்தோணியாரே!''

''கடவுளே... கடவுளே...''

''கடவுள் வுட்ட வயி, அவனுக்கும் கண்ணு இல்லியே! எங்க வவுத்துல காய றுத்துட்டானே!''

''பிண்டம் பிடிச்சுப் போடறப்பவே எயிதின எயித்த இனி மாத்தி அயிச்சியா எயிதப்போறான்.''

''தலச் செமயா, மாத்திக்கறதுக்கு!''

''தலச் சுயி இப்பிடி நேந்துபோச்சே!''

''அந்தோணியாரே...''

''கடவுளே, கடவுளே.''

''கண்ணு கெட்ட குருட்டுக் கடவுளே.''

ஆரோக்கியம் மெல்ல நகர்ந்து தெருவில் வந்து பார்த்தாள். ஒரு துணி மூட்டைகூட இல்லை. பகீரென்றது. நல்ல துணிகளை யாராவது எடுத்து மறைத்துக்கொண்டால் என்னாவது? ஆரோக்கியம் உடம்பையும் மறந்து தெருவுக்கு நடந்தாள். வழி நெடுக அழுதபடியே போனாள். வெளியில் தெரியாமல் இருக்க வேண்டுமென்பதில் கவனமாக இருந்தாள். யாராவது கேட்டுவிட்டால் என்ன பதில் சொல்வது? இது நடப்பதற்குத் தான்தான் காரணமென்று எண்ணினாள். பீட்டரை அழைத்துப்போயிருக்கலாம். அவன்மேல் ஆத்திரமும் கோபமும் கொண்டாள். இனிமேல் சோறு, துணியெடுக்க மேரியை அனுப்பக் கூடாது, ஏன் தொரப்பாட்டுக்குக்கூட அழைத்துப்போகக் கூடாதுதென்று தீர்மானித்தாள். இது யாருக்கும் தெரியக் கூடாது. சவுரிக்குக்கூடத் தெரியப்படுத்தக் கூடாது. நான் பாவி, நான் பிறந்ததே பாவம். நான் செய்ததெல்லாம் பாவம். நான் விரும்பினதெல்லாம் பாவம். பூவை நசுக்கி... கடவுளே!...

பலவாறு திட்டமிட்டபடியும் எண்ணமிட்டபடியும் ஆரோக்கியம் தெருவில் கிடந்த ஒவ்வொரு துணி மூட்டையையும் வீட்டுக்குக் கொண்டுவந்து போட்டாள். ஆரோக்கியத்தால் தன்னிலையில் இருக்க முடியவில்லை. அவளுடைய செல்வம் கொள்ளைபோயிற்று. அவள் எதைக் காக்கவும் போற்றவும் விரும்பினாளோ அது கொள்ளைபோய்விட்டது. இனி இல்லை. மனதிற்குள் இருள்.

''அம்மோவ்''

''என்னா, குந்திக்கிட்டே தூங்குறியா?''

பீட்டர் இரண்டாவது முறையாகச் சத்தம் போட்டுக் கத்தியபோதுதான் ஆரோக்கியம் சுயநினைவுக்கு வந்தாள். நடுத் தெருவிலேயே இப்படி உட்கார்ந்து, என்ன என்னமோ நினைத்துகொண்டோமே என்று கண்கலங்கினாள். பீட்டர் தெரு முழுக்கத் துணிகளையெல்லாம் எடுத்துவந்துவிட்டான். களைப்பையும் நினைவையும் ஒதுக்கித் தள்ளிவிட்டு எழுந்தாள்.

ஆரோக்கியமும் பீட்டரும் ஆளுக்கொரு மூட்டையாக இரண்டு நடையில் கொண்டுவந்து மூட்டைகளை வீட்டு முன் போட்டனர். களைப்பால், வந்தவுடனேயே ஆரோக்கியம் தெருவிலேயே படுத்துக்கொண்டாள்.

பொழுது சாயும் நேரத்திற்குச் சவுரி ஒரு கைப்பையுடன் வந்துசேர்ந்தான். அவனை யாரும் ஒன்றும் கேட்கவில்லை. ஜோசப், சகாயம் பற்றியோ, சாமியாரிடம் போனானா இல்லையா என்பதுபற்றியோ ஆரோக்கியமோ மேரியோ ஒரு வார்த்தை கேட்கவில்லை. ஒரு வார்த்தைகூட சவுரியிடம் பேசவில்லை. ஊருக்குப் போய் மூன்று நாள் கழித்துத் திரும்பி வந்ததால்தான் யாரும் தன்னிடம் பேசவில்லை என்று எண்ணினான் சவுரி. பிறகு தெருவில் கிடந்த துணி மூட்டைகளைக் கண்டதும் திடுக்கிட்டு, பயந்துபோய்க் காரணம் கேட்டான். மூன்று நாட்களாகவே துணி வெளுக்கவில்லை. அதிகமாகச் சேர்ந்து பெரிய துணிப் பொதியாகியிருந்தது. கவலை அவனைப் பிடித்துக்கொண்டது. ஊரார்கள் என்ன சொல்வார்களோ?

சவுரி தெருவுக்கு ஓடினான்; பிறகு திரும்பி வந்தான். ஆரோக்கியத்தை விசாரித்தான். பீட்டரைத் தேடினான். மேரி வீட்டிற்குள்ளும், ஆரோக்கியம் திண்ணையிலும் படுத்துக்கொண்டு அவனைக் கவனிக்காமல் இருப்பதால் அசாத்தியமான கோபம் உண்டாயிற்று சவுரிக்கு. மேரியும் ஆரோக்கியமும் சண்டை பிடித்துக் கொண்டிருக்கலாமென்று எண்ணியவன், கேட்டான்:

''ஆயாளுக்கும் மகளுக்கும் என்ன வந்துச்சிங்கறன்?''

''எயவு ஊடு மாதிரி கெடக்கு.''

''ஏ குட்டி, உன்னத்தான்.''

ஆரோக்கியம் மேரியிடம், அடுப்பை மூட்டி ஏதாவது கஞ்சி வைக்கக் கூடாதா என்றாள். மேரி ரொம்பவும் களைத்து இளைத்திருந்தாள். ஊதிப்போயிருந்த முகத்தைக் கழுவிக்கொண்டாள். இருள் இறங்கிய பிறகே வீட்டை விட்டுத் தெரு நடைக்கு வந்தாள். அடுப்பின்முன் உட்கார்ந்து அழுதபடியே இருந்தாள். அடுப்பெரியும் வெளிச்சத்தில் மேரியின் முகம் பதைபதைத்தது. சிறிது அரிசி போட்டு, ஆரோக்கியத்திற்கு மட்டும் கஞ்சி பொங்கினாள். சவுரிக்கும் பீட்டருக்கும் தெருவில் கிடைக்கும் ராச்சோறு போதும். சவுரி மேரியை இரண்டு மூன்று முறைக்குமேல் கூப்பிட்டுவிட்டான். நாலாவது முறையாகக் கூப்பிட்டபோதுதான் மேரி காதில் விழுந்தது. அப்போதுதான் நினைவுக்கு வந்தவள்போல் எழுந்து வந்து வாசற்படியில் நின்று கேட்டாள்:

''என்னா?''

''உன்ன எத்தன தடவ கூப்புடுறது. அப்பிடியென்ன உனக்கு ஜாலாக்குங்கறன்.''

''கேக்குல.''

''செரிசெரி. சோறு ஏதாச்சும் இருந்தா கொண்டா.''

''கஞ்சிதான். பழயது.''

''கொண்டா.''

''என்ன மாய வேலயோ மந்திர வேலயோ, சோறு பொங்காம.''

மேரி ஒரு இயந்திரம்போலத்தான் காரியங்களைச் செய்தாள். பிறகு சட்டியில் புளிச்ச தண்ணீரில் இருந்த சோற்றை அரித்துப் போட்டுக் கொண்டுவந்து தெருவில் உட்கார்ந்திருந்த சவுரியின்முன் வைத்தாள். மேரியின் பழக்கதோசமே இப்படிச் செய்யச் சொன்னது.

''ஏம்புள்ளெ சோறு சள்ளுனு இருக்கு?''

''தெரியல!''

‘‘என்னாது, தெரியலயா? நொசநொசன்னு சோறு இருக்கே, ஏன்னு கேட்டா தெரியலங்கற. பொட்டச்சியா நீ?’’

‘‘சோறு கெட்டுப்போனதுக்கு நான் என்னா பண்ணுவன்?’’

‘‘மசுரு கிசுரு கெடக்குதா? ... ம்!’’ என்று சவுரி சோற்றை அள்ளிக் கிண்டிக்கிண்டிப் பார்த்தான். தொடர்ந்து கிளறிக்கொண்டே இருந்தான். மேரி ஒரு மரம்போல நின்றிருந் தாள். அவளுக்குக் கோபமோ அழுகையோ வரவில்லை. அவள் என்னமோபோல் நின்றாள்.

‘‘கைபட்டுச் சோறு கெட்டுப்போயிருக்கும். சோத்துல மசுரு எப்பிடி வருங்கறன்.’’

‘‘நீதான் மணிக்கு நூறு தரம் கூந்தலச் சீவறியே! அங்கொருத்தி இருக்கா. அவளால தான் எல்லாம். சீவறது என்னா? பொட்டு வைக்கறதென்னா? மூஞ்சியில மாவு அப்பறது என்னா? வண்டி மையக் கண்ணுல அள்ளி ஈஸிக்கிறதென்னா? குடும்பத்துக்காரி செய்யு றதா இதெல்லாம்? கூத்தாடிச்சிக்கு உண்டானதெல்லாம் செஞ்சா சோத்துல மசுரு வுயாத என்னா பண்ணும்ங்கறன்?’’

‘‘குடும்பம் பண்றாப்ல தெரியல.’’

சகாயத்தை நினைத்துக்கொண்டாள். இவ்வளவு திட்டும், சவுரி சகாயத்தைத்தான் திட்டுகிறான் என்று எண்ணியபோது, உள்ளே போய்விட நினைத்த மேரியிடம் சவுரி சொன்னான்,

‘‘ரண்டு மொளவா இருந்தா அடுப்புல போட்டு எடுத்தா!’’

‘‘நாக்கு என்னா பண்ணும்? செத்துப்போச்சி.’’

மேரிக்குத் தெரியும், சவுரி இரண்டு மிளகாய் என்று கேட்டால் பத்து வேண்டுமென்று. ஒரு குத்து மிளகாயை அள்ளி, எரிந்துகொண்டிருக்கும் அடுப்பின் முனையில் போட்டுச் சுட்டு எடுத்தாள், அதிகம் தீய்ந்துவிடாமல் பதமாக. சுட்டுக் கொண்டுவருவதற்குள் சவுரி கத்தினான்:

‘‘இதுக்கா இம்மா நேரம்?’’

‘‘மொளவா சுடுறியா? இல்ல, பன்னி சுடுறியா?’’

‘‘ஒரு பெயகிட்டயும் நீ குடுத்தனம் பண்ண மாட்ட.’’

‘‘எளம் வயசில பம்பரமா சுத்த வாணமா?’’

‘‘எப்படித்தான் உன்ன வளத்தாளோ?’’

மேரி ஒரு குத்து மிளகாயைக் கொண்டுவந்து சவுரியின்முன் வைத்தாள். ஒவ்வொரு வாய் சோற்றுக்கும் ஒரு மிளகாயைக் கடித்து மென்று தின்றான் சவுரி. மேரியைப் பார்க்கும்போது அவனுக்குக் கோபம்தான் உண்டானது. ‘குடிமுழுகிப்போனது மாதிரி இந்தப் புள்ளெ ஏன் இப்படிப் பறக்கோலமா நிக்கிறா?’ என்று மனதில் எண்ணிக்கொண்டான். கோபத்தினால்தான் சவுரி மேரியிடம் இரண்டு வார்த்தை கடுமையாகப் பேசினான். முன்பு எப்போதும் சவுரி மேரியிடம் சண்டை பிடித்ததோ திட்டியதோ கிடையாது. மேரியும் இன்றுதான் சவுரியிடம் எதிர்த்துப் பேசினாள்.

சாப்பிட்டு முடித்துவிட்டு, ஊர்ச் சோறு எடுக்க சவுரி குண்டான்களை எடுத்துக் கொண்டு தெருவுக்குள் இருட்டில் புகுந்து போனான்.

சவுரி எடுத்து வந்த ஊர்ச் சோற்றைச் சவுரிக்கும் பீட்டருக்கும் கொடுத்தாள். மீதியைத் தண்ணீர் ஊற்றி மூடி வைத்தாள். சூடாக வைத்த கஞ்சியைக்கூட வேண்டா மென்றுவிட்டு முணுமுணுத்தபடி ஆரோக்கியம் திண்ணையில் கிடந்தாள். மேரி சாப் பிடவில்லை. ஆரோக்கியம் மேரியிடம் சண்டை பிடித்தாள். சவுரி தெருவிலேயே படுத்துக்கொண்டான். பீட்டர் தெருவுக்கு விளையாட ஓடிப்போனான்.

ஆரோக்கியம் நான்கு ஐந்து முறைக்குமேல் திண்ணையை விட்டு எழுந்து வந்து வீட்டினுள் படுத்திருக்கும் மேரியைப் பார்த்துவிட்டுப் போனாள். பிறகு மேரியிடமே வந்து படுத்துக்கொண்டாள். இதையெல்லாம் பார்த்துக் குழம்பிப்போய் மோட்டுவளையை வெறித்தபடி மேரி படுத்துக் கிடந்தாள். கன்னத்தில் சூடான நீர் இறங்கிற்று.

அவள் பார்வை கூரையைத் தாண்டி ஊடுருவி நின்றது.

6

சவுரி இந்த வாரம் முழுக்க வெளியூர், வெளியூர் என்று போய்வந்தான். இரண்டு முறை வாய்க்கரிசி கொண்டுபோனான். ஒருநாள் எழவுச் செய்தி சொல்லப் போனான். கல்யாணம் ஒன்றுக்குப் போய்வந்தான். திரவியராஜ் வந்தபோது சவுரி ஊரில் இல்லை. இன்று அமாவாசை. துணி நிறையவே விழுந்தது. ஆரோக்கியம் வெளுத்துக்கொண்டு வந்து மதியத்துக்குள்ளேயே போட்டுவிட்டாள். சவுரியும் ஆரோக்கியமும் சோறு எடுத்து வந்தனர். சோற்றுக் குண்டானும் குழம்புக் குண்டானும் நிறைந்திருந்தன. இன்று எல்லோர் வீட்டிலேயேயும் நெல்சோறும் குழம்பும்தான் போட்டார்கள். ஒவ்வொரு மாதத்திலும், அமாவாசையன்று இரண்டு மூன்று நாட்களுக்குப் போதுமான சோறு ஆரோக்கியத்திற்குக் கிடைத்துவிடும். இதுபோல் நிறையச் சோறும் குழம்பும் விசேஷ தினங்களில் மட்டும்தான். தினமும் அமாவாசையாகவா இருக்கும்? அப்படி இருந்தால் ஈரக் கையைக்கூடப் பிறர் முன் யாரும் நீட்ட மாட்டார்கள்.

சவுரி சோற்றை ஒரு பிடி பிடித்துவிட்டுத் தூக்கம் போடப் போனவன், திரவியராஜ் முந்தா நாள் வந்ததுபற்றிக் கேட்டான். ஆரோக்கியமும் வாசற்படியில் தலையை வைத்துப் படுத்தபடியே தெரசாவின் மகன் திரவியராஜ் வந்து போனதுபற்றிச் சொன்னாள். அன்று காலையிலிருந்து, அவன் போனதுவரை ஒன்று விடாமல் ஒரு கதைபோலச் சொல்ல, சவுரி 'ம்' கொட்டிக்கொட்டிக் கேட்டுக்கொண்டிருந்தான்.

''யாரது ஊட்டுல?''

''யாரு?''

''நான்தான்.''

''நான்தான்னா?''

''யாரு?''

''யாரு?''

''கொரலு சரியாப் புரியல, யாரு?''

ஒருக்களித்துச் சாத்தி இருந்த பனைமட்டைப் படலை விலக்கிவிட்டு வீட்டிற்குள் போனான் திரவியராஜ். சிறிது நேரம் மௌனமாக அப்படியே நின்றான். மேரியை விழுங்கிவிடுவது போலப் பார்த்தான். பிறகு அவளுக்குச் சிறிது தள்ளி உட்கார்ந்துகொண்டான்.

மேரி காலை மடக்கி வைத்துக்கொண்டு அவன் உட்காரச் சௌகரியம் செய்தாள். ஒருவரை ஒருவர் வெறித்துப் பார்த்துகொண்டனர். இருவருமே பேசவில்லை. என்ன பேசுவதென்ற குழப்பத்தில் இருந்தனர். ஆரோக்கியம் இருப்பாள் என்று நினைத்துத்தான் திரவியராஜ் வந்தான். தொரப்பாட்டுக்குப் போயிருப்பாள் என்று அவனாகவே நினைத்துக்கொண்டான். மேரி முழங்காலுக்கு மேலே ஏறி இருந்த பாவடையை இறக்கிவிட்டாள். அவனிடம் என்ன பேசுவதென்று புரியாமல், தைக்க

ஆரம்பித்தாள். அழுகை எதற்காகவோ வந்தது. அதைத் தடுக்கும்படி மனதில் அவளுக்கு ஒரு உறுதியும் ஏற்படவில்லை. நெஞ்சு திடீரென்று அவளுக்குக் கனத்தது.

அது ஒரு போர்வை. காலின் பெருவிரலில் கிழிசலின் முனையைப் பிடித்து, மறு முனையிலிருந்து பெரிய கட்டை ஊசி ஒன்றால் தைத்தாள். ஒவ்வொரு முறையும் அவள் ஊசியைப் போர்வையில் குத்தி இழுக்கும்போதும் சிரமம் ஏற்படத்தான் செய்தது. அந்தப் போர்வை முரட்டுத்தனமான போர்வை. அதன் கனத்துடன் அழுக்கும் சேர்ந்திருந்ததால், போர்வையின் தடிமன் அதிகரித்து ஊசி நுழைய மறுத்தது. ஒடிந்துவிடுவதுபோல் ஊசி வளைந்தது. சீலை தைக்கும் ஊசியாக இருந்தால், ஒரே குத்தில் முறிந்துபோயிருக்கும். இந்தப் பெரிய ஊசி, சக்கிலி பரிவட்டம் தைப்பதற்கு வைத்திருப்பதுபோல, கனமான முரட்டு ஊசி. கட்டை விரலும் ஆள்காட்டி விரலும் விண்ணென்று வலிக்க ஆரம்பித்தன.

மேரி தைத்துக்கொண்டிருப்பதையே வைத்த கண் சிமிட்டாமல் திரவியராஜ் பார்த்துக்கொண்டிருந்தான். இதைக் கண்ட மேரி வெட்கப்பட்டு, லேசாகச் சிரித்துக்கொண்டே கேட்டாள்:

''எம் மொவத்துல ஏதாச்சும் வடியுதா? அப்பிடி மொறைக்கப் பாக்கிறியே, என்னா சங்கிதி?''

''ஆமாம் வடியுது.''

''ஓ''

''ஏனாம்?''

''எட்டப் போ.''

மேரி இரண்டு கால்களையும் நீட்டிப் போட்டுக்கொண்டு, கால் கட்டை விரல் நுனியில் துணியைப் பிடித்துக்கொண்டு தைத்துக்கொண்டிருப்பதை யாராவது தூரத்திலிருந்து பார்த்தால் நிச்சயம் ஒரு கிழவிதான் தைத்துக்கொண்டிருக்கிறாள் என்று பந்தயம் கட்டுவார்கள். தைப்பதற்கு வசதியாக மேரி சுவரில் சாய்ந்து உட்கார்ந்திருக்கும் வாகு, நூல் கோத்து ஊசியைப் பிடித்திருக்கும் விதம், உருட்டிஉருட்டி அடுக்கடுக்காகத் தைத்திருக்கும் அழகு...கிழிசல் தைத்து இரண்டு படி வாங்கிப் பிழைக்கவே பிறந்தவள்போல் உட்கார்ந்திருந்தாள்.

ஆரோக்கியத்தின் வீட்டைவிட்டு திரவியராஜ் போய் ஐந்தாறு வருஷங்களுக்கு மேல் இருக்கும். அதற்குமுன் இங்கேயேதான் வளர்ந்தான். அப்போதெல்லாம் இவனும் தொரப்பாட்டுக்குத் தினமும் போவான். இரண்டு கழுதைகள் இருந்தன. இரண்டு கழுதைகளின் மேலும் துணி மூட்டை வைத்துக் கட்டியிருக்கும். மேரியும் இவனும் ஆளுக்கொரு கழுதையின்மேல் உட்கார்ந்துகொண்டு போவார்கள். தொரப்பாட்டுக்குப் போகும்வரை மேரி சளசளவென்று ஓயாமல் பேசுவாள். காரணமே இல்லாமல் கைதட்டிச் சிரிப்பாள். பிறகு கத்துவாள் தானாகவே. வேண்டுமென்றே திரவியராஜ் கழுதையை முன்னே விரட்டுவான். அவள் கழுதை பின்தங்கிவிட்டதற்காக அவனைத் திட்டுவாள். சில நேரம் மேரி உட்கார்ந்திருக்கும் குட்டிக் கழுதையின் பிட்டத்தில் உதை ஒன்று எட்டி வந்து கொடுப்பான். உதை வாங்கியதால் கழுதை கத்தும். மேரியும் வீறிட்டு அழுவாள். திரவியராஜ் சிரிப்பான். அவன் சிரிப்பு மேரிக்கு அழுகையை உண்டாக்கும். அவனைத் திட்டுவாள், அடிக்க ஓடுவாள்.

சவுரி கழுதைக்கு முன்னால் போய்க்கொண்டிருப்பான், துணி மூட்டை ஒன்றைத் தலையில் வைத்துகொண்டு. ஆரோக்கியம் பின்னால் சிறிது தள்ளி வருவாள். அவள் இடுப்பில் பீட்டர் பயல். அதற்குப் பின்னால் ஜோசப் பராக்குப் பார்த்துக்கொண்டே வருவான். என்னமோ புதிதாகப் பார்ப்பதுபோல் ஆரோக்கியம் எல்லாவற்றையும்

பார்த்துச் சிரித்துக்கொண்டே வருவாள். ஒவ்வொரு நாளும் ஊருக்குப் பயணம் போவது போலத்தான் இருக்கும். அவர்களின் நடை, இனி இங்கே என்ன வேலை, போக வேண்டியதுதான் என்பதுபோல் இருக்கும்.

திரவியராஜ் எங்கெல்லாம் போகிறானோ, அங்கெல்லாம் மேரியும் பின்னாடியே ஓடுவாள். அவ்வாறு ஓடும்போதெல்லாம் மேரியைப் பிடித்து, ஆரோக்கியம் ஒரு சின்னத் துணியை இடுப்பில் சுற்றிவிடுவாள். அதுகூட ஒரு முறைக்காக. ஒரு வட்டுத்துணி, அவ்வளவுதான். ''பொட்டக் குட்டி நிர்முண்டமாப் போறதா? அவனுங்களுக்கென்ன ஆம்பளப் பசங்களுக்கு. மணியாட்டிக்கிட்டே தெருத்தெருவா ஓடுவானுங்க'' என்பாள் ஆரோக்கியம்.

ஆரோக்கியம், மேரி, இவன் மூவரும் இரவில் ஒன்றாகத்தான் படுப்பார்கள். மேரி தினமும் படுக்கையில் ஒண்ணுக்குப் போய்விடுவாள். விடிந்ததும் விடியாததுமாக மேரியைக் கேலி பண்ணுவான், ''மூத்திரக் குப்பி, அய், மூத்திரக் குப்பி...'' என்று. மேரியோ பாதி அழுகையும், பாதிச் சிரிப்புமாகத் திரவியராஜை அடிக்க வருவாள். இடுப்பில் தொற்றிக்கொண்டிருக்கும் வட்டுத்துணி நழுவி விழ அவசரமாக அதைப் பிடித்துக் கொண்டு பலமாகக் கத்துவாள். சிரித்துக்கொண்டே ஆரோக்கியம் சொல்வாள்: ''விடிஞ்சும் விடியாததுமா ஏண்டா அவள நிண்டுற? அவ அய்வ ஆரம்பிச்சா நிறுத்த மாட்டா சனியன்.''

அதோடு மூத்திரம் விட்ட சாக்கையும் வெயிலில் காயப்போடுவாள். மொத மொதவென்று தரை ஊறிப்போய் வெடித்து உப்பிக்கொண்டு நிற்கும். சாணி போட்டு மூத்திரம் விட்ட இடத்தை மெழுகுவாள். ''அநியாயத்துக்கு இந்தக் குட்டி கொடம் கொடமா மூத்தரம் வுடுறா பாரன்'' என்பாள் ஆரோக்கியம்.

மேரியிடம் நிறையப் பேச வேண்டும், ஏதேதோ கேள்விகள் கேட்க வேண்டுமென்றுதான் திரவியராஜ் நினைத்தான். ஆனால் மேரி, முன்பின் தெரியாத ஆளிடம் பேசுவதுபோல இருந்தாள். அவன் வருகையை அவள் எதிர்பார்க்கவில்லை. அவன் முகம் அவள் நெஞ்சில் கலவரத்தை உண்டாக்கிற்று. 'வயசுக்கு வந்துட்டா, அதான் வெக்கப்படுறா?' என்று அவன் தனக்குத் தானே சமாதானம் கூறிக்கொண்டான். திரவியராஜ் பெரியவன் ஆக ஆக, பெரியபெரிய பொறுப்புகளும் அவன் தலையில் வந்து விழுந்துவிட்டன. துணி எடுக்க, துணி போட, சோறு எடுக்க, எழவு வீடு, கல்யாணம், கருமாதி வீடுகள் என்று வேலைகள் அதிகம். வீட்டை விட்டு நகரவே முடியவில்லை. சொந்தம், உறவினர்களின் விசேஷங்களுக்கு அவன் அம்மா தெரசா மட்டுமே வெளியூர் போய் வருவாள். மேரி பெரிய மனுஷியான சமயத்தில்கூட அவனால் வந்து பார்க்க முடியவில்லை. ஆனால் நேரம் கிடைத்தபோதெல்லாம் எல்லாரையும் நினைத்துக்கொண்டுதான் இருந்தான். அதுவும் ஆரோக்கியம்பற்றிய நினைவுதான் அவனுக்கு அடிக்கடி வரும். தெரசாவுக்கு இப்போது முடியவில்லை. அவள் விஷயமாகச் சொல்லிவிட்டுப் போகலாமென்றுதான் வந்தான்.

''என்னா செக்குப் புண்ணாக்காட்டம் குந்திக்கிட்ட?''

''சும்மாதான்.''

''சோறு தண்ணி ஏதாச்சும் குடிக்கிறியா?''

''வர்றப்பத்தான் புல்லா சாப்புட்டன். வாண்டாம்.''

''அப்பன்னா அந்தப் பக்கம் போய்த் தூங்கு.''

''அத்தெ எப்ப வரும்?''

''பொயிது சாயறப்பத்தான்.''

''மாமன்?''

''உய மண்ணு எடுக்கப் போயிருக்கு.''

''சரி கொண்டா, நான் தெக்கறன்.''

''வாண்டாம். எட்டத் தள்ளிக் குந்து.''

''ஏங்கறன்.''

''இம்புட்டு நாளா நீதான் எனக்குத் தைச்சிக் குடுத்தியா? இல்ல, தைச்ச கூலிதான் ரண்டு படி வாங்கிக் குடுத்தியா?''

''நான் வேற கூலி கொடுக்கணுமா?''

''சரி சரி, எட்டவே குந்து.''

திரவியராஜ் சிரித்துக்கொண்டே மேரி கையிலிருந்த ஊசி நூலைப் பிடுங்கித் தைக்க ஆரம்பித்தான். அவள் மறுமுனையைப் பிடித்துகொண்டு இருந்தாள். போர்வையைத் தளர்வு இல்லாமல் பிடிப்பதற்கு, அவன் சற்று முன்னே நகர்ந்தபோது, அவள் பின்னே நகர்ந்தாள். மீண்டும் அவன்முன் நகர, மேரி பின்னகர்ந்துகொண்டாள்.

''நான் தெச்சுக்குவன்.''

''இப்பிடி நீ விகுத்தமாப் புடிச்சா நான் எப்பிடித் தெக்கிறது?''

''நீ ஒண்ணும் தெக்க வாண்டாம்.''

''வுடு. வுடுன்னா வுடணும்.''

''எனக்குத் தெரியும் தெக்க. நீ எட்டப் போ.''

மேரி இழுக்க, அவன் இழுக்க, நூல் அறுந்துவிட்டது. மேரியை அடிக்க திரவியராஜ் கையை ஓங்கியதும், அவள் போர்வையை விட்டுவிட்டு அடுப்பிருக்கும் இடத்திற்கு ஓடிப்போனாள். திரவியராஜ் நூலைக் கோத்து அவளைப்போலவே காலின் கட்டை விரலில் நுனியைப் பிடித்துக்கொண்டு தைக்க ஆரம்பித்தான். நெருக்கமாகவும் கெட்டியாகவும் இல்லாமல், தனியாகப் பிதுங்கிக்கொண்டு நின்றது. சிறிது நேரம் கழித்து மேரி வந்து பிடித்துக்கொண்டாள். மறுபடியும் தைக்க ஆரம்பித்தான்.

''ஊருல எல்லாரும் சொவந்தான?''

''இருக்காங்க.''

''உங்கம்மா?''

''இருக்கு! இங்க எப்பிடி நெலவரமெல்லாம்?''

''என்னமோ, பொயப்பு நடக்குது.''

''வாய் ஏன் அப்பிடிப் போவுது? வேப்பங்காயத் தின்னாப்பல.''

''வேப்பங்காய்கூட மிச்சமில்ல இப்பத் திங்கறதுக்கு.''

மேரி கோவென்று அழ ஆரம்பித்துவிட்டாள். அவனால் தேற்ற முடியவில்லை. மேலும்மேலும் அவள் அழுதுகொண்டே இருந்துவிட்டுச் சொன்னாள்.

''ஒண்ணும் மின்னமாரி இல்ல. அம்மாதான் தெனமும் துணியத் தூக்கிக்கிட்டுப் போய் அடிக்குது. அதாலயும் முடியல. அண்ணன்தான் சின்னசேலத்துல போய் இருந்துக்கிச்சு. ஆறு மாசத்துக்கு மேல ஆவுது. நான் இந்தமாரி கிழிப்புத் தெச்சுத்தெச்சு, காலு, அரன்னு சேத்து வச்சன். அம்மாதான் அதுக்கு ஒரு ஆட்டுக் குட்டியப் புடிச்சிது. அது இப்பத்தான், ரண்டு குட்டி போட்டிருக்கு. அதுங்கள ஓட்டிக்கிட்டுத்தான் அம்மாகூட பீட்டரு போயிருக்கறான். இப்ப இந்த தைப்புக்கூட இல்லாத பூடுச்சி. டெய்லரு ஒருத்தன் வந்து கடெ வச்சிப்புட்டான். வெளியூரு வண்ணான் ஒருத்தன் வந்து சலவக் கடென்னு வச்சி ரண்டு மாசத்துக்கு மேல ஆவுது.''

தொடர்ந்து மேரி அழுதுகொண்டே தரையில் விரலால் கோடுகள் கிழித்தாள். சில நேரம் விரல் அப்படியே ஒரே இடத்தில் நிலைத்து நின்று, பின் கோடுகளைக் கிழிக்கும்.

''கயிதெ என்னாச்சி? அத்தெ ஏன் துணி தூக்குது?''

''நீ போன மறு வருசமே கெழசு செத்துப்போச்சி. கயிட்டத்துக்குக் குட்டிய வித்தாச்சி.''

''எல்லாம் போச்சி. ஆன மாதிரி இருந்த கயிதெ.''

அழகாகவும் இருக்கும். எத்தனை துணி மூட்டைகளை வைத்தாலும் முனகாமல் போகும். எப்போதுமே அதன் நடை நகர்வதுபோல்தான் இருக்கும். குட்டியும் தாயைப் போல மிகவும் அழகான கழுதைதான். துணி மூட்டைகள் சுமப்பதில் குட்டிக் கழுதையும் சளைத்ததல்ல. நல்ல இனக் கழுதையை விற்றிருக்கக் கூடாது என்று திரவியராஜ் எண்ணினான். கழுதை இல்லாமல் தினமும் ஆறு, ஏழு மூட்டைகளுக்குமேல் குறையாது கிடைக்கும் துணிகளை யார் தொரப்பாட்டுக்குத் தூக்கிக்கொண்டு போவது?

''கழுதை போனதுமே, அதோட இந்த வூட்டு நல்லதும் பூடிச்சி. அந்தமாரி கயிதெ இனிமே வான்னாலும் வராது.''

''அது வந்த பெறவுதான் குடும்பமே விருத்தியாச்சு. கயிதெ கட்டுத்தரெய வுட்டுப் போனதோட எல்லாமும் பூடிச்சி.''

''கயிதெயே போனப் பின்னால இங்கென்னயிருக்கு?''

''நாங்கயெல்லாம் சும்மாச்சிக்கும்தான் உசுரோடயிருக்கம்.''

கோவேறு கழுதைகள். கிழக் கழுதையைக் குட்டியாக இருக்கும்போது, கல் களவோடு, ஆட்டுக்கல், கல்லுரல் விற்கும் குறவனிடம் எட்டு மரக்கால் சோளம் கொடுத்து ஆரோக்கியம் அதை வாங்கினாள். அப்போது கடுமையான பஞ்சம். அதைப் போல ஒரு கழுதையை வேறெங்கும் காண முடியாது. பஞ்சத்தினால் குறவன் கழுதையை விற்றான். சவுரிக்கு விருப்பமில்லை. சண்டை பிடித்து ஆரோக்கியம் கழுதையைப் பிடித்தாள். அழகான கழுதை. அதனுடைய தலையில் திட்டாக வெள்ளை இருக்கும். ஆரோக்கியம் அதைப் பிடிக்கும்போது குட்டியாகவும் மெலிந்தும் இருந்தது. ஆரோக்கியத்திடம் வந்த சில மாதங்களிலேயே கொழுகொழுவென்று மாறிவிட்டது. பீட்டர், மேரி, இவன், மூவரும் அதன்மேல் தினமும் சவாரி செய்தார்கள். அதை மேய்ச்சலுக்கு ஓட்டிப்போனார்கள். ஒவ்வொருவரும் அது தன்னுடைய சொந்தக் கழுதை என்று உரிமை கொண்டாடிச் சண்டை பிடித்துக்கொண்டார்கள். தனித்தனியாக ஆளுக்கொரு பெயர் வைத்து அதைக் கூப்பிட்டார்கள். குளிப்பாட்டினார்கள். வாலை முறுக்கி ஓட விட்டு, பின்னால் பிடிக்கச் சிரித்துக்கொண்டே ஓடினார்கள். பகல் முழுக்க ஓடைக்கரையில் மேய்த்துக்கொண்டு திரிந்தார்கள்.

எத்தனை மூட்டை துணி வைத்து வயிற்றோடு கட்டிவிட்டாலும் முக்காமல் முனகாமல் போகும். நல்ல சாதிக் கோவேறு கழுதையாச்சே! அதைப்போய் விற்பதென்றால்? சரி, குட்டியை ஏன் விற்க வேண்டும்? தைப்பதை நிறுத்திவிட்டுக் கேட்டான்:

''அப்படியென்ன அவசரம்? கயிதய விக்கற அளவுக்கு வந்துடுச்சி?''

''கண்ணாலத்துக்கு வித்தாச்சி.''

''துணிய எப்பிடித் தூக்கிக்கிட்டுப் போறீங்க?''

''மின்னமாரி யாரு துணி போடுறாங்க? அல்லாரும் சலவக் கடெனு ஓடுறாங்க' என்று கூறிவிட்டு அழ ஆரம்பித்தாள். பிறகு கண்ணையும் மூக்கையும் அழுத்தித் துடைத்துவிட்டுக்கொண்டு இளக்காரமாகக் கேட்டாள்:

''கண்ணாலத்துக்குக்கூட வல்ல, பெரிய வக்கீலு வேலயாக்கும்.''

''அதான் அம்மா வந்துச்சே?''

''அத யாரு கேட்டா?''

''ஒரே வேலங்கறன். முக்காத் துட்டுக்குச் செறக்கிற பொயப்பா இருக்கு. காவவுத்துக் கஞ்சியின்னாலும் கவல இல்லாம, ஒரு எடத்துல நின்னு குடிக்க வயி இல்ல. ஆண்டவன் நம்பள அப்பிடிப் பொறப்பிச்சிப்புட்டான்.''

''அந்தோணியாருக்குக் கண்ணு இல்லியே.''

''சனங்க செத்தாங்களா பொயச்சாங்களானு எட்டிக்கூடப் பாக்க மனசுமில்ல. கண்ணுமில்லாப் போச்சி. சாதியென்ன, சனமென்ன? ஆயிரம்தான் சேனப் படெ இருந்தாலும் நம்ப கையும் காலுந்தான் நம்ப பேச்சக் கேக்கும்.''

''நம்ப ஒடம்புதான் நமக்குச் சொத்து, யாரு இருந்து எதுக்கு ஆகும்?''

திரவியராஜின் அப்பன் செத்தபோது ஆரோக்கியம் இவனை இழுத்துக்கொண்டு வந்துவிட்டாள். அப்போது வந்தவன்தான். தெரசா தன் கணவன் இறந்ததும் கொழுந்த னுடன் ஒரு ஆண்டுக்குள் உறவாகிவிட்டாள். அந்தக் கள்ள உறவு பத்தாண்டுகள் வரை நீடித்தது. பிறகு கொழுந்தனிடமிருந்து விலகிக்கொண்டாள். சில ஆண்டுகள் தனியாகவே வாழ்ந்தாள். நோய் முற்றித் துணைக்கு ஆள் வேண்டுமென்றபோது, ஆறு வருசங்களுக்குமுன் வந்து திரவியராஜை அழைத்துப்போனாள். தெரசாவுடன் போனதும் அவனுக்கு வேலைகள் அதிகமாகிவிட்டன. ஆரோக்கியத்தைப் பார்க்க வர முடியவில்லை.

''நான் இனிமே இங்கதான் இருக்கப்போறன்.''

''எதுக்கு?''

''உனக்காகத்தான்.''

''சீ, உனக்கு மானமுமில்ல. வெக்கமுமில்ல, எட்டப் போ. எங்கம்மா திட்டும்.''

திரவியராஜ் சிரித்தான். அதனால் மேரிக்கு மேலும் கோபம் உண்டாயிற்று. கோபத்தை மறைத்துக்கொண்டு சொன்னாள்:

''எனக்காக ஒண்ணும் நீ தங்க வாணாம்!

''நீ என்ன எனக்குச் சொல்றது? எங்கத்தெ சொல்லட்டும்.''

''முத்தாரம் பூட்டுறன் உடம்புல, தட்டாம வாடிங்கிற கதயாயில்ல இருக்கு. உங்கத்தெ வேணுமின்னா, தொரப்பாட்டுக்கு ஓடு.''

''கெளம்பு, கெளம்பு, ஓடு.''

''அப்புறமாப் போறன். ஊட்டுல என்னா, மூட்ட முடிச்சிய ஒண்ணும் காணும்? ஊடே வெறிச்சோன்னு சுடுகாடுமாரி இருக்கு?''

''மின்ன மாரி எவன் நாலு படி கொடுக்கறான் பஞ்சக் குடும்பமாச்சே பொயக்கட்டும்னு? குதிர்லகூட நாலு படி தவசம் பொலிப் போடக்கூட இல்ல.''

''என்னா அப்பிடிச் சொல்ற?''

''விளையாட்டுக்கா சொல்றன்? சோத்துப்பாட்டுக்கே இப்பல்லாம் கஷ்டம். ஏதோ அந்தோணியாரு புண்ணியத்தால பூமியில இன்னும் கட்ட கெடக்கு...''

''கண்ண மூடிட்டாத் தேவலாம். இருந்து ராச்சியத்தப் புடிக்கவா போறோம்...?''

''எல்லாம் போன பின்னால இந்த உசுரு எதுக்கு இருக்கணும்.''

''நீ என்ன சொல்ற?''

''ஒண்ணுமில்ல. நீ போ எட்ட.''

''வாலப் புடிச்சி முறுக்கிக் கடிச்ச பெறவுதான் அடியெடுத்து வச்சி நடக்கிற மாடுவுளாயிருக்கு.''

''எங்கியும் இப்படித்தான். சண்டி மாடுவுளா மாறிடிச்சி.''

திரவியராஜுக்கு ஒன்றுமே நம்ப முடியவில்லை. அவன் நினைத்துக்கொண்டு வந்தது வேறு. இந்த ஊர் ஒன்றும் அவன் ஊர்போல மோசமானதில்லை. சின்னதும் கிடையாது. ஏழு, எட்டு கிராமங்களுக்குத் தாய்க் கிராமம் போன்றது. இந்தச் சாமான் இந்த ஊரில் இல்லை, வெளியூர் போய் வர வேண்டுமென்று இல்லை. ஐந்தாறு மளிகைக் கடைகள் உண்டு. இதர கடைகளும் இருக்கின்றன. எப்போதும் பெரும் பஞ்சம் ஏற்பட்டதில்லை. எப்போது பார்த்தாலும் ஊரைச் சுற்றிப் பசுமை இருக்கும். மற்ற ஊர்களைக் காட்டிலும் இங்கு பறைக் குடிகள் அதிகம். இப்படி இருக்கும்போது ஊருக்கு ஒரு குடி பிழைப்பது கடினமில்லை. இந்த ஊர் மனிதர்கள் அப்படி ஒன்றும் போக்கிரிகள் அல்ல.

எப்படிப்பட்ட பஞ்சம் ஏற்பட்டாலும், ஆரோக்கியம் வீட்டுக் குதிர் நிறைந்துதான் இருக்கும். வரகுதான் அதிகம் இருக்கும். குதிருக்குள் முதலில் வரகு கொட்டி, பிறகு சோளம், கம்பு, கேழ்வரகு, என்று எல்லாவற்றையும் தனித்தனி மூட்டையாகக் கட்டிப் போட்டு, மூடியை வைத்துச் சாணத்தால் அறைந்து மெழுகி வைப்பாள் ஆரோக்கியம். அவள் இந்த வீட்டுக்கு வரும் முன்பே பழைய குதிராக இருந்தது. வீட்டில் பாதியை அடைத்துக்கொண்டு இப்போதும் நிற்கிறது குதிர். ஐப்பசி, கார்த்திகை மழைக் காலங்களில் பஞ்ச சனங்கள் வந்து விலைக்கு வாங்கிப் போவார்கள். ஊரில் பஞ்ச காலத்தில் தானியம் விற்பவள் ஆரோக்கியமாகத்தான் இருப்பாள்.

பெரிய சம்சாரிகள் என்று பஞ்சாயத்திற்கு வருபவர்கள் வீட்டில்கூட, கூடை, முறம், புட்டிகள் அவ்வளவாக இருக்காது. ஆரோக்கியத்தின் வீட்டில் தினுசுதினுசாகப் பலவகைப் புட்டிகள், முறங்கள், கூடைகள் இருக்கும். எல்லாவற்றிலும் ஏதாவதொரு தானியம் சிறிதாவது இருக்கும். பயிர் வகைகளாக இருந்தால் சிறுசிறு முடிச்சுகளாக இருக்கும். காட்டில் மகசூல் காலத்தில் எலி வளையைத் தோண்டினால் பலவகைத் தானியங்கள் இருப்பதுபோல், ஆரோக்கியத்தின் அடுக்குப் பானை, கூடை, முறம், புட்டிகளிலும் இருக்கும்.

குதிருக்கு அடியில் எலி, பொதவளைபோல பெரிய ஓட்டையாகப் போட்டிருந்தது. அதனருகில் மேரி இப்போது உட்கார்ந்திருந்தாள். இப்போது எங்குதான் நன்றாக இருக் கிறது? வேறெங்காவது சென்று பஞ்சம் பிழைக்கப் போக வேண்டும்போல்தான் எல்லா இடங்களிலும் இருக்கிறதென்று நினைத்தவன் மேரியிடம் கேட்டான்:

"இதெ மேஞ்சா என்னா? ஈரம்பட்டு, ஓதம்காத்து செவுரு வீந்திடுமாட்டம் இருக்கு."

"எடச்சிவெடச்சி நின்னா தாங்குறதுக்கு யாரு இருக்கா?"

"என்னா அப்பிடிச் சொல்ற?"

"நீ ஒண்ணும் பேச வாண்டாம். எட்டப் போ."

குதிருக்கு அடுத்திருக்கும் சுவர்ப் பகுதி மழையில் மக்கியும், காற்றில் அங்கங்கு தூக்கிக் கொண்டும் நின்றது. மழைக் காலத்தில் சுவர் விழுந்துவிடும். கூரையை மேய்ந்தால் குடி இருக்கலாம். இல்லை என்றால் வீட்டில் ஏனத்தை வைத்துக்கொண்டு ஏற்றம் இறைக்க வேண்டிவரும். இதில் ஆட்டுக்குட்டி கட்டுவதற்குச் சிறிது தடுத்திருந்தார்கள். எல்லாம் மாறித்தான் போச்சு என்று அலுப்புடன் எண்ணிக்கொண்டு எழுந்தான்:

"செரி. நான் தொரப்பாட்டுக்குப் போறன்."

"செரி."

தெருவில் வந்து நின்று திரவியராஜ் நடந்து போவதையே மேரி வெறித்துப் பார்த்துக்கொண்டு நின்றாள். பொலபொலவென்று நீர் கன்னத்தில் உருண்டது.

அவளுக்கு வியப்பாக இருந்தது. பிறகு சிரித்தாள். சிரித்ததற்காகப் பின் அழுதாள். முகம் வீங்கிப்போயிற்று.

மீண்டும் மேரி கிழிசல் தைக்கத் தொடங்கினாள். சேலை ஒன்றைத் தைக்கும்போது ஊசி விரலில் இறங்கிவிட்டது. மெல்லிய சேலை. விரலை வாயில் வைத்துச் சூப்பி விட்டு மீண்டும் தைத்தாள். நுனி விரல், விண்விண் என்று வலிகண்டுவிட்டது. இதைத் தைத்தால், கால்படி அரைப்படி என்று தானியமோ, மிளகாய், புளி, பருப்பு என்று குழம்பிற்கோ கிடைக்குமென்று தொடர்ந்து தைத்தாள். இடுப்பை வலி வெட்டியிழுத்தது. கால்கள் மரத்துப்போயின.

திரவியராஜ் போன பிறகும் அவனைப்பற்றிய நினைவே அவள் மனதில் ஓடிக்கொண்டிருந்தது.

திரவியராஜ் எவ்வளவு பெரிய ஆளாக இருக்கிறான், மீசை, தாடியென்று. குச்சிபோல எப்போதும் ஆரோக்கியத்தின் கொசுவச் சேலையைப் பிடித்துக்கொண்டு கிடந்தவன். எத்தனை கட்டினாலும் அவன் இடுப்பில் ஒன்றும் தரிக்காது. கழுதையின்மேல் உட்கார்ந்துகொண்டு பண்ணாததெல்லாம் பண்ணுவான். மேரிக்கும் அவனுக்கும் எல்லாவற்றிலுமே போட்டிதான் வரும். ஆரோக்கியத்தின் கொசுவச் சேலையைப் பிடிப்பதிலிருந்து, ராத்திரியில் ஆரோக்கியத்துடன் தூங்குவதுவரை போட்டிதான். சண்டைதான். அடிபிடிதான். அழுகைதான்.

மேரி அவனைப் பார்த்தவுடன் திகைத்துவிட்டாள். முதலில் ஆச்சரியம்தான் உண்டாயிற்று. அவன் பேசப்பேச, கிட்ட வரவர, மாராப்பையும் இடுப்புச் சேலையையும் சரி செய்வதும் கவனிப்பதுமாகவே இருந்துவிட்டாள். ஊளை ஒழுகிக்கொண்டு திரிந்த பயல்தான் என்று அவளால் நம்பவே முடியவில்லை. மேரி பெரியமனுஷியானதற்கும், ஜோசப் கல்யாணத்திற்கும் தெரசாதான் வந்திருந்தாள். அப்போதெல்லாம் அவள் மேரியைக் கேலிசெய்து, கேள்வி கேட்டுக்கொண்டே இருந்தாள்:

''ஏண்டி, என் ஆச மருமவள, நீ எப்படி எனக்குப் பேரப்புள்ளெயப் பெத்துத் தருவ?''

''ஓ''

''வெக்கத்தப் பாரு வெக்கத்த. சீக்கிரம் முடிச்சுக்கடி. பெறவு என்னெக் குத்தம் சொல்லப்பிடாது பாத்துக்க. இப்பவே நீ, நான்னு குட்டிவோ போட்டி போடுறாளுவோ.''

''உம் மவன யாரு கட்டிக்குவா? கருவக்கட்ட, அடுப்புக்கரி.''

''இப்ப அப்பிடித்தான்டி சொல்லுவ!''

''ஆயா... ஹுக்கும். வேற ஆளப் பாரு.''

''அவ குலுக்கிக்கிட்டு ஓடுறதப் பாரன்.''

''கருவக்கட்ட, அடுப்புக்கரி.''

தெரசா எப்போது வந்தாலும் இப்படியேதான் பேசுவாள். மேரிக்குக் கோபம், அழுகை வரும். ஆரோக்கியமும் சிரிப்பதைக் கண்டு மேலும் கத்தி அழுவாள். திரவியராஜ் சின்னப் பையனாக இங்கு இருந்தபோது வேறு விதமாகப் பேசுவாள்.

''இப்பவே எம்மவன மசக்கிக் கைக்குள்ள போட்டுக்கிட்டியாடி?''

''இங்க பாரும்மா?''

''ஆமான்னு சொல்லு'' என்பாள் ஆரோக்கியம்.

''உனக்கு சூடுமில்ல சொரணையுமில்ல.''

மேரி சட்டென்றுத் தைப்பதை நிறுத்திவிட்டு அழ ஆரம்பித்தாள்.

உச்சிவெயில் பொழுது. நடைபாதையைச் சுற்றியுள்ள பகுதிகளில் நிலையில்லாமல் பார்வையைச் சுழற்றியவாறு மௌனமாகத் திரவியராஜ் நடந்தான். பாதை ஒன்றும் அவனுக்குப் புதியதில்லை. தோளின்மேல் போட்டிருந்த துண்டை எடுத்துத் தலைப்பாகையாகக் கட்டிக்கொண்டான். இதே பாதையில் அவன் சில வருடங்களுக்குமுன் நடந்திருக்கிறான். தினமும், ஒரே நாளில் பல தவணையும் நடந்திருக்கிறான். ஒரே மூச்சில் ஓட்டமாகவும் ஓடியிருக்கிறான்.

இதே கருவேல முள் ஒழுங்கில் அவன் தினமும் நடந்திருக்கிறான். கழுதையின்மேல் ஊர்வலம் போயிருக்கிறான். இங்குள்ள மனிதர்கள், ஓடை, வண்ணான் குட்டை, குளம், கோவில், வீடுகள், காடுகரைகள் எல்லாம் திரவியராஜுக்குத் தெரிந்ததுதான். அவனுக்குத் தெரியாதது என்ன? அவன் இங்கு இருந்தபோது கிழடுகளாக இருந்தவர்கள் வேண்டுமானால் இப்போது இல்லாமல் இருக்கலாம். ஒவ்வொரு குடும்பத்தைப் பற்றியும், அதில் சார்ந்திருக்கும் மனிதர்களின் தரத்தைப்பற்றியும் வெளுப்புக்கு விழும் துணிகளை வைத்தே கணக்கிடத் தெரியும். இதை முழு அளவில் ஆரோக்கியம்தான் அறிந்தவள். அவளுக்கு எப்படியோ எல்லாமும் தெரிந்துவிடும்.

ஊரைக் கடந்து தொரப்பாட்டுக்குப் போகும் பாதையில் இறங்கி நடந்தான். ஒரு கல்லை எடுத்துத் தன் முன்னே நீண்டு செல்லும் பாதையில் விட்டெறிந்தான். தனக்குத் தானே சிரித்துக்கொண்டான். மீண்டும்மீண்டும் தனக்கு முன்னே சிறு கற்களை எடுத்து விட்டெறிந்தபடியே நடந்தான்.

மாட்டு வண்டிகள் போகுமளவிற்கு மட்டுமே இருக்கும் பாதை. அது குண்டுங் குழியுமாக வளைந்து, நெளிந்து பாம்பு சென்ற தடம்போல் இருக்கிறது. இப்படியே போனால் ஓடை. பிறகு வயல்கள். அதைத் தாண்டிப் போனால் வானம் பார்த்த மொட்டாந்தரை பூமி. அடுத்து ஆதனூர் ஓடை. அந்த ஊருக்கான வீடுகள். அப்புறம், புலிவலம், கீழ்ச்செறுவாய், திட்டக்குடி என்று தொடர்ந்து போய்க்கொண்டிருக்கும்.

இரு மருங்கிலும் பனைமரங்களும், ஈச்ச மரங்களும் வரிசைகட்டி நிறைந்து நின்றன. ஈச்சம் புற்று, சோத்துக் கத்தாழை, அரளிச்செடி, தும்பை, ஆவாரம், கருவேல மரமென்று கயிறு திரித்ததுபோல் ஒன்றாகப் பின்னிப் பிணைந்து கிடக்கின்றன. அவற்றிடையே சிறு பூச்சிகள், இருட்சாயல் நிறத்துடன் வண்டுகள் ''ங்ங்ங்'' என்ற இசை அதிர்வுடைய ஓசையுடன் திரிகின்றன.

இந்த அடர்ந்து படர்ந்து புதராகக் கிடக்கும் அடைப்பில்தான் செங்கம் பழம், ஈச்சம் பழம், களாக்காய் எல்லாம் ஜோசப்புடன், மேரியுடன் பறித்துத் தின்றிருக்கிறான். ஜோசப் நன்றாக மரம் ஏறுவான். நாவல் பழம், இலந்தைப் பழம், நுனாப் பழம், நுங்கு எல்லாம் மரமேறிப் பறித்துப் போடுவான். அப்போதெல்லாம் ஆரோக்கியம் ஓயாமல் திட்டிக் கத்துவாள்.

''மரம் ஏறாதடா ஜோசப்''

''ஈச்சம் புத்துல நல்ல பாம்பு இருக்கும்டா!''

''எருக்கஞ் செடியில கொளவி கூடு கட்டிக்கிட்டு இருக்குமே.''

''அரளிச் செடியில பச்சரிசிப் பாம்பு பச்சப்பசேல்ன்னு இருந்து கண்ணப் பாத்துக் கொத்துமே. நான் என்னா பண்ணுவன்?''

''ஜோசப்பு.''

''இந்தப் பய எப்பிடித்தான் கஞ்சிக்கிக் கதம் பாடுற என் வவுத்துல வந்து பொறந்தானோ?''

''இந்தப் பொறப்பு ஒரு பொறப்பா? கடவுள் என் வவுத்துல படியளந்துட்டான்.''

கழுதையிலிருந்து துணி மூட்டைகளை இறக்கியவுடன் கழுதையை மேய்க்கப் போகிறோமென்று அதை ஓட்டிக்கொண்டு ஓடைக்கரைமேல் நடப்பார்கள். கழுதையை ஒரு இடத்தில் விட்டுவிடுவார்கள். அது விட்ட இடத்திலேயே கட்டிவிட்டதுபோல் மேய்ந்துகொண்டு நிற்கும்.

கழுதையை விட்டுவிட்டுக் கிளம்பியவர்கள், சாயங்காலம் துணிகளைக் கட்டி, தயாராகும்வரை தொரப்பாட்டுப் பக்கம் என்ன ஏதென்றுகூட எட்டிப் பார்க்க மாட்டார்கள். மரம் மரமாக, காடு காடாக வண்டுகள்போல் சுற்றித் திரிவார்கள். நுனாப் பழம் தின்றால் கறுப்புக்கறுப்பாக, அட்டைக் கருப்பென்று பீ வரும். நுங்கு தின்றால் கடுப்புக் கண்டவர்களுக்கு வருவதுபோல் வரும். வயிற்றை அரிந்துஅரிந்து எடுக்கும். மேரி தான் மடி கட்டிக்கொண்டு பழம் பொறுக்குவாள். அவளுக்கு முள்ளே குத்தாது. ஒரு வாங்கை அரைஞாண் கயிற்றில் செருகிக்கொண்டு சாணான் போல் தாவித்தாவி மரம் ஏறும் ஜோசப்புக்குச் சிராய்ப்புண்டாகாது, ஆனால் தொரப்பாட்டிலிருந்து தொடர்ந்து ஆரோக்கியம் கத்திக்கொண்டே இருப்பாள்:

''அடேய் ஜோசப்பு!...''

''ஏ, தெரவியம்...''

''ஏ குட்டி, மேரி...''

''எங்க போய்த் தொலஞ்சதுங்களோ பீடெங்க. ஒண்ணுகூட ஓங்க மாட்டேங்கீது பாரன்'' என்று திட்டுவாள். பிறகு, ''ஏசுவே, கர்த்தாவே'' என்பாள்.

முன்பு புறம்போக்காக ஆடு, மாடுகள் மேய்ந்துகொண்டிருந்த நிலங்கள் இப்போது பயிராகி நிற்கின்றன. எல்லாம் பம்புசெட், கரண்ட் மோட்டார்கள். திரவியராஜ் இங்கிருந்தபோது கவலை, ஏற்றம், மிஞ்சினால் எஞ்சின்தான். கவலை இறைத்துக்கொண்டு பாடும் அந்தப் பாட்டும், ஏற்றத்தில் தாளம் தவறாமல் நடந்து ஏழு, எட்டுக் குரல்கள் ஒத்திசைவாக இணைந்து மொத்தத்தில் கட்டையாக வரும் அந்தப் பாட்டும் எவ்வளவு அருமையானது! இப்போது கவலை, ஏற்றமே இல்லை என்றாகிவிட்டது. எஞ்சின், மோட்டார். கரண்டுக் கம்பிகள் ஊரைச் சுற்றித் தெருக்கள் இருப்பதுபோல் பின்னல்பின்னலாகக் கம்பிகள் எல்லா நிலங்களிலும் இருந்தன. களர் நிலத்தில் சவுக்குத் தோப்பு உண்டாக்கியிருந்தார்கள். சவுக்குத் தோப்புகள்தான் அதிகம். யூகலிப்டசும் போட்டிருந்தார்கள். சவக்குழியில் நட்டுவைத்ததுபோல் விதவிதமான மரங்கள் நின்றன.

திரவியராஜ் வேஷ்டியை மடித்துக் கட்டிக்கொண்டு வண்டிப்பாதையை விட்டுக் கொடிப்பாதையில் இறங்கி நடந்தான்.

ஆடு மாடு மேய்க்கும் சிறுவர்கள், கிழவர்கள் வெயிலுக்குப் பயந்துகொண்டு மரத்தினடியில் அடைந்து கிடந்தனர். பாம்புத் தடம்போல் வளைந்துவளைந்து, அடர்த்தியாகப் படர்ந்திருக்கும் காட்டுச் செடிகளிடையே, முடிவற்று நீண்டு தேய்ந்து கிடந்தது பாதை.

மழைக்காலமாக இருந்தாலும் இதே பாதையில்தான் நடந்தாக வேண்டும். முழங்கால்வரை சேறும் சகதியுமாக இருக்கும். இருட்டிவிட்டால் பாம்பு பூச்சிகளுக்குப் பயந்துகொண்டு குடித்தனக்காரர்கள் வர மாட்டார்கள். ஆனால் ஆரோக்கியத்திற்கு நேரம் காலம் கிடையாது. எப்போது வேண்டுமானாலும் இதில் நடப்பாள். அவளுக்கு ஒன்றும் ஆனதில்லை. மனிதர்கள் அதிக காலத்தைத் தூக்கத்தில் கழிப்பதுபோல் அவள் அதிக நேரத்தை இப்பாதையில்தான் செலவிட்டிருக்கிறாள். வெயில் அடிப்பதைப் பார்த்தால் இன்று மழை வரலாம் போல்தான் இருக்கிறது. ஒரே வெக்கை. உருக்கமாக இருக்கிறது. தொடர்ந்து வானம் இப்படியேதான் இருந்துவருகிறது. கழுவி வைத்த

வெண்கலப் பானைபோல் சுத்தமாகவும் உப்புப் பாத்திகள்போல் வெள்ளையாகவும் இருக்கிறது.

வண்ணான் குட்டை கண்ணில் படவே வேகமாக, கிளர்ச்சியான நடையை எட்டிப் போட்டான். ஓடைக்கரை சுற்றிச் செம்மறி ஆடுகள் செறுமிச்செறுமி, ஊளையை ஒழுக விட்டு மேய்ந்துகொண்டிருந்தன. வேப்பமரத்தின் நிழலில் ஒரு சின்னப் பயல் பசு மாட்டுக்கு உண்ணி பிடுங்கிக்கொண்டிருந்தான். திரவியராஜ்கூட ஜோசப், மேரியுடன் சேர்ந்து கழுதைக்கு உண்ணி பிடுங்கியிருக்கிறான். இவன் எப்போதும் காதுப் பக்கம் தான் உண்ணி பொறுக்குவான். உண்ணியைக் கல்லில் வைத்து நசுக்கி, முகர்ந்து பார்த்து விட்டு, கறுப்பாக இருக்கும் ரத்தத்தை ஒருவர்மேல் ஒருவர் பூச முயன்று சண்டை போட்டிருக்கிறார்கள். இதை எண்ணியதும் சிரிப்பு வந்தது அவனுக்கு. இரவில் கண்ட கனவையெண்ணிப் பகலில் பிறரிடம் கூறுகையில் ஏற்படும் கூச்சம் நிறைந்த சிரிப்பாகச் சிரித்தான்.

அவன் தூரத்தில் வரும்போதே நன்றாகத் தெரிந்தது துணி அடிப்பது ஆரோக்கியம் தான் என்று. கல்லில் துணியை அடிக்கும் சத்தம் மாறிமாறி அடுக்கொலியாகத் தொடர்ந்து கேட்கிறது. ஆரோக்கியம் துணி அடித்தாலே ஒருவித எதிரலை இசை கேட்கும். ஓடையின் இரு மருங்கிலும் அடர்ந்து நிற்கும் புதர்க்காடு அதை எதிரொலித்துக்கொண்டே இருக்கும். ஒரு அடியின் ஓசை அடங்கும்முன், முந்தைய அடியின் எதிரொலி கேட்கும்.

ஓடையின் சுடும் பொடி மணலில் இறங்கி நடந்தான். காலையே பொசுக்கிவிடு மளவுக்குச் சுட்டது. இப்போது வானத்தில் ஒரு மேகம்கூடக் கிடையாது. ஓடை வறண்டு கிடக்கிறது. அவனுக்கு அதிசயமாக இருந்தது. வண்ணான் குட்டையில் மட்டும் கொஞ்சமாக நீர் இருக்க வேண்டும்.

ஒவ்வொரு வருஷத்தின்போதும் அவ்விடத்தில் கோடைக் காலத்தில் சவுரி பெரிய குட்டையாகப் போடுவான். மழை வந்துவிட்டால் மீண்டும்மீண்டும் குட்டை போட வேண்டிவரும். கோடையில், அதுவும் வண்ணான் குட்டை என்கிற இந்தத் தொரப் பாட்டில் மட்டும்தான் நீர் இருக்கும். சித்திரை, வைகாசியிலும் நீர் அழிந்துவிடாது. ஆடு, மாடுகள் தாகத்திற்குத் தண்ணீருக்கு இங்குதான் வந்தாக வேண்டும். ஆடு, மாடுகளை மேய்ப்பவர்களும் கலங்கியிருக்கும் இந்தத் தண்ணீரைத்தான் உயிர் போவது மாதிரி கவிழ்ந்து முட்டி போட்டுக் குடிப்பார்கள். மூச்சு வாங்கி மூச்சு வாங்கி, மீண்டும்மீண்டும் குடிப்பார்கள். மறுபக்கம் ஆடு மாடுகள் குடித்துக்கொண்டிருக்கும்.

கல்லில் அறைய மேலே தூக்கிய சேலைத் துணியை அப்படியே போட்டுவிட்டு வந்து ஆரோக்கியம் திரவியராஜைக் கட்டிப்பிடித்து முத்தமிட்டாள். தன் குறைகளையெல்லாம் சொல்லிச் சிணுங்கி அழ ஆரம்பித்தாள்.

''இப்பத்தான் வய்யி தெரிஞ்சுதா?''

''அதெல்லாமில்ல!''

''மனுச மக்க, சாதி சனமின்னு எட்டிக்கூடப் பாக்க மாட்டன்னிட்டியே.''

''...''

''அம்மா எப்பிடி இருக்கு?''

''இருக்கு!''

''ஏன் அப்படிச் சொல்ற?''

''இன்னம் பத்து நாளுல தெரிஞ்சுடும். உசுரோட இருக்கறப்பவே மொவத்த வந்து பாப்பீங்கன்னு வந்தன்.''

''அட அந்தோணியாரே, நெசமா?''

''ம்''

''இதென்ன அபாண்டமா இருக்கு, ஏசுவே.''

ஆரோக்கியம் மீண்டும் அழ ஆரம்பித்தாள். இருவரும் ஓடைக்கரையில் நிற்கும் வெளிர் நிறமுடைய நொச்சியின் மர நிழலில் வந்து உட்கார்ந்தனர். துணியை முறுக்கிப் போட்டுக்கொண்டிருந்த பீட்டரும் வந்து உட்கார்ந்தான்.

''அங்கெல்லாம் பொயப்பு எப்பிடி?''

''காலம் ஓடுது.''

''ஏன்?''

''இங்கமாரிதான் அங்கேயும் குடுத்தனக்காரங்க. எங்க இருந்தாலும் நாம்ப உடம்பு ஒழச்சாத்தான உண்டு.''

''அதுவுஞ் சரிதான். நம்ப லிபி அப்பிடி.''

ஆரோக்கியம் தொடர்ந்து தெரசாபற்றிக் கேட்டுக்கொண்டே இருந்தாள். இடையிடையே அழுதாள். ஆரோக்கியத்துடன் சின்ன வயதில் தெரசா எப்படியெல்லாம் இருந்தாள் என்பதையெல்லாம் நேற்று நடந்ததுபோல் விவரித்தாள். இன்னும் பத்து நாளுக்குள் செத்துவிடுவாள் என்று அவளால் நம்ப முடியவில்லை. வெகு நேரம்வரை பேசிக்கொண்டிருந்துவிட்டு, நீருக்குள் இறங்கினர். ஆரோக்கியம் அடிக்காமல் வைத்திருந்த பாக்கித் துணிகளைத் திரவியராஜ் தூக்கி அடிக்க ஆரம்பித்தான்.

''வாண்டாம். நீ ஊட்டுக்குப் போ. நான் செத்த நேரத்துக்குள்ள வந்துருவன்.''

''வுடுன்னா வுடணும்.''

''நீ போயி நெயல்ல குந்து.''

''வுடு!''

''கடவுளே, அந்தோணியாரே.''

திரவியராஜுடன் பீட்டர் துணி அடித்துப் போடப்போட, அலசிக் காய வைத்தாள் ஆரோக்கியம். நான்கு மொடாக்கள் இருந்தன. கழுத்தை உடைத்துவிட்டிருந்தார்கள். மூன்றில் உவ மண்ணும், மற்றொன்றில் நீலம் கரைத்த நீரும் இருந்தது. உவ மண்ணைக் கொண்டுவந்து மொடாவில் கரைத்து, அதில் ஒவ்வொரு துணியையும் நன்றாக நனைத்து, ஊறவைத்து எடுத்து முறுக்கிமுறுக்கி ஆரோக்கியம் மணலில் போட்டாள். முறுக்கிப் போட்ட துணிகள் ஒன்றின்மேல் ஒன்றாக, குட்டி மலையாக இருந்தன. வெள்ளைத் துணிகளை அடித்து நீலம் போட்டு முன்பே காய வைத்திருந்தாள்.

சவுரிதான் வாரத்திற்கு ஒரு முறை செறுநெசலூர் சென்று சிமிட்டிச் சாக்கு நிறைய உவ மண் கொண்டுவருவான், அந்த ஊரைத் தாண்டிப் போனால் பெரிய கட்டாஞ்சிக் காடு வரும். அங்குதான் இந்த உவ மண் இருக்கிறது. முன்பு, சவுரி கழுதையின்மேல் கொண்டுவருவான். ஒரு மாதம்வரை வெளுப்புக்கு வரும். வாயில் போட்டால் உப்புக் கரிப்பதுபோல் கரிக்கும் அந்த மண். அதை நீரில் கொட்டிக் கரைத்து, அதில் துணியைப் போட்டு ஊறவைத்து எடுத்தால் நீரில் உப்புக் கரைத்ததுபோல் அழுக்குப் போன இடம் தெரியாது. பிறகுதான் அடித்துத் துவைப்பார்கள்.

''வந்ததும் வராததுமா துணி அடிக்கிற?''

''என்னாது? வேத்தாளு மாதிரி. அங்கென்ன கவர்மண்டான் வேலயா செஞ்சன்?''

''ஊட்டுக்குப் போனியா?''

''போனன்.''

''அந்தப் பொண்ணப் பாத்தியா?''

வீட்டுக்குப் போனது, திரும்பி வந்தது, மேரியுடன் பேசிக்கொண்டிருந்தது எல்லாம் நீட்டி, மடக்கி ஒரு நாடகம்போல் திரவியராஜ் சொன்னபோது ஆரோக்கியம் மௌனமாகப் பேசாதிருந்துவிட்டாள். பெரிதாக அழ வேண்டும்போல் அவளுக்கு இருந்தது.

தண்ணீர் ஒன்றும் அதிகமில்லை. மழையில் தேங்கி நிற்பதுபோலச் சிறிது நீர், அவ்வளவுதான். சவுரி குட்டையை வேலை செய்து நாளாகி இருக்க வேண்டும். இந்த இடத்தில் வேண்டுமென்றே அமைத்ததுபோல் முட்டுமுட்டாகப் பாறைகள். பலகையாகவும் கூராகவும். இந்த இடத்தைக் கண்டுபிடித்தது சவுரியின் அப்பனா, அல்லது அவன் அப்பனா என்று தெரியாது. இதே இடத்தில் அதுவும் இதே பலகையான கல்லில்தான் இது காலம்வரை துணியை வெளுத்துவந்திருக்கிறார்கள். நான்கு ஐந்து தலைமுறையாக இந்தக் கல் பயன்பட்டுவருகிறது. அடுத்தடுத்துத் தொடரும் மணி ஒலியென மனிதர்கள் மட்டும் மாறிவிட்டார்கள்.

ஓடையின் இருமருங்கிலும் அதிகமாக அரளிச் செடிகள்தான் அடர்த்தியாக வளர்ந்து நிற்கின்றன. அவை மஞ்சளாகப் பூப் பூக்கும். பனைமரங்கள், தாழம் புதர், நாவல் மரம், கொடிகள், செடிகள் என்று அடர்ந்திருக்கிறது. வெள்ளம் வரும்போது பாதி மரங்கள் நீரில் மறைந்துவிடும். மறைந்திருக்கும் மரங்களின் பெயரை வைத்தே எத்தனை ஆள் ஆழம் நீர் போகிறதென்று ஆரோக்கியம் கணக்கிட்டுச் சொல்வாள்.

''ஆரோக்கியத்துக்கென்னடியம்மா? பூசக்கார வெள்ளாச்சியாட்டம். காடு, கரென்னு திரிஞ்சா உடம்பு இருக்குமா? கல்லுக் குண்டாட்டம் இருக்கு பாரு. அஞ்சி காணி நஞ்ச பிஞ்ச இருந்து என்னத்துக்கு? நம்பளப் பாரன், சக்கிலிச்சியாட்டம்.''

''காடு வெளயிலன்னு கவலயா? மய வல்லியேன்னு கவலயா, சொல்லு பாப்பம். அவளுக்கென்ன, நம்ப பறத் தெருச் சோறே அவ சோறு. உடம்பு இருக்காதா பின்ன?''

முன்பு ஆரோக்கியத்தைப் பார்த்து ஊரில் இப்படித்தான் பெண்கள் பேசிக்கொள் வார்கள். ஆனால் இன்று அடையாளமே தெரியாத அளவுக்கு ஆரோக்கியம் இளைத்து மாறிவிட்டாள் என்று திரவியராஜ் நினைத்தான்.

ஆரோக்கியத்தின் உடம்பில் பாதிதான் சவுரிக்கு. காற்றில் பறப்பதுபோல் வெலவெலவென்று இருப்பான். இதில் கூன் வேறு விழுந்துவிட்டது. ஆரோக்கியம் நடந்து சென்றால் கம்பீரமான ஆண் ஒருவனின் நடைபோல் இருக்கும் குடித்தனக்காரர்களிடம் தவசம், பொருள் கேட்க ஆரோக்கியம்தான் போக வேண்டும். அவளுக்குத்தான் குடித்தனக்காரர்களும் பயப்படுவார்கள். சவுரி ஒப்புக்குச் சப்பாணி. இப்போது கன்னம் ஒட்டி, எலும்பு துருத்திக்கொண்டு நிற்கிறது ஆரோக்கியத்துக்கு. அவள் துணி அடிப்பதே புது தினுசாக இருக்கும். ஒவ்வொரு அடிக்கும் 'ஆசு, ஆசு, ஆசு...' என்று குரல் கொடுப்பாள். ஒலி திரண்டெழுந்து ஓடை முழுக்கப் பரவிப் புதர்களில் எதிரொலிக்கும்.

ஆரோக்கியத்திற்கு வித்தியாசம் பார்க்கத் தெரியாது. சொந்தம், அந்நியம் என்றெல்லாம் கிடையாது. எதிலுமே நிறையக் கொடுத்துத்தான் பழக்கம். குறைவாக வாங்கவும் மாட்டாள். ஊரில் தினமும் ஏதாவதொரு வீட்டில் விசேஷம் நடந்துகொண்டுதான் இருக்கும். அப்போது தின்பதற்குக் கிடைக்கும். பொழுது இரண்டானாலும் கிடைத்தவற்றை வைத்திருந்து வீட்டில் எல்லாருக்கும் கொடுப்பாள். அவளுக்கு நிறையத் தின்ன வேண்டும். இன்றைக்கு, நாளைக்கு என்பதெல்லாம் அவளிடமில்லை, வயிறு நிறைய வேண்டும். எல்லாரும் சிரிப்பும் பாட்டுமாக

இருக்க வேண்டும். அவள்முன் யாராவது அழுதால் இவளும் சேர்ந்துகொண்டு உயிர்போவதுபோல் அழுவாள். உடலின் ஒரு பகுதியில் அடிபட்டதுபோல் துடிப்பாள். மறு வினாடியே குழந்தையைப்போல் மறந்தும்விடுவாள்.

துணிகள் அடித்து முடிந்ததும் நிழலில் சற்று நேரம் உட்கார்ந்திருந்துவிட்டு, காய்ந்த துணிகளை அந்தந்த வீட்டுத் துணி, பிறகு மொத்தமாக அந்தந்தத் தெருத் துணி என்று ஆரோக்கியம் மூட்டை கட்டினாள். பிறகு நான்கு மொடாக்களையும் ஆடு, மாடு மேய்க்கும் சிறுவர்கள் கண்ணில் படாமல் அடைப்பில் மறைத்துவைத்தாள்.

பீட்டர் அடைப்பில் கட்டிப் போட்டு வட்டவட்டமாக மேய விட்டிருந்த ஆடுகளை அவிழ்த்து வீட்டுக்கு விட்டான். பிறகு தலையில் ஒரு சின்ன மூட்டையைத் தூக்கிக்கொண்டு முன்னே கிளம்பினான். திரவியராஜ் முதுகில் ஒன்றின்மேல் ஒன்றாக மூன்று மூட்டைகளை வைத்துவிட்டு ஆரோக்கியம் தானும் ஒரு மூட்டையைத் தூக்கிக்கொண்டு ஒருவர்பின் ஒருவர் நிழலாக வீட்டை நோக்கி நடக்க ஆரம்பித்தார்கள்.

ஆரோக்கியம் எவ்வளவு சொல்லியும் கேட்காமல், ஊருக்குக் கிளம்பிவிட்டான் திரவியராஜ்.

தெரசாவிற்குத் திரவியராஜ் பிறந்தபோது, அழுக்கு கீழே இறங்காமல் வயிற்றிலேயே தங்கிவிட்டது. அது நாளடைவில் கட்டியாக உருவெடுத்துத் தினமும் வலி கொடுத்துவந்தது. பெரிய கட்டியாகி மயிர்கூட அதன்மேல் முளைத்துவிட்டதாம். இப்போது நிலைமை மோசமாகி சாகும் நிலைமைக்கு வந்துவிட்டதென்று ஆரோக்கியம் கூறினாள்.

இதையெல்லாம் கேட்டுக்கொண்டிருந்த சவுரி கேட்டான்:

''கதயாடி கேட்டேன் உன்ன?''

''அதெல்லாம் கெடக்கட்டும். நீ நாளக்கிப் போயிப் பார்த்துட்டு வந்துடு, பாவம்.''

''பாப்பம், அந்தப் புள்ளெக்கி என்னாச்சி?''

''எந்தப் புள்ளெக்கி?''

''உம் மவளுக்கு.''

ஆரோக்கியமும் சவுரியும் தொடர்ந்து தெரசாபற்றியும், திரவியராஜ்பற்றியும் ராச் சோறு எடுக்கப் போகும்வரை பேசிக்கொண்டிருந்தனர். மேரிபற்றி சவுரி கேட்டதற்கு ஆரோக்கியம் ஏதும் கூறவில்லை.

7

ஆரோக்கியம் ஊர்த் தெருவில் இருக்கும் செட்டியாரின் மளிகைக் கடைக்குப் போகும்போது பொழுதுசாய்ந்துவிட்டது. அப்போதுதான் தொரப்பாட்டிலிருந்து வந்திருந்தாள். அவளுக்குத் தலையைக் குடைந்துகொண்டிருந்தது. இதற்குக் காரமாக ரசம் வைத்துக் குடித்தால்தான் சரியாகுமென்று பூண்டு, மிளகு வாங்குவதற்காக ஒரு புட்டியில் வரகைப் போட்டு எடுத்துக்கொண்டு கிளம்பினாள்.

நேற்றிலிருந்தே ஆரோக்கியத்திற்கு உடம்பு சரியில்லாமல் போய்விட்டது. நேற்று தெரசா இறந்துபோனதற்கு மாரில் அடித்துக்கொண்டு தெருவெங்கும் புரண்டு அழுததுதான் காரணம். சவுரியை விட்டுவிட்டு ஆரோக்கியம் மட்டும் நேற்றிரவே

வந்துவிட்டாள். சவுரி, விடியவிடிய இன்று வந்துசேர்ந்தான். ஆரோக்கியம் திரவியராஜ் நினைவாகவே இருந்தாள். இன்று தொரப்பாட்டில் அவன் பேச்சுத்தான் பேசினாள்.

பூண்டும் மிளகும் வாங்கிக்கொண்டு திரும்பும்போது, ஊரையே மந்திரக்காரன்போல் வசியப்படுத்திவைத்திருக்கும் சலவைக் கடைக்காரன் பெரியசாமியையும் தையல்கார னையும் ஒரு நடை பார்த்துவிட்டுப் போகலாம் என்று எண்ணினாள். சேரிக்குள் வராமல் ஊர்த் தெருவிலேயே நடந்தாள்.

வழியில் எதிர்ப்பட்டவர்களையெல்லாம் விசாரித்தாள். திடீரென்று ஆரோக் கியத்திற்குக் கோபம் உண்டாயிற்று. தன் பிழைப்பில் மண்ணைப் போட்டுவிட்டார் களே என்று வருந்தினாள். இந்த எண்ணம் உண்டானதுமே, திரும்பிவிட்டால் என்ன என்று எண்ணியவள் தொடர்ந்து அவளையறியாமலேயே நடந்தாள்.

இந்தக் குடித்தனக்காரர்களுக்குப் புத்தி ஏன்தான் இப்படியெல்லாம் போகிறதோ! ஊருக்கு ஒரு குடி. அதுவும் வண்ணாரக்குடி. ஊரில் இருக்கிற குடித்தனக்காரர்களை நம்பித்தானே வண்ணான் வீட்டில் அடுப்புப் புகைய வேண்டும். அவர்கள் வயிற்றை வளர்க்க வேண்டும்? தங்களையே நம்பி, தங்களுக்கே கடைசிவரை தொண்டூழியம் செய்யும் கீழ்ச் சாதி வண்ணானை மோசம்செய்ய மனசு எப்படித்தான் வந்ததோ. சனங்க மாறித்தான்விட்டார்கள். ஆரோக்கியம், அவளுக்குத் தெரிந்தவர்கள், அவர்களுக்கு முந்தையவர்கள் எல்லாருமே முறை தவறாமல் இந்த ஊரில், இந்தக் குடித்தனங்களுக்குத்தான் ஊழியம் செய்தார்கள். ஆரோக்கியம் இதுவரை எந்தச் சச்ச ரவையும் ஏற்படுத்தவில்லை. குடித்தனங்களின் வேலைகளில் தாமதம், முடங்கல் ஏது மில்லை. அவர்கள் போடுகிற சோறும், கொடுக்கிற தானியமும்தான் இவர்களுக்கு உயிர்நாடி. அநியாயத்திற்கு எல்லாருமே இப்படியா மாறிப்போவார்கள்! ஆரோக்கியம் என்னவெல்லாமோ நினைத்தாள். பிழைக்கும் பிழைப்பிற்கே ஆபத்து வந்துவிட்டதும், அதனால் உண்டான சிக்கல்களும் கண்களை இறுக்க மூடினாலும் தோன்றும் உருவங் கள்போல் அவள் மனதில் தோன்றி மறைந்து, தோன்றியவாறே இருந்தன. கால்கள் தரையில் ஊன்றிப் பாவவில்லை. பொம்மையின் கால்கள்போலிருந்தன.

எந்த மரத்தின் நிழலில் அவள் ஒதுங்க முடியும்? எந்த மரத்தின் வேரை இறுகப் பிடித்துக்கொள்ள முடியும்? பற்றிப் பிடித்துக்கொள்ள என்ன இருக்கிறது?

தெருவே அவளுக்குச் சொந்தம்.

எதிரில் வந்தவர்களையும், திண்ணையில் அமர்ந்திருந்த கவுண்டர்களையும் உடை யார்களையும் பெண்களையும் ஆரோக்கியம் வலியச் சென்று விசாரித்தாள். குடும்பம், சொந்தம், காட்டில் பயிர்கள் என்பதுபற்றியெல்லாம் தன் விருப்பமாக முன்னும் பின்னுமாக விசாரித்தாள்.

''இங்கொரு வண்ணாத்தி மவ இருக்கிறாங்கறதே மறந்துடுச்சா சாமி?''

''அட அந்தோணியார, இம்பூட்டு எளப்பாயிருக்கீங்களே, உடம்புக்கென்ன? சொவமில்லியா?''

''நல்லது பொல்லதுன்னா சொல்லுங்க சாமி.''

''கரச்சிக்கறதுக்கு ஒண்ணுமில்ல. ரெண்டு பட்ட மொளவாயிருந்தாப் போடுங்க ஆச்சியோவ்.''

''இந்த வண்ணாத்தி மவள மறந்திடாதிங்க சாமி.''

''உங்க பற வண்ணாத்தி சாமி.''

''ஆமாம், ஆமாம் சாமிமாரே.''

''பற வண்ணாத்தி ஆரக்கியம்தான் எசமாங்க.''

''உங்க பறயன் வூட்டு வண்ணாத்தி மவள மறந்திடாதிங்க.''

''ஆமாம் சாமி.''

''ஆண்டமாருங்க நெனவுல வையுங்க.''

''ஆமாங்கோ.''

''பற வண்ணாத்திதான்.''

''ஆரக்கியம்.''

''உங்க காலடியவிட்டு வேறெந்த மண்ணுலபோய் நான் நிப்பன்?''

தெருவை அளந்து ஒவ்வொரு வீட்டையும் புதிதாகப் பார்ப்பதுபோல் புதிய உயிரினமாக வினோதமாகப் பார்த்தாள். கால்கள் தரையில் ஊன்றவில்லை. இரண்டு தெரு தாண்டியும் கண்ணில் ஒன்றும் தென்படவில்லை. பிறரிடம் கேட்கவும் முடியவில்லை. வெயில் நெருப்பின் சுவாலைபோல் கொளுத்துவதைத் தாங்கமுடியாமல், மாராக்கை அவிழ்த்துத் தலையில் விரித்துப் போட்டுக்கொண்டு நடந்தாள். காற்று அனலாக இருந்தது.

பிச்சாண்டவர் கோவிலுக்கு முன்தான் சாயபு கடை வைத்திருந்தான். வெயிலுக்குப் பயந்துகொண்டு கடையை மறைத்துத் திரை தொங்க விட்டிருந்தான். வெளியே தெரிந்த மஞ்சளாக இருந்த கால்கள் மேலும் கீழும் பெடலை அழுத்திக்கொண்டிருந்தன. கடையில் சில நபர்கள் நின்றிருந்தனர். ஆரோக்கியம் அவ்விடத்தை விட்டு சண்டைக்காரிபோல் வேகமாக நடந்தாள். காற்றை எதிர்த்து நடப்பவள்போல் வேகமாக நடந்தாள்.

அடிவயிற்றிலிருந்து எரிச்சலுடன் பொங்கிவந்த அழுகையை மறைத்துக்கொண்டு, எதிர்ப்பட்டவர்களிடம் சில வார்த்தைகள் மட்டுமே பேசியவளாக நடந்தாள். தெருவை மாறிமாறி ஊடறுத்தது அவள் பார்வை. எதற்காக நடக்கிறோம் என்பதே அவளுக்குத் தெரியவில்லை. புத்தி சுவாதீனம் கெட்டவள்போல் கால்கள் இடற மேலே நடந்தாள்.

இந்தத் தையல்கார சாயபு வந்து இரண்டு மாதம் கூட இருக்காது. ஊர்த் தெருவில்தான் வீடும் கடையும் என்றாலும், காலனித் துணிகளையும் தைக்கிறான். பக்கத்துக் கிராமங்களிலிருந்தும் சனங்கள் நிறைய வருகிறார்களாம். மேரிதான் சொன்னாள்.

இதற்கு முன்பு காலனிக்காரர்களின் கிழிப்புத் துணிகளை எல்லாம் ஆரோக்கியம்தான் தைப்பாள். எப்போதும் கிழிசல் தைக்க வந்த துணி மூட்டைகள் பொதிபொதியாக ஆரோக்கியம் வீட்டில் கிடக்கும். அவளால் தைத்து முடியாது. சவுரி துணிகூடப் பிடிக்க மாட்டான். விழுந்துவிழுந்து ஆரோக்கியம்தான் தைப்பாள். தொரப்பாட்டுக்குப் போன நேரம் போக ஆரோக்கியத்திற்குக் கிழிப்புத் தைக்கும் வேலைதான். கிழிசல்களைத் தைத்து,கொண்டுபோய்க் கொடுத்தால். அரைப் படிக்குமேல் தானியமோ, குழம்புச் சாமான்களோ கொடுப்பார்கள். மேரி பெரியமனுஷியான பிறகு நாள் முழுக்க வீட்டில் கிழிசல் தைக்கும் வேலைதான் அவளுக்கு. இதில் கிடைத்த வருமானத் தவசத்தை விற்றுத்தான் மேரிக்கு ஒரு ஆட்டுக்குட்டி பிடித்து விட்டாள் ஆரோக்கியம். அந்த ஆடு இப்போது, போன மாதம்தான் இரண்டு குட்டி போட்டது. இப்போதெல்லாம் சுத்தமாகக் கிழிசல்களைத் தைக்க யாரும் துணிகளைக் கொண்டுவருவதில்லை. மேரிதான் புலம்பிக்கொண்டிருந்தாள். 'டார்னு' கிழிந்துபோயிருக்கும் துணிகளைக்கூடக் கண்மூடித் திறப்பதற்குள் தைத்துவிடுகிறான் சாயபு. முன்பெல்லாம் துணியை மிஷினில் தைக்க வேண்டுமென்றால் குடித்தனக்காரர்கள் திட்டக்குடி, சின்னசேலம் என்றுதான் போக வேண்டும்.

சந்தும்பொந்துமாக இருக்கிற தெருக்களைத் தாண்டி வந்து சலவைக் கடைக்காரன் பெரியசாமி வீட்டையும் ஆரோக்கியம் பார்த்தாள். பித்த மயக்கம்போல் தலைசுற் றியது. பிறகு மடமடவென்று வீட்டிற்கு நடந்தாள். மனதிற்குள் ஒரே இருள் புகுந்து கொண்டது.

காலனிக்கும் ஊர்த் தெருவுக்கும் இடையில் ஒரு புறம்போக்குத் தரிசு நிலத்தில் பெரியசாமியின் வீடு புதிதாகக் கட்டியிருந்தது. ஆள் யாரையும் காணவில்லை. தாழ் வாரத்தின்முன் கீற்றால் பந்தல் போட்டிருந்தது. பெரிய பெஞ்சு, அதன்மேல் இரண்டு, மூன்று போர்வைகள், அதன்மேல் கைப்பிடியுடன் ஒரு இரும்புப் பெட்டி.

''இதுக்கெல்லாம் காரணம், அஞ்சாம் கிளாஸ்வரை இருந்த பள்ளிகூடம், இப்ப பெரிய பள்ளிக்கூடமா மாறிப்பூடுச்சாம். வாத்தியாரெல்லாம் பேண்டு மாட்டிக்கிட்டுல்ல இப்பலாம் வறாங்க. பொம்மனாட்டிகூட உண்டாம். மின்னமாரி இல்ல'' என்று மேரிதான் ஊர் விஷயங்களையெல்லாம் ஆரோக்கியத்திடம் சொன்னாள்.

இந்தத் தையல் கடைக்காரனாவது பரவாயில்லை. சலவைக்கடை பெரிய சாமியால்தான் ஆரோக்கியத்துக்கு ஆட்டம் கண்டுவிட்டது. அவனை நினைத்தாலே உருட்டிவிட்ட கல்போல் அவளுக்குள் ஏதோ கடகடவென்று அதிர்ந்து ஓடுகிறது.

பெரியசாமி சலவைக்கடை வைத்து இரண்டு மூன்று மாதம்கூட இருக்காது. அதற்குள் நிலைமை பெருமளவுக்கு மோசமாகிவிட்டது. காலனி, ஊர்த் தெருத் துணி இரண்டுமே இவனிடம் வந்துவிடுகிறது. ஊர்த் தெருவில்கூட கிழடுகள் மட்டுமே வண்ணானிடம் இன்னும் துணி போடுகின்றனர். சாதா நூல் சேலைகளைக்கூட இளம்பெண்கள் இவனிடம் போட ஆரம்பித்துவிட்டனர். இப்போதெல்லாம் போர்வையை மட்டும்தான் ஆரோக்கியத்திடம் வெளுக்கப் போடுகிறார்கள்.

''கல்லுல போட்டு அடிச்சி, நார்நாராக் கியிச்சுடுறா வண்ணாத்தி மவ'' என்று துணிகளை யாரும் போடுவதில்லை. தினமும் ஏதோ சில துணிகளை ஆரோக்கியம் வீடு வீடாக வாங்கி வந்தாள். ஆனால் பெரியசாமிக்கு அவன் வீட்டிலேயே எடுத்துப்போய்க் கொடுக்கிறார்கள். ''மடிப்போட, சாயம் கஞ்சித் தண்ணி போட்டு மொடமொடன்னு கொடுக்கிறானாம், ஒரே வெள்ளையா, பூமாதிரி துணி இருக்காம். கடவுளே.''

ஆரோக்கியம் வீட்டிற்கு வரும்போது ரொம்பவும் களைத்துப்போய் வந்தாள். தூங்கிக்கொண்டிருந்த மேரியை எழுப்பிப் பூண்டு மிளகு ரசம் வைக்கச் சொன்னாள். பிறகு வாசற்படியில் வந்து உட்கார்ந்து தலையில் முக்காடாகப் போட்டிருந்த சேலை முனையையெடுத்துக் கழுத்து, மார்பு, முதுகு, கைகளில் வழிந்த வியர்வையைத் துடைத்துவிட்டுக்கொண்டாள்.

''இந்த வேவாத வெயில்ல எங்க போயிட்டு வர்ற?''

''நான் எங்க போவப்போறன். சொந்தம்னு எனக்கு யாருதான் இந்த மண்ணுல தரிச்சி இருக்கா! குளம், குட்டயப் பாத்து வியிந்து உசர மாய்ச்சிக்கணும்.''

''ஊர்த் தெருவுக்கா போன?''

''ஒரு ஏருக்காரன் உயிது கெட்டான். ரெண்டு ஏருக்காரன் நிறுத்திக் கெட்டாங்கற கதயா இருக்கு.''

மேரிக்குக் கண் கலங்கிவிட்டது. பூண்டை உரித்துக்கொண்டு உள்ளே போனாள். ஊர்த் தெருப் பக்கம் ஏன் போனாள் என்று மேரி வருத்தம் கொண்டாள். காலையிலும் மாலையிலும்தான் பெட்டி போடுவான் பெரியசாமி என்று மேரி ஆரோக்கியத்திடம் சொல்லியிருந்தாள். மதியப் பொழுதில் இருக்க மாட்டான் என்பதைச் சொல்ல வில்லை.

சிறிது நேரத்தில் மேரி சுடச்சுட ஒரு பித்தளைத் தூக்குப் போகணியில் ரசம் கொண்டு வந்து கொடுத்தாள். வாயால் ஊதியும், போகணியைக் கலக்குவதுபோல் ஆட்டியும் குடித்தாள். போதும்போதும் என்றாலும் மேரி விடவில்லை. உடம்பெல்லாம் வியர்த்துக் கொட்டியது ஆரோக்கியத்திற்கு.

''குடும்பத் தத்திரியம் தலயில பேனா உண்டாயிப்போச்சி. இந்தத் தலயக் கொஞ்சம் கிண்டு.''

ஆரோக்கியம் சிண்டை அவிழ்த்து, இரண்டு தட்டுத் தட்டித் தோளில் படர விட்டு மேரியின்முன் உட்கார்ந்தாள். மேரி வகிடு எடுத்து, சிக்குப் பிடித்துச் செம்பட்டையாக இருக்கும் கற்றை முடியை அள்ளிஅள்ளி மேலே விட்டுப் பேன் பார்த்தாள். பேன்களை எடுத்து, தரையில் வைத்தும், இரண்டு கைப் பெருவிரல் நகங்களிடையில் வைத்தும் குத்திக்கொண்டிருந்தாள். ஆரோக்கியமும் ஊர்த் தெருவுக்குப் போய்ப் பார்த்துவிட்டு வந்துவிட்டாள்.

''நம்பளும் அந்தமாரிப் பொட்டி போட்டா என்னம்மா?''

''அட கருமத்தே!''

''ஏம்மா?''

''நம்ம சாதிக்கேத்த தொயிலா அது?''

''நம்ப அண்ணனும் சின்னசேலத்துல இதான போடுறான்.''

''பிச்சக்காரன் சோத்துல சனீஸ்வர பகவான் பங்கு கேட்ட கதயா இருக்கே.'' ஆரோக்கியம் வெடுக்கென்று தலையை இழுத்துச் சிலுப்பி அள்ளி முடிந்து நகர்ந்து உட்கார்ந்துகொண்டாள். மேரி பயந்துவிட்டாள். ஏன் கேட்டோமென்று இருந்தது அவளுக்கு. சிறிது நேரம் மௌனமாக இருந்த ஆரோக்கியம் சிணுங்கலாக அழ ஆரம்பித்தாள். சலவைக் கடைப் பெரியசாமி, தையல்காரன் எல்லாவற்றையும் மறந்து ஜோசப்பின்மேல் அவள் கவனம் சென்றுவிட்டது.

''நான் ஆசைக்குப் புள்ளெப் பெத்து, அருமஅருமயா வளத்து என்னத்துக்கு ஆச்சி? ஓடுகாலிப் பய பூட்டானே!...''

''இப்ப அவன் பேச்ச எதுக்கு எடுத்தவ? மண்ணாப் போறவன் வந்து என் வவுத்துல பொறந்தான் பாரு.''

''மதிமயங்கி மோசம்போயிட்டேன்.''

''சிறுக்கி மவ எம்புள்ளெய மயக்கிப்புட்டா.''

''மண்ணாட்டம் கெடப்பான். அவனுக்கு என்னா தெரியும்ன்னு நினக்கற. ஒண்ணும் தெரியாதுங்கறன்.''

''கெணத்துல போட்ட கல்லாட்டம் கெடப்பான்.''

''என்ன மாயம் செஞ்சாளோ, மருந்து வச்சாளோ!''

''விடியாதவனுக்குப் பொறந்த பெய.''

''கண்ணு தேடுது.''

''கண்ணுலியே நிக்கறாப்பல இருக்குங்கறன்.''

''மொவத்தக்கூடக் காட்ட மாட்டேனுட்டானே கொலகாரன். மருந்துக்காரி என்ன மருந்து வச்சாளோ!''

''அந்தோணியாரே.''

ஆரோக்கியம் வாய் நிறையப் புலம்பிக்கொண்டே இருந்தாள். ஜோசப்பை அவள் திட்டினாலும், அவன்மேல் உண்டான கோபம் இல்லை இது. சலவைக்கடைக்காரன், தையல்கடைக்காரன், குடித்தனக்காரர்களின்மேல் உண்டான கோபம். அவர்களைத்

தான் திட்டினாள். வைதாள். ஏசுநாதரைக்கூடத் திட்டினாள். முதன்முதலாக, சாமி யார்மேல் அவநம்பிக்கை கொண்டாள்.

பொழுது இறங்கிவிட்டது. இருள். முகத்தைத் துடைத்துக்கொண்டு ஆரோக்கியம் காலனிக்குப் புறப்பட்டுப் போனாள். தூசைக் காற்று தள்ளிக் கொண்டுபோவதுபோலிருந்தது அவள் நடை. வேலை ஏதுமில்லை, சும்மாவாவது அவளுக்குக் காலனிக்குள் போக வேண்டும்போல் இருந்தது.

ஆரோக்கியம் நடந்து போவதையே மேரி பார்த்துக்கொண்டிருந்தாள். அப்போது முகம் மட்டும் தெரியப் போர்த்தியிருக்கும் போர்வையுடன் மேரிக்கு அருகில் வாசற் படியில் பெரியான் வந்து உட்கார்ந்தான். வானத்திற்கும் பூமிக்குமிடையே திரையாக இருள் இறங்கியிருந்தது. சவுரி வந்து பெரியான் அருகில் உட்கார்ந்தான். மேரி வீட்டினுள் போனாள்.

தினமும் சவுரியும் பெரியானும் நேரம் கிடைக்கும்போதெல்லாம் வாசல்முன் உட்கார்ந்து பேசுவார்கள்; பேச்சின் முடிவுக்கு நேரம் காலம் எதுவும் கிடையாது. அவர்கள் கோவணம் கட்டிய காலத்திலிருந்து, மீசை முளைத்தது, கல்யாணம், பிள்ளை பிறந்தது, ஆண்டைமார்கள், குடித்தனக்காரர்கள் என்று தொடர்ந்து பேச்சு நடக்கும். இந்தச் சுற்றுவட்டாரத்திலேயே இவ்வளவு வயதுவரை யாரும் வாழ்ந்தது இல்லை. ஆகையால் சக்கிலியக்குடிப் பெரியானைப் பற்றி ஊரில் இப்படித்தான் இன்றும் பேசுகிறார்கள்:

''பழய கட்டென்னு ஒண்ணு ஊருல இருக்கறது நல்லதுதான்.''

''தேக்கு மரம் மாதிரி உடம்பு.''

''அம்புட்டும் மாட்டுக்கறி வாவுதான் தாக்குப் புடிக்குது.''

சவுரி அமைதியாக இன்று இருப்பதற்குக் காரணம் அவன் முதல் தங்கை தெரசா நேற்று இறந்துபோனதையும், அவள் மகன் திரவியராஜ் அனாதையாக இருப்பதையும் எண்ணித்தான். இன்று காலையில்தான் சாவுக் காரியம் முடித்து வந்தான் என்பதும் பெரியானுக்குத் தெரியும். பற்களற்ற தனது தோல் வாயை நொடிக்கு நொடி குதப்பிக்கொண்டிருந்தான். கண்களைத் தவிர மற்ற இடங்கள் எல்லாம், வேக வைத்து உரித்துப் போட்ட குச்சிவள்ளிக் கிழங்கின் தோல்போலச் சுருங்கி, சுருண்டு கிடந்தது.

சக்கிலியக்குடிப் பெரியான் மழையானாலும் வெயிலானாலும் போர்த்தியிருக்கும் போர்வையை உடம்பிலிருந்து எடுக்க மாட்டான். நடமாட்டம் கிடையாது. பெரி யானின் பயணமெல்லாம் ஆரோக்கியம் வீட்டோடு சரி. இந்தப் பத்தாண்டு காலமாக அவன் அதிகமாக எங்கும் போனதில்லை.

சவுரிக்கு ஒருநாளும் இல்லாமல் தலையை கிர்ரென்று சுற்றுவதுபோலிருந்தது. பசி மயக்கமாகத்தான் இருக்கும். எழவு வீட்டிலிருந்து வந்தவன் நேரே தொரப்பாட்டுக்கு ஓடிப்போனான். சாப்பாடு சரி கிடையாது. அதோடு துணியும் இன்று அதிகமாக விழுந் திருந்தது. முழுத் துணியையும் வெளுத்து முடிப்பதற்குள் இரண்டு கைச் சப்பையும் வலி கண்டுவிட்டது. தனித்தனியே கழன்று இற்றுவிடும்போல் இருந்தது. ஒரே நாளில் இதைப் போல் பல மடங்குத் துணிகளை வெளுத்திருக்கிறான் சவுரி. உடம்புக்கு ஒன்றும் வந்தது கிடையாது. 'கஞ்சி குடிச்சாக் களைப்புத் தீந்துடும்' என்று எண்ணிய சவுரி மேரியிடம் கேட்டான்:

''சோறு ஆச்சா?''

''இல்ல.''

''நீராரத் தண்ணியிருந்தா ரண்டு உப்புக் கல்லுப் போட்டுக் கொண்டா இப்பிடி. வவுறு தம்ரு மோளம்மாரி ஒரேடியாக் கடகடங்கீது.''

''புளிச்சிப்போனதால பூராத் தண்ணியையும் ஆட்டுக்குட்டிக்கு ஊத்தி வச்சிட்டேன்.''

''வர வர உம் போக்கே சரியில்ல.''

''க்கும்'' என்று வீட்டு வாசற்படியிலேயே மேரி நின்றிருந்தாள். சவுரி பசி வெறியில் உளற ஆரம்பித்துவிட்டான்.

''ஏதேது எதுத்துப் பேச ஆரம்பிச்சிட்ட?''

''நான் ஒண்ணும் பேசல. வாயப் பூட்டிக்கிறன்.''

''ஊரு ஒலவத்துல இருக்கிற பொட்டப்புள்ளெ எல்லாம் இப்பிடித்தான் வாத்தக்கி வாத்த எதுத்துப் பேசுதா?''

''இப்ப எதுக்கு ஊருல இருக்கிறவுங்கள இயிக்கிற?''

''இந்த அநியாயத்தச் சொல்லிக்காட்டத்தான்.''

''இப்ப எதுக்கு எம் மேல மொள்ளுமொள்ளுன்னு ஏறுற? பண்ணக் கூடாத தப்பப் பண்ணிப்பிட்டமாரி?''

''யாரு! நானா ஏறுறன்? நவ நீராரத் தண்ணி இல்லியான்னு கேக்கப்படாதா? இது ஒரு குத்தமாங்கறன்.''

''நீராரத் தண்ணி இல்லங்கறதுக்கு நான் என்ன பண்றது?''

''சோறு பொங்காம பொட்டச்சிக்கி வேற என்ன வேல?''

மேரி குரலெடுத்து அழ ஆரம்பித்துவிட்டாள். கோபம், பசி தீராமல் சவுரி மௌனமாக இருந்தான். ஆரோக்கியம் வாயாடி இருந்தால் முதுகில் இந்நேரம் நாலு குத்து விழுந்திருக்கும். இளம் பெண். பெண் பிள்ளையை அடிக்கக்கூடாது. ஆரோக்கியம் திட்டுவாள். சவுரி மௌனமாக இருந்தான். அவன் முன்னால் கிடந்த மூன்று துணி மூட்டைகளையும் தனித்தனியாகப் பிரித்துக் கட்ட ஆரம்பித்தான். அப்போது மெல்லச் சிரித்துப் பெரியான் சொன்னான்:

''ஆரா மீனுக்கும் கொரவ மீனுக்கும் நடு ஏரியில சண்ட. விலக்கப் போன விரா மீனுக்கு உடைஞ்சிபோச்சாம் மண்ட.''

''சவுரி.''

''என் செல்ல மருமகப்புள்ளெ''

மேரியையும் சவுரியையும் சண்டை போட வேண்டாமென்று சொன்னபோது இருவருமே பெரியானை முறைத்துப் பார்த்ததற்காகத்தான் பெரியான் இந்தக் கதையைச் சொன்னான். எல்லாவற்றுக்குமே அவனிடம் கதை இருந்தது.

ஆரோக்கியம் வீட்டிற்குக் கிழக்கே சற்றுத் தள்ளிப் பெரியான் வீடு. இந்த ஊருக்கே காலனி குடித்தெருக் குடித்தனங்களுக்கும் சக்கிலியக்குடி என்று பெரியான் வீடு ஒன்றுதான் இருந்துவந்தது. வண்ணான்கள் அப்படி இல்லை. குடித்தெருவுக்கு முத்து சாமி இருக்கிறான். காலனிக்கு ஆரோக்கியம் இருப்பதுபோல். முத்துசாமி வீடு கவுண்டர் தெருவின் முனையில் இருந்தது. அவனோடு வேறு மூன்று, நான்கு குடும்பங்களும் இருந்தன. ஒவ்வொரு தெருவுக்கும் ஒரு வண்ணான் என்று பிரித்துக்கொண்டார்கள். ஆரோக்கியம் வீட்டைப்போல் பெரியான் வீட்டைச் சுற்றியும் கருவேலங்காடு. மரம் மரமாக வளர்ந்து அடர்ந்து கிடந்தது. இந்த மரங்கள் அடர்ந்து நிற்பதால், இதில் சேரிப் பெண்கள் மலம் கழிப்பார்கள். சவுரி வீட்டிலிருந்து பார்த்தாலே தெரியும். பன்றிகளின் இருப்பிடமாக அது இருந்தது. விறகுக்காகக் கோடைக் காலத்தில் பெண்களும் ஆண்களுமாகச் சேர்ந்து மண்டைமண்டையாகக் கருவேல மரங்களை

வெட்டி வீழ்த்துவார்கள். ஆனால் அடுத்த கொஞ்ச காலத்தில் வெறிச்சென்றிருந்த இடத்தில் மீண்டும் பசுமை படர்ந்துவிடும். ஆள் புக இடம் கொடுக்காது. எப்போதும் 'நொய்யிங்ங்ங்...' என்று பூச்சிகளின் இரைச்சல் கேட்டவண்ணமிருக்கும்.

ஊருக்கும் வண்ணான், சக்கிலியக்குடிக்கும் இடையே கருவேலங்காட்டைப் பிளந்து ஒரு பாதை இருக்கிறது. அது கொடிபோல் வளைந்து, நெளிந்து இருக்கும். ஒரு ஆள் மட்டுமே நடக்க வசதியான பாதை. இது மழைக் காலத்தில் முழங்கால்வரை சேறு வாங்கும். 'சதக், புதக்' கென்றுதான் நடக்க வேண்டும். வெயில் காலமோ, மழைக் காலமோ எப்போதும் இந்தப் புதருக்குள் பன்றிகளின் உறுமல், நாய்களின் குரைப்புக் கேட்கும். சில இரவுகளில் நரிகளின் ஊளைச் சத்தமும் கேட்கும். இந்தச் சத்தமெல்லாம் ஆரோக்கியம், பெரியான் குடும்பத்து நபர்களை ஒன்றும் செய்யாது.

இந்த ஆண்டுத் தொடக்கத்தில் அரசாங்கம் கட்டிக்கொடுத்த இலவசமான கெட்டி மனையும் இவ்விரண்டு குடும்பங்களுக்கும் இல்லையென்றாகிவிட்டது. சொந்தமாகக் காணி இருக்க வேண்டுமாம். புறம்போக்கில் குடியிருப்பவர்களுக்கு இல்லை என்று கூறி விட்டார்கள். ஆரோக்கியம் யார்யார் காலில் எல்லாம் விழுந்தும் பலனில்லை. காணி வேண்டும், பட்டா வேண்டும், பூர்வீகம் வேண்டும் என்றார்கள்.

ஆரோக்கியத்தின் கொடுக்கல் வாங்கல் எல்லாம் பெரியான் வீட்டுடன்தான். பெரியான் மகன்கள் குடும்பத்திற்கும், ஆரோக்கியத்தின் வீட்டோடு சரி, ஆனாலும் ஆரோக்கியம், தனக்கு வேண்டியவற்றையெல்லாம் காலனித் தெருவுக்குள்ளேயே முடித்துக் கொள்வதற்குக் காரணம், பெரியான் வீட்டில் யாரும் தினமும் சோறு எடுக்கப் போவதில்லை. களம் தூற்றுவதுமில்லை. விசேஷ தினங்களான பொங்கல், தீபாவளி, பதினெட்டு, திருவிழா, கல்யாணங்களுக்கு மட்டுமே சோறு எடுக்கப் போவார்கள்.

முன்பு பகலில் மட்டுமாவது பெரியானுக்குப் பார்வை இருந்தது. இப்போது சுத்தமாக இல்லை. பறிவடம், செருப்பென்று திறமையாகச் செய்தவன்தான். இந்தச் சுற்றுப்பட்ட கிராமங்களிலேயே பெரியான்போலப் பறி தைக்க ஆள் இல்லை என்று பேசுவார்கள். தோல் செருப்பைக் குஞ்சம், ஆணி வைத்துத் தைப்பதில் கைதேர்ந்தவன். ஆனால் ஊசி நூலையே மறந்துவிட்டான். தொட்டுப்பார்ப்பதுகூட இல்லை. மோட்டார், எஞ்சின் என்று ஊரில் அதிகரித்துப்போனதால் கவலை, ஏற்றமெல்லாம் நின்றுபோய் வெகு காலமாகிவிட்டது. இப்போது புதிதாக யார்தான் தோல் செருப்புக் கட்ட வருகிறார்கள்? உதவாதது என்று முன்பொரு காலத்தில் தூக்கிப்போட்டதை, இளையவர்கள் தேவை இல்லை என்று ஒதுக்கியதையே எடுத்துக்கொண்டு கிழடுகள் மட்டும் வருகின்றன. பெரியானின் முதல் மகன் அம்பாயிரம் மட்டும்தான் இன்னும் பல்வேறு கஷ்டத்திலும் ஊசி நூலை வைத்துக்கொண்டிருக்கிறான். இதனால் அவனுக்கும் அவன் பெண்டாட்டிக்கும் தினமும் சண்டை வந்துகொண்டுதான் இருக்கிறது. பெரியானின் மற்ற இரண்டு மகன்களும் கவுண்டர்களிடத்தில் அடிமை வேலை செய்து ஜீவனம் செய்கிறார்கள். இதற்கு முன்பு எங்குமே சக்கிலியக் குடியாட்கள் கூலிக்கென்று போனதில்லை. இதற்குப் பெரியான் சொல்வான்:

''கத்த வித்தய மறந்தவன் தத்திரவான்.''

''புளியேப்பம் விட நெனச்சவனுக்குப் பசியேப்பம்தான் வந்துச்சாம்.''

''கேப்பாப் பேச்சி கேட்டியா, வாப்பா மூத்திரம் குடிச்சியா?''

பகல் நேரங்களில் பெரியான் சோர்ந்து, மௌனமாகக் கிடப்பான். பேரப்பிள்ளை களிடம் தொரப்பாட்டிலிருந்து ஆரோக்கியம் வீட்டில் வந்துவிட்டார்களா என்று பார்த்து வரச் சொல்வான். பிறகு சவுரியிடம் வந்து உட்கார்ந்து பேசிக்கொண்டிருப்பான்.

சவுரியும் 'ம்' கொட்டியும், ஈடுகொடுத்தும் பேசுவான். ஆரோக்கியம் அங்கிங்கென்று போய்விடுவாள்.

சவுரியின் தங்கை இறந்துபோனதாலும், மேரியுடன் சண்டை போட்டதாலும் கோபமாகவும் மௌனமாகவும் இருக்கிறான் சவுரி என்று கருதிய பெரியான் அவனைச் சமாதானப்படுத்திப் பேச்சுக்கு இழுத்தான்.

''ஏ சவுரி, பொட்டக் குட்டிகிட்ட ஆம்பளக்கி என்னடா பேச்சு?''

''அட அத யாங் கேக்கற மாமா? வரவர பொட்டச்சி ராச்சியமாப் போச்சிங் கறன்.''

''ஒண்ணும் இல்லாதவன் ஊட்டுல யாரு ராச்சியமா இருந்தா என்ன? மல்லாக் கொட்ட போட்ட நாளா மழையுமில்ல, மாமியா ஊட்டுக்குப் போன நாளாச் சோறு மில்லங்கற காலமா இருக்கறப்ப, ராச்சியத்தப் பாரு, ராச்சியத்த!''

''பாரு மருமவன...''

பெரியான் பேச ஆரம்பித்துவிட்டான். அவன் இனிச் சவுரியை விடமாட்டான். சவுரியும் இப்போது பெரியான் தேவைதான் என்பதுபோல் அந்த இடத்திலேயே அசையாமல் கல்போல உட்கார்ந்திருந்தான். அப்போது காலனியிலிருந்து வந்த ஆரோக்கியம், சவுரி பிரித்துக் கட்டிவைத்திருந்த துணி மூட்டைகள் இரண்டைத் தூக்கிக்கொண்டுப் போனாள். மறித்து, கோபமாகச் சவுரி கேட்டான்:

''இந்நாரம் வரைக்கும் என்னா செஞ்ச?''

''ம், குதியாளம் போட்டுட்டு வாரன்.''

''அப்படியா?''

''ஆமாம்.''

மேரியும் சோற்றுக் குண்டான்களை எடுத்துக்கொண்டு, பாக்கியிருந்த ஒரு துணி மூட்டையையும் தூக்கிக்கொண்டு ஆரோக்கியம் பின்னால் போனாள்.

பெரியானுக்கு ரொம்பவும் தெம்பு வந்துவிட்டது. ஆரோக்கியம் வருவதற்கு வெகு நேரமாகும். நன்றாகக் கதை பேசலாம் என்று எண்ணிக் கனைத்துக்கொண்டு ஆரம்பித்தான். சவுரியும் இதற்காகக் காத்திருந்தவன் போலிருந்தான். ''மாமோவ் அந்த காலத்துல...'' என்று ஆரம்பித்த சவுரியை இடைமறித்துத் தலையை ஆட்டி, போர்வையை இழுத்துப் போர்த்திக்கொண்டு, கட்டையான குரலில் பெரியான் சொன்னான்:

''அந்தக் காலமோ, இந்தக் காலமோ, நமக்கென்னங்கறன் அதெப்பத்தி. அது நமக்கு வாண்டாம். இது ராவு, இது பகல்ன்னு பேச நமக்கேது நேரம். குண்டி கஞ்சிக்கு அய்வுறப்ப, எதப் பத்தி புத்தி பேசச் சொல்லும்? சொல்லு பாப்பம். எல்லாக் காலமும் நமக்கு ஒண்ணுதான். எனக்குக் கண்ணு தெரியல. பொட்டயாப் போச்சி. ராவு, பகல்னு வித்தியாசமில்லாமப் போச்சி. வித்தியாசம் தெரிஞ்சப்பத்தான் நான் என்னா பண்ணுனன்? மொட்டத் தலயில ஈறுக்கும் பேனுக்கும் வேல என்னங்கறன்?''

பெரியானின் தலை, வார்த்தைக்கு வார்த்தை கயிற்றிலிருந்து தெறித்து விழுந்த பம்பரம் விழும்முன் ஆடுவது போல் ஆடிக்கொண்டிருந்தாலும், பேச்சு தெளிவாகவும் சுத்தமாகவும் இருந்தது. அவன் எப்போது பேசினாலும் இப்படித்தான் சுத்தமாகப் பேசு வான். ஆள் கிடைத்துவிட்டால் பெரியானுக்குச் சோறும் கறியும் கிடைத்ததுபோல்தான். பெரியான் பேச்சுக்கு எப்போதும் மறுப்புச் சொல்ல மாட்டான் சவுரி. இப்போதும் அப்படியேதான், மறு பேச்சின்றிப் பெரியானையே பார்த்துக்கொண்டிருந்தான். பெரியானிடம் யாராவது பேச்சுக்கொடுத்தால் பேசியே மயக்கிவிடுவான். அவன்

அடிக்கடி சண்டை போடுவதும் உண்டு. ''இன்னா இப்படி வாயில்லாப் பூச்சியா இருக்க, மருமகப் புள்ளெ?''

''என் பொண்ண வச்சிக் காப்பாத்த மாட்டபோல இருக்கே.''

சவுரி கல்யாணம் கட்டுவதற்கு முன்பு பெரியான் சவுரியை 'மருமகப்புள்ளெ, மருமகப்புள்ளெ' என்றுதான் கிண்டலுடன் கூப்பிடுவது வழக்கம். சவுரியும், பெரியானை 'மாமோவ்' என்றுதான் கூப்பிடுவான்.

''மாமோவ், நீங்க சொல்றதும் நிசம்தான்.''

''திங்கற சோத்துக்கு ஏதாச்சும் செய்யணும்.

''சட்டியெடுத்தாலும் யாரு சோறு போடுறங்கிறாங்க, காலம் மாறி மலயேறிப் போச்சி மாமோவ்.''

சவுரியின் பேச்சைக் கேட்டுப் பெரியான் கடகடவென்று சத்தம் போட்டுச் சிரித்தான். சட்டென்று சிரிப்பை நிறுத்திவிட்டுப் பாடினான்:

''சீவி முடிச்சி வெளியே வந்தன்
　　உடைஞ்சி போச்சி கண்ணாடி,
சின்னச் சின்னப் பசங்களக் கண்டா
　　சில்லறக் காசு வாங்குவன்
அறியாப் பசங்களக் கண்டா
　　அஞ்சோ பத்தோ வாங்குவன்
நரச்சிப் போன தலயெக் கண்டா
　　நாலோ ரண்டோ வாங்குவன்
உத்தம பத்தினி எம்பேரு
　　ஒண்ணு கொறயத் தொண்ணூறு.''

''காலம் மலயேறல. சனங்கதான் மாறிப்பூட்டாங்க. நான் சின்னப் பயலா இருக்கிறப்ப, தை, மாசி மாசத்துல களம் தூத்துவாங்க. சாடயா நான் போய் நிப்பேன். வரவோ சோளமோ கம்போ ஒரு குத்து அள்ளிப் போடுவாங்க. ஒரு மாகாணி ஆவும். 'சக்கிலிப் பய போறான், போ'ம்பாங்க. இதுக்குன்னு தெனமும் களம்களமா நான் சுத்தறது. தைக் காலத்துக்குள்ள ஒரு மூட்டடத் தவசத்துக்குக் குறயாத சேப்பன். ஹம்... இப்ப அந்தமாரி கை எவனுக்கு இருக்கு? சக்கிலிக்குப் படியே குடுக்க மெட்டுறாங்க. நான் வந்த வய்யி அம்புட்டுத்தான். மருமகப்புள்ளெ, கேக்கிறியா?''

''அதுல என்ன மாமா மாத்தம்?''

பெரியான் பேசப் பேச சவுரி மௌனித்து ஆழ்ந்து உட்கார்ந்துவிட்டான். தனக்கு முன்னால் பெரியான் அவன் காலத்தில் எவ்வளவு குடித்தனக்காரர்களைக் கண்டிருப்பான்? பெரியான் பொய்யைச் சொன்னால்கூட நம்பும்படி சொல்வதில் கெட்டிக்காரன். இதனால் சவுரிக்கும் உற்சாகம் உண்டாகிவிட்டது. சவுரி தாராளமாகப் பேசினான்.

''மாமோவ், இந்தக் கதயக் கேட்டியா? எங்கப்பன் களம் தூத்தறப்ப அள்ளுமுறம் அஞ்சு முறம் நெம்பநெம்ப அள்ளுவான். ஒருத்தரும் ஒண்ணும் சொல்ல மாட்டாங்க. இப்பப் பாரன், பத்துப் பாஞ்சி வருசத்துக்குள்ள, நாலாச்சி, மூணாச்சி. இந்தத் தையிக்கு ரெண்டாப் போச்சி, இதுக்கு மேல என்ன ஆவுமோ? இதெல்லாம் பாக்காமக் கண்ண மூடிட்டாத் தேவலாம்னு இருக்கு. நான் நவப் பயலா இருக்கிறப்ப, எங்கம்மா சேலயப் புடிச்சிக்கிட்டு ஓடுவன். அப்பலாம் ஏது இம்பூட்டு ஊடுவோ! தெருவுக்கு நாலே நாலு

ஊடுதான் இருக்கும். அந்த நாலு ஊட்டுக்கும் தெருவுன்னு பேரு. ஊட்டுக்கு முன்னால போயி நின்னு சோறு போடுங்கன்னு சொல்றதுதான் தாமசம். ஊட்லெ என்ன என்ன பண்டம் பாடி இருக்குமோ அத்தனயும் வரும் பாரு. அடடா! எனக்கு அது கொண்டா, இது கொண்டான்னு ஒரு நாளும் வாயத் தொறந்து கேட்டது கெடயாது இந்த வாயால. அப்பச் சோறும் போட்டாங்க. அதத் திங்க வவுறும் இருந்துச்சி. இப்பச் சோறுமில்ல. வவுறுமில்ல. கவுடு, சூதுவாது இல்லாத மனுசாள் எல்லாம் போயிட்டாங்க. நாமதான் இன்னும் மண்ணுக்குப் பாரமா கெடக்கிறம்.''

''மருமவனே நெசம், நெசம்.''

பொதுவாகச் சவுரி அதிகம் பேச மாட்டான். என்னவோ இன்று அவனுக்குப் பேச்சு வந்துகொண்டே இருந்தது. ஆரோக்கியம் இல்லாதது ஒரு காரணம். பெரியானும் சவுரி பேச்சின் இடையில் புகுந்து குளறவில்லை. பெரியானிடத்தில் சவுரிக்கு அபாரமான மதிப்பும் மரியாதையும் உண்டு. சவுரிக்குத் தெரியாத பல்வேறு புதிய விஷயங்களை யெல்லாம் பெரியான்தான் சொல்வான். பெரியானின் பேச்சு அதிகமாக அவனைச் சுற்றியும், அவனை மட்டுமே சார்ந்ததாகவும் இருக்கும். பேச்சுக்கிடையில் சவுரியையும் இணைத்துக்கொள்வான். சவுரி சலிப்படையாமல் இருக்க வேண்டும் என்பதற்காக, அவ்வளவு கெட்டியாகப் பேசுவான் பெரியான்.

மேல்குடிக்காரர்களுக்கும் காலனிக்கும் வேறு வேறு வண்ணான். அதிலும் குடித் தெருவில் இருக்கிற வண்ணான் இந்து. காலனி வண்ணான் கிருஸ்துவன். இது எப்படி உண்டானது? இருந்தாலும் இரண்டு தெருக்களுக்கும் எல்லா ஊர்களிலும் ஒரே சக்கிலி. அவன் காலனியோடுதான் இருப்பான். இது போன்ற விஷயங்களையெல்லாம் பெரியான் பேசுவான். அவன் சொன்ன பிறகுதான் சவுரிக்கும் இந்த விஷயம் புரியவரும். தன்னைப் பற்றி அவன் ஒருநாளும் யோசிக்க நேரம் கிடைக்கவில்லை.

பெரியான் கண்களை உருட்டி உருட்டிப் பார்த்துவிட்டு, போர்வையை இழுத்துப் போர்த்திக்கொண்டான். சாரல் அவன் உடம்புக்குச் சரிப்பட்டுவரவில்லை. அருகில் கிடந்த கைத்தடியை இறுகப் பற்றி, குரல் வரும் திக்கில் முகத்தை நிமிர்த்தி வைத்துக்கொண்டு காற்றில் சொன்னான்:

''கோழியும் கோழியும் கூடிக்கிச்சாம். கூரைமேல் ஏறிக்கிச்சாம். என்னா கொழுப்பிருந்தா என்ன வந்து பொண்ணு கேக்கும்ங்கற கதயா, ரவப் பயலுவோ எல்லாம் வெள்ளவெள்ளயாப், பீடிக் குடிக்கிறதென்ன! திண்ணை மேலே குந்திக் காலாட்டுறதென்ன!...''

''மனுசன், கடவுளாவப் பாக்குறானுவோ மாப்புள்ளெ.''

''மாமோவ், இம்மாம் வயசாயியும் நீங்க எப்படி மணியடிக்கிற மாதிரி கணீர், கணீர்னு பேசுறீங்க? இந்தக் காலத்து மைனருப் பசங்களப் பாரன், சவலயில பொறந்த புள்ளீங்கமாரி.''

''ரெண்டு வாச் சோத்துக்கு மேலே இப்ப எவன் திங்கிறான்? அதயும் எலி கொதறாப்ல தொட்டுத்தொட்டுப் பாக்கிறானுவ. மருந்தப் போடுறன், மாயத்தப் போடுறன்னு என்னத்தயோ கொண்டாந்து காட்டுல கொட்டுறானுவ. சோத்தத் தின்னா ருசியாவா இருக்கு? புள்ளெ உண்டாயி இருக்கிற பொம்மனாட்டிவோ களிமண்ணப் புட்டுப்புட்டுத் திம்பாளுங்க. அதுலகூட ஒரு மணம் இருக்கும். ஒரு ருசி இருக்கும். இந்தச் சோத்தத் தின்னா எந்தப் பயலுக்குத் தெம்பிருக்கும்?''

''பொட்டச்சி சேலய மயிக்கிறதுக்குள்ளெ இவனுங்க பூந்து பொறப்புட்டு எயிஞ்சி ஓடியாந்துடுவானுங்க.''

''அட, யாங் கேக்கற மாப்புள்ளெ. அப்பப் பாத்த பொட்டச்சிக்கு, பத்துப் புள்ளெ பெத்தாலும் பனங்காமாரி ரண்டு மாரும் கல்லாட்டம் இருக்குமே. இப்பப் பாரன். ஒரு புள்ளெயப் பிதுக்குனாளோ இல்லியோ, ஒரு மொயம் தொங்குது.''

''அம்புட்டும் நெசம் மாமோவ்.''

பெரியானுக்கு மூச்சு வாங்கியது. தொடர்ந்து லொக்குலொக்கென்று இருமினான். அவனருகில் நாய் ஒன்று வந்து அடைந்துகொண்டது. கருவேல முள் காட்டில் பன்றிகளின் கும்மாளம் பேரிரைச்சலாய்த் தொடர்ந்து கேட்டுக்கொண்டேயிருந்தது. வானத்தில் நிலா சித்திரை, வைகாசி மாதம்போல் பளிச்சென்று இருந்தது. கார்த்திகை முடிய இன்னும் ஒரு நாள்தான் இருந்தது. அடைமழை இல்லை. பனிதான். ஊதல் காற்று மட்டுமே வீசிக்கொண்டிருந்தது. எதையும் கணக்கில் கொள்ளாமல் பெரியான் தொடர்ந்து பேசினான்:

''நான், என் வயசுக் காலத்துல, குண்டான்ல சோளச் சோத்தப் போட்டுக் கரச்சி, தொட்டா நெத்தியில பொட்டு வச்சிக்கலாம் அப்படியிருக்கிற சோத்துக்கு, ஒரு பட்ட மொளவா போதும், ஒரு மொளவாவ வாயில போட்டு மென்னுக்கிட்டே சோத்துக் குண்டானத் தூக்கிக் கவுப்பன் பாரு, மாடு தண்ணிய நீஞ்சறாப்புலதான். ஒரு குண்டான் சோறும் போன மாயம் தெரியாது. வவுத்தப் பாத்தா சும்மா கல்லாட்டம் திம்னு இருக்கும்.''

''நெசந்தான் மாமா.''

''மாட்டுக்கறின்னா எனக்கு உசுரு. ஒரு மாசத்துல அது இல்லன்னா எனக்கு மூஞ்சி வீங்கிப்போயிடும். ஒரு தொடயத் தனியாத் திம்பேன். வெந்துச்சோ வேவலியோ, சுடச் சுட அப்படியே லபக்ன்னு வாயில போட்டு முழுங்குவன். அப்பலாம் மாட்டப் பாத்தா 'மதக்மதக்'னு கறிப்புடிச்சிப்போய்க் கெடக்கும். இப்பல்லாம் மாட்டப் பாத்தா மாடாவா தெரியுது. ஓணானாட்டம்ல இருக்கு. கன்னிப்போயி, கறியில ருசியுமில்ல. இப்ப எவன்தான் மாடு அறுக்கிறான்? இப்ப இல்ல மாடு செத்தா பொதங்கிறாங்க. அப்பலாம் சக்கிலிக்கிட்ட கொடுத்துடும்பாங்க. அப்பத் தின்ன மாட்டுக் கறி வலுவுதான் இன்னும் இந்த மண்ட, பூமியில கடக்கறதுக்குக் காரணம்.''

''நெசந்தான் மாமோவ்.''

''முன்னெல்லாம் பாத்தின்னா மாட்டுக்கறித் தோரணம் வத்தவத்தலாப் பத்து இருவதடி நீட்டுக்குப் பயித கவுத்துல கோத்துத் தொங்குமே. வடவம் தாளிக்கிற கரண்டியில ரண்டு உப்புக்கல்லப் போட்டு, நவ எண்ணெத் தண்ணியெக் காட்டி அடுப்பு அனல்ல வதக்கியெடுத்து வாயில போட்டா வயவயன்னு அதுபாட்டுக்கும் போவும். அந்தமாரி தோரணம் போட இப்ப எந்த மாட்டுல கறியிருக்குங்கறன்?''

பெரியானும் சவுரியும் மாறிமாறிப் பேசிக்கொண்டிருந்தனர். அவர்கள் தங்களுடைய பழைய வாழ்வைப் பின்னோக்கிப் பார்த்துக்கொண்டனர்.

''என்னதான் கூட்டிக்கூட்டி அள்ளினாலும் குப்ப குப்பதான்.''

''என்ன பண்றது மாப்ள? பகவான் கண்ணத் தொறக்கலியே.''

ஆரோக்கியமும் மேரியும் ராச்சோறு எடுத்துக்கொண்டு வந்தனர். அப்போது பெரியானின் முதல் மகன் அம்பாயிரத்தின் மகள் கோசலை வந்து பெரியானைச் சாப்பிடக் கூப்பிட்டாள். ''சோறு திங்க அப்பன் கூப்புடுது'' என்று நிலையாக நின்று கைத்தடியை முன்னே பிடித்துக்கொண்டு பெரியானை அழைத்துச் சென்றாள். மீண்டும் வருவதாகக் கூறிவிட்டுப் போனான் பெரியான். அவனுக்கு அதற்குள் பேச்சு முடிந்துபோனதில் வருத்தம்.

8

ஆரோக்கியத்திற்கு எந்தெந்த வேலைகளைச் செய்வதென்று குழப்பம் வந்துவிட்டது. தை மாதம் வந்தாலே இப்படித்தான் ஆகிவிடுகிறாள். பொங்கல் வேலைகள்; அதிகமாகத் துணி விழும்; கல்யாணங்கள். இந்த நாட்களில்தான் பிரசவமும் அதிகம். இதையடுத்து ஊர்த் திருவிழா. இதே மாதத்தில்தான் மேல்நாரியப்பனூர் அந்தோணியார் கோவில் திருவிழாவும். கோவில் திருவிழா முடிந்த மறுநாள் மேரிக்குக் கல்யாணம். களம் தூற்ற வேண்டும். துணி வெளுக்க வேண்டும். திருவிழா வேலை, கல்யாணத்திற்குப் பணம், சாமான்கள் சேகரிக்க வேண்டும் என்று ஆரோக்கியத்திற்கு ஒரே வேலை. எல்லாம் அவள் ஒருத்தியின் தலையில் விழுந்துவிட்டது.

கார்த்திகையில்தான் தெரசா இறந்துபோனாள். அதிலிருந்து திரவியராஜ் தானாகவே பொங்கி ஜீவனம் நடத்திவந்தவன், போன வெள்ளிக்கிழமை ஒன்றும் சொல்லாமல் திடுதிப்பென்று புறப்பட்டு வந்துவிட்டான். அவனுடன் அவன் சித்தப் பாவும் சின்னம்மாளும் வந்திருந்தார்கள்.

முதலில் ஆரோக்கியத்திற்கு ஒன்றும் புரியவில்லை. பிறகு சிறிது அழுதாள். அதற்குப் பின்னால் மௌனமாக இருந்துவிட்டாள்.

''அவனுக்கு நாதி பிராதி கெடயாது. நாம்பதான் கைதூக்கிவிடணும். உங்கள விட்டா அவனுக்கு யாரு இருக்கா, எங்கதான் அவன் போவான்?'' என்று திரவியராஜின் சித்தப்பா சொன்னபோது, வாய்விட்டே ஆரோக்கியம் அழுதாள். சவுரியும் திரவியராஜின் பக்கமே பேசினான்.

திரவியராஜ் ஆரோக்கியத்தைத் திடீரென்று வந்து கட்டிப்பிடித்து அழுதான். ஆரோக்கியமும் அழுதாள். ஆரோக்கியம் மறுப்புச் சொல்லிவிடுவாளோ என்று பயந்து கொண்டுதான் அவன் இப்படிச் செய்தான். அவன் பயந்ததற்குக் காரணம் இருந்தது. திரவியராஜ் இருக்கும் ஊர் ஒன்றும் அவ்வளவு பெரியதில்லை. அதிலும் திரவியராஜும், அவன் சித்தப்பாவும் காலனியைப் பாதிப்பாதி என்று பிரித்து அவர்களுக்கு மட்டுமே தனித்தனியாக வேலை செய்வார்கள். திருவிழா போன்ற பொதுக் காரியங்களில் கிடைப்பதில் ஆளுக்குப் பாதியென்று போவார்கள். அப்படிப் பார்த்தால் இவனுக்கு நூறு வீடுகள்கூட இருக்காது. அதோடு சொத்துப்பத்து, பண்டம்பாடி என்று சொல்லிக்கொள்ள, காட்டிக்கொள்ள எதுவுமில்லை. வெறும் ஆள். திரவியராஜ் பிறந்த மாதமே அவன் அப்பன் இறந்துவிட்டான். மூக்கைச் சிந்தி, கண்ணைக் கசக்கிக்கொண்டு வந்து தெரசா நின்றபோது, நாலு மூட்டை வரகும், கொஞ்சம் நெல் அரிசியும் கொடுத்து அனுப்பினாள் ஆரோக்கியம். தெரசா, கொழுந்தனார் குடும்பத்துடன் இருந்தபோதுதான் திரவியராஜை ஆரோக்கியம் அழைத்து வந்தாள். இதையெல்லாம் நினைப்பாள் ஆரோக்கியம் என்று நினைத்தான். ஆனால் அவள் முடிவைச் சொல்லிவிட்டாள்.

''சிண்டுள்ளவுங்கதான், செறக்கிறதா மொட்டயடிக்கிறதாங்கிறது பத்தி நினைக்கணும். ஒண்ணுமில்லாத வெறும் வெங்கக் குடும்பம் பேச என்ன இருக்கு?''

''ஆரக்கியம், அப்படி இல்ல. கூடிக்கலந்து, ஒன் விருப்பத்தச் சொல்லு.''

''முடுவென்னா! முடுவு? குருடன் குருடனுக்கு வய்யி காட்டுன கததான்.''

ஆரோக்கியத்தின் வீட்டில் அதிகமான பேச்சொலிகள் கேட்பதையறிந்த பெரியான், அங்கு வந்தவன், விஷயமறிந்து ஆரோக்கியத்தை மடக்கிமடக்கிப் பேசி ஒரு முடிவுக்குக் கொண்டுவந்தான். தை மாதக் கடைசியில் கல்யாணம் என்று

முடிவு சொன்னான். ஆரோக்கியம் மறுக்கவில்லை. அழுதாள். அன்று சாயங்காலமே திரவியராஜும் அவன் சித்தப்பாவும் சின்னம்மாவும் மதிய ஒரு வேளைச் சாப்பாட்டுடன் புறப்பட்டுவிட்டனர்.

அவர்கள் வந்து போன மாதம் முழுக்கவே ஆரோக்கியம் ஓய்வின்றி அலைந்தாள். சவுரியுடன் மேரியைக் களம் தூற்ற அனுப்பிவிட்டு தினமும் அவளும் பீட்டரும் மட்டுமே தொரப்பாட்டுக்குப் போனார்கள். இடையில் பொங்கலும் வந்தது. ஒரே வேலை, மேரி கல்யாணத்திற்காகப் படி, அள்ளுமுறம் தானியத்தையெல்லாம் சேர்த்துவைத்தாள். பிறகு ஒவ்வொரு வீட்டின் களம் தூற்றும்போதும் ''உங்க சின்ன வண்ணாத்தி மேரிக்கு இந்தத் தையில கண்ணாலம். ரெண்டு படி கூடப் போடுங்க சாமி!'' என்று வேறு வாங்கினாள்.

''உங்க சின்ன வண்ணாத்திக்கிக் கண்ணாலம் சாமியோவ்.''

''எம்மவளுக்குக் கண்ணாலமுங்க.''

''ஆசைக்கி ஒரு பொட்டடப் புள்ளெ.''

''நீங்களே இல்லன்னா, ஆருதான் கொடுப்பாங்க சாமி.''

''நீங்க பொறந்ததுமே எம்மடியிலெதான் வந்து வுயுந்தீங்க சின்னவர.''

''பாப்பா ஓம் பொறப்புமாரி எண்ணிக் கொடுக்கணும் சாமி.''

''அவ எங்க போவப்போறா சீமக்கி! உங்கள வுட்டுட்டு.''

''உங்க காலடிதான் அவ காலம்தள்ளுற பூமி சாமி.''

விறகு வாங்க ஒரு வீட்டுக்கு நடந்தாள். புளி வாங்க நடந்தாள். மிளகாய்க்கு, பருப்புக்கு, நெல்லுக்கு, பணத்துக்கு, சோறாக்க, சாமான்கள் வாங்கவென்று ஒவ்வொரு பொருளுக்கும், ஒவ்வொரு வீட்டுக்கும் ஆரோக்கியம் நூறு தரம் நடந்தாள். ஓரளவு பொருளும் வாங்கிவந்து சேர்த்தாள். ஆட்டுக்குட்டிகளை விற்றாள். தானியங்கள் சேரச்சேர விற்றுப் பணமாக்கினாள். தை மாதமாக இருப்பதால் தானியம் குறைந்த விலைக்கே போயிற்று. கரிநாள் அன்றைக்கு ஆட்டுக்குட்டிகளை நல்ல விலைக்கு விற்றாள்.

சவுரியை விட்டு ஜோசப், சகாயத்தை வரவழைத்தாள். அவர்கள் இருவரும் நேற்று வந்தனர். ஒரு பெட்டி, கோரைப்பாய், தலைகாணி, ஒரு விளக்கு, வெண்கலத்தில் படி, குடம் ஒன்று எல்லாம் வாங்கிவரச் சொன்னாள். மேரிக்கு சேலை, சட்டை, திரவியராஜுக்கு வேட்டி, துண்டு. இதோடு முடிந்துவிட்டது இந்த வருசத்தின் வரும்படி. மேரியின் ஆடு விற்ற பணத்தில் தாலி கால் பவுன் எடுத்தார்கள். துணியில் காசைக் கொட்டிவிட்டாள் சகாயம் என்று ஆரோக்கியம் புலம்பினாள். எல்லாச் சாமான்களையும் சகாயம், அவள் அண்ணனை வைத்து சின்னசேலத்திலிருந்து எடுத்து வந்தாள்.

ஆரோக்கியம் கொத்துக்காரர்கள், கரைக்காரர்கள், பஞ்சாயத்தார்களிடத்தில் தொடக்கத்திலிருந்தே சொல்லிக்கொண்டும் நடந்துகொண்டும் இருந்தாள். கடைசியில் ஆரோக்கியம் தலையிலேயே நேற்றுக் கைவைக்க வந்துவிட்டார்கள். அந்தோணியாரை வேண்டினாள். ஏசுவே கர்த்தாவே என்று வார்த்தைக்கு வார்த்தை சொன்னாள்.

ஜோசப் கல்யாணத்திற்குக் கால் பவுன் தாலியும், ஒரு ஜோடி வேட்டி சேலையும் ஊர்ப்பொதுவில் எடுத்துக்கொடுத்தார்கள். அதேபோல் வரிப் போட்டது, அபராதம் போட்டது, ஊர்த் தரகில் சேர்ந்திருக்கும் ஊர்ப் பொதுப் பணத்திலிருந்து ஏதாவது எடுத்துக் கொடுப்பார்கள் என்று ஆரோக்கியம் விடாமல் இரண்டு மாதம் காலையிலும், மாலையிலும் அலைந்துதான் இவற்றை வாங்கினாள். மேரிக்கும் அதுபோல் கொடுக்க வேண்டும் என்று கேட்டபோது வந்தது வினை.

'இந்த ஊரில் இல்லாமல் வேறு ஊருக்குப் பிழைக்கப் போனவனுக்குத் தாலியும், பணமும் ஏன்? அதைத் திருப்பிக் கொடு' என்று எல்லாரும் பிடித்துக்கொண்டார்கள். எல்லாரும் போய்விட்டால் இந்த ஊருக்கு வண்ணானே இல்லாமல் போய்விடும். இதை இப்படியே விடக்கூடாது. நகை வேண்டும், இல்லையென்றால் ஜோசப் இந்த ஊருக்கே வரவேண்டுமென்று பிடிவாதம் பிடிக்கவே, ஆரோக்கியத்துக்குத் தப்பிக்க வழியில்லாமல் போய்விட்டது.

''உங்களண்டி உசுர வளக்கிறவ சாமி.''

''உங்களுக்கு ஊழியம் செய்யுறவ சாமி.''

''நீங்கதான் சாமி எல்லாம் பாக்கணும்!''

''நீங்கதான் சாமி எனக்கு எல்லாம். சொந்தம், பந்தம், கடவுள் எல்லாம்.''

ஆரோக்கியத்தின் கும்பிடுகளுக்கெல்லாம் யாரும் மசியவில்லை. எல்லாரும் ஜோசப்மேல் குற்றம் சுமத்தினர். இன்னும் சிறிது காலத்தில் நீயும் மகனுடன் டவுனுக்குப் போய்விடுவாய் என்றெல்லாம் சொல்லி, ஊர்ப்பொதுவிலிருந்து எதுவும் கிடைக்காமல் செய்துவிட்டனர். அதோடு கல்யாணம் கட்டி வெளியூர்தானே போகிறாள், நம்ம ஊருக்கு வருகிறவளாக இருந்தால் கொடுக்க வேண்டியது முறைதான் என்று மழுப்பி ஆரோக்கியத்தை விரட்டித் திருப்பிவிட்டார்கள். பீட்டர் தொடர்ந்து இந்த ஊரிலேயே இருக்க வேண்டுமென்று கட்டளையிட்டே அனுப்பினார்கள். என்றும் இல்லாத அளவுக்கு ஆரோக்கியம் குரல் எடுத்துப் பெரும் அழுகை அழுதாள். சகாயத்தின்மேலும் ஜோசப்மேலும் அளவற்ற ஆத்திரம் கொண்டாள்.

சவுரிக்கு இதிலெல்லாம் அதிக நாட்டமில்லை. எப்போதும்போல் முனகிக்கொண்டே இருந்தான். இவ்வளவு செலவு தேவை இல்லை என்பதே அவன் கருத்து. இதை அவன் நேரம் கிடைக்கும்போதெல்லாம் ஆரோக்கியத்திடம் கூறவும் செய்தான். பெண்ணுக்குத் தாலி, சேலையும் மாப்பிள்ளைக்கு வேட்டி மட்டுமே போதும். சாமான்கள் தேவை இல்லை என்பதே அவன் எண்ணம். சோற்றுக்குச் சிறிது தானியம்கூட வைக்காமல் முழுவதையுமே ஆரோக்கியம் விற்றதிலிருந்தே சவுரி அவளிடம் அதிகம் பேசுவதே இல்லை. ஜென்மப் பகையாளிபோல் நடந்துகொண்டான். ''சோறு திங்கிற பொருள வித்துச் சேல துணி எடுப்பாங்களா?'' இது அவன் வாதம்.

ஆரோக்கியம் இதைச் சிறிதும் எதிர்பார்க்கவில்லை. அவளுக்கும் வருத்தம்தான். இன்னும் ஒரு வருடத்திற்குச் சோற்றுக்கு என்ன செய்வது? ஊர்க்காரர்களையும், ஜோசப்பையும் மலையாக நம்பியிருந்தாள். இருவருமே கைவிரித்துக் காட்டிவிட்டார்கள். கை மூடியிருந்தவரை நம்பிக்கை இருந்தது.

ஜோசப் போன மாதம் அவன் மச்சானிடமிருந்து தனியாகப் பிரிந்து புதிதாகக் கடை வைத்துவிட்டானாம். அதனால் சல்லிக் காசு கிடையாதென்று சகாயம் கூறிவிட்டாள். ஆரோக்கியம் துணிந்து குறைந்த விலைக்குத் தானியத்தை விற்றுவிட்டாள்.

பெரிய குடித்தனக்காரப் பெண்களுக்கு எடுப்பதுபோல்தான் சகாயம் மேரிக்குச் சேலை, சட்டை எடுத்திருந்தாள். மேரி இவ்வளவு அழகாக இருப்பாள் என்று ஆரோக்கியம் எதிர்பார்க்கவில்லை. சேலைக்கும் சட்டைக்கும் அதிக விலைதான். இதையே சாக்காகக் கொண்டு முனகினான் சவுரி. ஆரோக்கியம் கவலைப்படவில்லை. அவளுடைய ஒரே மகள். செல்லப் பெண். ஆசையாகப் பெற்ற பிள்ளை. அவள் மனம் கோணக் கூடாது.

திரவியராஜ் தாலி எடுக்கும் நிலையில் இல்லை என்பது ஆரோக்கியத்திற்குத் தெரியும். ஆகவே அவளே தாலி எடுக்கச் சம்மதித்துவிட்டாள். உறவினர்கள் காலையிலிருந்தே வரத் தொடங்கிவிட்டனர். சமையலை சகாயம்தான் செய்தாள்.

எல்லாருக்குமே பாக்கும், வெற்றிலையும் வைத்துச் செய்தி சொல்லியிருந்தாள் ஆரோக்கியம். அதேபோல் காலனியிலும் ஒவ்வொரு வீடாகச் சென்று சொன்னாள். நாளைக்குச் சாயந்திரமாகப் புறப்பட்டு மேல்நாரியப்பனூர் சென்று தங்கி, மறுநாள் தாலிகட்டுவது என்று தீர்மானம். பெண் புறப்படும்முன் ஒவ்வொரு வீடாகச் சென்று விழுந்து கும்பிட்டு ஆசீர்வாதம் தவறாமல் வாங்க வேண்டும். கும்பிடு பணம் நாலு, ரெண்டு என்று சேரும் என்று ஆரோக்கியம் திட்டம் போட்டிருந்தாள். அதைச் செறுவாடாக மேரிக்குக் கொடுத்தனுப்ப வேண்டுமென எண்ணினாள்.

நாளைக்கில்லை. மறுநாள் கல்யாணம். அதற்கடுத்த நாள் எப்படியோ என்று ஆரோக்கியம், கொத்துக்காரர்கள், கரைக்காரர்கள், பஞ்சாயத்தார்களிடம் மூன்று நாளைக்கும் துணி வெளுக்க முடியாது என்று அனுமதி கேட்டாள். முதலில் மறுத்தனர். பிறகு இன்று வெளுத்தே ஆக வேண்டுமென்றதால், சவுரியை மட்டும் அழைத்துக்கொண்டு தொரப்பாட்டுக்குப் புறப்பட்டாள்.

மரமரவென்று வெயில் ஏறிக்கொண்டிருந்தது. ஆரோக்கியமும் சவுரியும் துணி மூட்டையுடன் தொரப்பாட்டுக்கு வண்டிப் பாதையில் போகும்போது குடித்தெரு வண்ணான் முத்துசாமியும், அவன் மனைவி குஞ்சம்மாவும் வந்தனர். நான்கு பேரும் பேசிக்கொண்டே நடந்தார்கள்.

ஆரோக்கியம் மேரி கல்யாணம்பற்றியும், அவளுக்கு ஊர்ப்பொதுவிலிருந்து எதுவும் கொடுக்க முடியாதென்பதையும் கதையாகவும், புலம்பியும் சொன்னபோது, அதைவிடச் சோகமாகத் தன் கதையைக் குஞ்சம்மா ஆரோக்கியத்திடம் சொன்னாள். அதைக் கேட்டு, ஆச்சரியத்தில் சொன்னாள் ஆரோக்கியம்:

‘‘அட அந்தோணியார! இப்பிடியுமா இருக்கும்?’’

‘‘அட ஆண்டவனே!’’

‘‘ஏசுவே, கர்த்தாவே.’’

காலையில் பெரிய பண்ணையத்தார் மகன் தங்கராசுக்குக் கல்யாணம் நடந்தது. தோட்டியிலிருந்து, தொம்பன், கூத்தாடி, பரியாரி, வண்ணான், சக்கிலி, பறையன்கள்வரை சந்தோசமடைந்தனர். பெரிய இடத்துக் கல்யாணம், எப்படியும் ஒரு காடா வேட்டியும் சேலையும் கிடைக்குமென்று ஊர்த் தெரு வண்ணான் முத்து சாமியும் குஞ்சம்மாவும் எதிர்பார்த்தனர். மற்ற சின்னக் குடித்தனக்காரர்களைவிடப் பெரிய குடி என்பதால் அதிகமாகக் கிடைக்கலாமென்று எண்ணினர். முதல் காரியம் வேறு.

காலனியில் நடக்கும் கல்யாணங்களில் சவுரி சின்னப் பையனாக இருந்தபோது வேட்டி, சேலை கொடுத்தார்கள். இதை எப்போதோ நிறுத்திவிட்டார்கள். இரண்டு நாளுக்குப் போதுமான சோறு, குழம்பு கிடைக்கும். இப்போதோ, ஒரு குத்து வெற்றிலைபாக்குதான் கிடைக்கும். இதுவும் இல்லையென்பார்களோ என்னவோ, யார் கண்டார்கள்? எது வேண்டுமானாலும் நடக்கலாம். காலம் அப்படி.

அந்தந்த சாதியில் கல்யாணம், விசேஷமென்று குடித்தனக்காரர்கள் வீட்டில் நடந்தால், அந்தச் சாதி வண்ணானுக்குத் தலை தெறித்துவிடும். பந்தலுக்குத் துணி கட்டுவது, மாவிலைத் தோரணம், மணவறை ஜோடனை, விருந்தினர் அமர விரிப்பு, மொய் பிடிக்க விரிப்புப் போடுவது என்று ஒரே வேலையாக இருக்கும். வசதிக்கு ஏற்றபடி வேட்டி, சேலை, அரிசி என்று கொடுப்பார்கள். ஆனால் காலனிக் கல்யாணங்களிலோ இருப்பவர்கள், இல்லாதவர்கள் என்று வித்தியாசமில்லாமல் சோறும் குழம்பும் போடுவார்கள். சவுரியோ ஆரோக்கியமோ வேண்டாமென்றாலும் விட மாட்டார்கள். குண்டான்குண்டானாக வரும்.

பந்தல் போட, அலங்காரம் பண்ண, மைக் செட், எல்லாம் மொத்தமாக டவுனிலிருந்து ஆட்கள் கொண்டுவந்து வேலைகள் நடந்தன. கீற்று, கைகள்கூட லாரியிலேயே கொண்டு வந்துவிட்டார்கள். முத்துசாமியும் குஞ்சம்மாவும் சென்று பந்தல்காலில் நின்றிருக்கிறார்கள். ''வண்ணானுக்கு ஒரு எல சோறு போடுறா!'' என்று ஒரு ஆளுக்கு மட்டும் போதுமான சோற்றைப் போட்டு அனுப்பிவிட்டார்களாம், மொய்கூடக் காலையிலேயே பிடித்துவிட்டார்களாம். சொல்லிச் சொல்லி மாய்ந்தாள் குஞ்சம்மா.

கூத்தாடி, தொம்பன், வண்ணான், பரியாரி, சக்கிலி, பறையன்களுக்குத் தலா ஒரு இலை சோறு என்று போடவே எல்லாருமே வேட்டியில் சோற்றை முடிந்துகொண்டு பின்கட்டிலிருந்து வெளியே வந்துவிட்டார்களாம்.

''அட அந்தோணியார!''

''அந்த வவுத்தெரிச்சல ஏன் இப்ப கிண்டுற?'' என்று வெறுப்போடு கூறிய குஞ்சம்மா, தலையிலிருந்த துணி மூட்டையை இரு கைகளாலும் தூக்கிப் பிடித்து, உச்சியை ஆற்றிக்கொண்டு நடந்தாள்.

''அட அந்தோணியாரே!''

''சுருக்க நட...'' என்று சவுரி ஆரோக்கியத்தை விரட்டியபோது, சோர்ந்து, அசந்துபோய் முத்துசாமி சொன்னான்:

''இல்லாதவங்களாவது தேவலாம். ஊருக்கு ஒரு குடி வண்ணாரப் பயன்னு நாலு குண்டான் சோறாவது போடுறாங்க...ம்...''

''ஊட்டுல இருந்த புள்ளீங்க, ஒரு எல சோத்தக் கண்டதும் முகமே மாறி வெம்மாறிப் போச்சி'' என்றாள் குஞ்சம்மா. நடந்துகொண்டே சவுரி சொன்னான்:

''நம்ம கையில என்னாங்க சாமி இருக்கு. அந்த ஆண்டவன் விட்ட வய்யின்னு போவணும். அவன்தான் நமக்குத் தொணெ.''

''அங்கெல்லாம் எப்பிடி இருக்கு?'' என்று குஞ்சம்மா ஆரோக்கியத்திடம் கேட்டாள். இதற்காகவே இதுவரை காத்திருந்தவள்போல் ஆரோக்கியம் ஒரேயடியாக மூச்சுக்கூட விடாமல் தன் கதையைச் சொன்னாள்:

''அட அந்தோணியார! அந்தக் கதய ஏன் கேக்குறீங்க? இங்க மட்டும் என்ன கொடி கட்டியா வாயிறோம். பிஞ்ச செருப்பத் தச்சுப் போடுற கததான். எங்க வாயுது? அதுலியும் பாருங்க சாமி, இருக்கப்பட்டவுங்களே, ரெண்டு காணி பூமி, நெலம்னு வச்சி இருக்கறவுங்களே இப்பிடின்னா, பறச்சாதியில மட்டும் என்னா? எல்லாம் ஈத்துக்க புடிச்சிக்க கததான். ஆடி மாசத்துப் பட்டினி அப்பன் ஊடுமுட்டும் இருக்குங்கற நெலம தான் போங்க சாமி. போன வெள்ளிக்கியம எங்க தலாரி மவனுக்குக் கண்ணாலம். ஊருக்குப் புது வயக்கமா பெஞ்சு போட்டு, மணவற இல்லாம தாலி கட்டி எயிந்திரிஞ்சிட்டான். யாரப் போய் நாம்ப குத்தம் சொல்றது? பந்தலுக்குத் துணிகட்ட, மொய்யி புடிக்கத் துணி போடக் கூப்புடுல்லன்னாலும், 'கண்ணாலம் நடக்குது வாடி வண்ணாத்தி மவளன்னு' ஒரு வாவார்த்த சொன்னாங்க. ஆனா, அப்பிடிஇப்பிடி இல்லன்னாலும் ரண்டு நாளக்கி ஆவறாப்பல சோறும் குயம்பும் போட்டாங்க. மவராசங்க போட்டத இல்லங்கறதா சாமி. இந்தப் பொணத்துல மண்ணு விய்யிறாப்லதான் சொல்றன். ஒரு குத்து வெத்திலயும், பாக்கும் அள்ளிப் போட்டாங்க. மத்தது ஒண்ணும் இல்ல.''

''காலம் எம்புட்டோ மாறிப்போச்சி'' என்ற முத்துசாமிக்குச் சவுரி சொன்னான்:

''ஆமாம், சாமியோவ்.''

''உங்களுக்குத் தேவலாம்டி வண்ணாத்தி மவள!'' என்றாள் குஞ்சம்மா.

''என்ன தேவலாம் சாமி!'' ஆரோக்கியம் புலம்பினாள்.

''அந்த நாரியப்பனூர் அந்தோணியாருக்குக் கண்ணு வருமா.''

பேசிக்கொண்டே வண்ணான் குட்டைக்கு வந்துவிட்டார்கள். அதற்குள் ஆரோக்கி யத்திற்கு முதுகெலும்பும் 'விண்விண்' என்று புடைத்து வலி கண்டுவிட்டது. கக்கத்தில் ஒரு மூட்டை இருந்ததால் உச்சியை ஆற்ற, மூட்டையைப் புரட்டி வைக்கக்கூட முடியவில்லை. குடி வண்ணான் ஆரோக்கியத்திடம் சொல்லிக்கொண்டு தன் தொரப்பாட்டுக்குப் பிரிந்து போனான். ஆரோக்கியமும் அவளுக்கென்றிருந்த வண்ணான் குட்டைக்குப் பிரிந்து போனாள். பொழுது பாதி வானத்திற்கு வந்திருந்தது. நல்ல வெயில். பூமியில் உஷ்ணம் ஏறிக் கொதிக்கத் தொடங்கியிருந்தது.

பொழுது இறங்கச் சற்று நேரம் இருக்கும்போதே ராணி, மேரியின் வீட்டிற்குள் நுழை யும்முன், நின்று நிதானமாக நாலு பக்கமும் யாராவது ஆட்கள் தென்படுகிறார்களா என்று பார்த்தாள். பிறகு சடேரென்று நுழைந்தாள்.

மேரி அடுப்படியில் சோறு பொங்கிக்கொண்டிருந்தாள். ராணியைக் கண்டதும், சகாயத்திடம் சொல்லிவிட்டு, குதிருக்கு அருகில் இருவரும் வந்து உட்கார்ந்துகொண்டனர்.

''ஏன் சும்மா குந்தியிருக்க?''

''பின்ன என்னா பண்ணச் சொல்ற?''

''அப்ப செரி.''

மேரி சிறிது நேரம் மௌனமாக இருந்தாள். பிறகு, ஊசி நூலை இறவாணத்திலிருந்து எடுத்து வந்து, ராணி கொண்டுவந்த கிழிந்த உள்பாவாடையைத் தைக்கப் பாவாடையை வாங்கினாள். மேரியைப் பார்த்துப் பேச வேண்டுமென்றால் கிழிசலைச் சும்மாவாவது ஒரு பந்தாகச் சுருட்டி எடுத்துக்கொண்டு வருவாள். அதில் தைப்பதற்கு ஒன்றும் இருக்காது. அதேபோல் இப்போது அவள் கொண்டுவந்த உள்பாவாடையிலும் கிழிசல் ஏதுமில்லை. பொய்யாக மேரி ராணிக்கு அடி ஒன்று வைத்தாள்.

''ஊரு எளப்பம் வண்ணாத்திக்குத் தெரியுங்கறது நிசம்தான்.''

''எப்பிடி?''

''ராங்கிக்காரி, எட்டிக்கூடப் பாக்க மாட்டங்கற! கண்ணாலப் பொண்ணு.''

''ஆமாம் கண்ணாலத்தப் பாரு, கண்ணாலத்த!''

''ஏன்டி அப்பிடிச் சொல்ற?''

''ஒன்னாட்டம் என்னா இருக்கப்பட்டவன் ஊட்டுக்கா போறன்? இதுகூட, பொணத்துக்கு நடக்கிறாப்லதான்,

காட்ட உழுது வச்சென்
கார நெல்லு வெதச்சி வச்சென்
கார நெல்லும் வெளஞ்சப்ப
கார் மேகம் திரண்டதால
காணி நெல்லும் பாழாப்போச்சி.''

மேரி கண்ணிலிருந்து நீர் கொட்டியது. ராணிக்கும் அழுகை வந்துவிட்டது. அழுதாள். அழுதபடியே மேரியை இரண்டு, மூன்று முறை 'அழுவாதே' என்று சொல்லி அடித்தாள். சிறிது நேரம் சென்றபின் சிரித்தாள்.

''அடக் கயித, எங்கிட்ட மறெக்கவா? நான் தண்ணியில தடம் பாப்பன். ஹுக்கும். தெரியுமா?''

''இது கடக்கு. உன் விஷயம் என்னாச்சி?''

''இன்னிக்குத் தேதி வச்சிட்டாங்க!''

''மாப்புளெயப் பாத்தியா?''

''ஊருல எப்பிடி எப்படிப்பட்டவுளுகளுக்கெல்லாம் மாப்புளெ எப்பிடி எப்பிடியோ வரான். எனக்கொரு அடுப்புக்கரி. பாழும் விதியே!''

''அட ஆண்டவரே, நிசமாவா?''

கல்யாணத்திற்கு வந்திருந்தவர்கள் ராணியை யார் என்று சகாயத்திடம் கேட்டனர். அதிலும் ஈர்க்குளியைத் தலையில் விட்டு, ஈர் எடுத்துக் குத்திக்கொண்டிருந்த பெண்தான் அதிக ஆர்வம் காட்டினாள். ''நம்ம ஊட்டுக்குள்ளார எல்லாம் அவுங்க வருவாங்களா? அம்புட்டு சிநேகிதமா? பரவாயில்ல. மாப்புள்ள அதிர்ஷ்டக்காரன்தான். எங்க ஊருல எல்லாம் ஒரு அடி எடுத்து வக்க மாட்டாங்களே!'' என்று வியந்தாள்.

இந்த ஊரிலேயே ராணி வீட்டில் மட்டும்தான் மேரி நுழைவாள். சின்ன வயதிலிருந்தே பழகியவர்கள். மேரி நுழையும்போது தெருவில் யாராவது இருக்கிறார்களா என்று பார்த்துவிட்டுத்தான் போவாள். ராணி தனியாக வீட்டிலிருக்கும்போது மட்டும். அவள் அம்மாவும் நல்ல மாதிரி என்றாலும், வீட்டுக்குள் நுழைய விட மாட்டாள், ஊருக்குப் பயந்துகொண்டு. அப்படி யாராவது மீறிப் பார்த்துவிட்டால் பெரிய சண்டையே வந்துவிடும். மேரி குடும்பத்திற்கே ஆபத்து வந்துவிடும்.

மடியிலிருந்த பொட்டலத்தை மேரியிடம் கொடுத்தாள். பேப்பரில் எண்ணெய் கசிந்து ஊறியிருந்தது. சோளப் பணியாரம். ஒரு பழைய மேல் சட்டையும் கொடுத்தாள். பிறகு பழைய உள்பாவாடையைச் சுருட்டிக்கொண்டு எழுந்தாள்.

''எங்கம்மா தேடும்.''

''மாப்புள ஊட்டுக்காரங்க போயிட்டாங்களா?''

''ம்.''

''சட்ட எதுக்கு?''

''கையில பணம், காசு இல்ல கொடுக்கறதுக்கு, இதுன்னாலும் தொலஞ்சி போச்சின்னு சொல்லலாம். நீ போய் உன் புருசன் ஊருல போட்டுக்க.''

''வாண்டாம்.''

''வாயை மூடு.''

மேரி லேசாகக் கண்கலங்கினாள். ராணி அழுதேவிட்டாள். அவள் அழுதுகொண்டே சொன்னாள்:

''எனக்குத்தான் முன்னால கண்ணாலம் நடக்கும். நான் போய் எங்க ஊருல இருக்கிற வண்ணானுக்கு உன்னக் கட்டிவச்சி, நாம்ப ஒரே ஊருல இருக்கலாம்னு நெனச்சேன்.''

''அதுக்குக் கொடுத்துவக்கல!''

''நெறயாப் பேசணும்னு வந்தன். வரயில மறந்துபோச்சி, ஊருத் தெருவுல படம் காட்டுறாங்களாம். அங்க வா, நாம்ப பேசிக்கலாம்.''

''செரி.''

''மறந்துடாத!''

''ஓ''

''நிசமா வருவியா?''

''உன் தலத்தன்னான வரன்.''

மேரி வாசலில் வந்து நின்று யாராவது வருகிறார்களா என்று பார்த்துவிட்டுச் சொல்ல, ராணி மடமடவென்று தெருவில் இறங்கிக் கருவேலங் காட்டுக்குள் புகுந்து வீட்டுக்கு ஓடினாள். மேரி அவளையும், அவள் கொடுத்த மேல் சட்டையையும்

மாறிமாறிப் பார்த்தாள். ராணி காட்டில் மறைந்து, தேய்ந்து மறையும்போது மேரி கண்களிலிருந்து தொடர்ந்து கன்னத்தில் நீர் இறங்கியது.

சிறிது நேரத்தில் சக்கிலியக்குடிப் பெரியான் கோசலையை அழைத்துக்கொண்டு வந்து, வாசல்முன் அமர்ந்துகொண்டு கேட்டான்.

''சவுரி!''

''நான்தான் தாத்தா இருக்கன்.''

''எங்க எல்லாரும்?''

''அப்பனும் அம்மாளும் தொரப்பாட்டுக்கு.''

''இன்னிக்குமா?''

''என்னா செய்யுறது தாத்தாவோவ்.''

''கண்ணாலச் சோறு எல்லாம் ஆச்சா?''

''ஆச்சி.''

''நீ அதிஷ்டக்காரி. கொடுத்துவச்சவ.''

ஆரோக்கியமும் சவுரியும் துணி மூட்டைகளுடன் வந்தனர். கல்யாணத்திற்குப் புதிதாக வந்தவர்களை ஆரோக்கியம் விசாரித்தாள். சாப்பிடச் சொன்னாள். அவளும் சாப்பிட்டாள். பிறகு எல்லாருடனும் உட்கார்ந்து பேசினாள். 'மழை மாரி, வெள்ளாம, பொயப்பு' என்று கேள்விகள் கேட்டாள். கடைசியில் ஒரு சின்ன அழுகையுடன் தன் கதையைச் சொன்னாள். சிலரிடம் சண்டை பிடித்தாள். ''இப்போதுதான் வயி தெரிஞ்சுதா'' என்றாள். பிறகு வந்திருந்தவர்களை ஒவ்வொருவராகத் தனித்தனியாக விசாரித்தாள், சாப்பிட அழைத்தாள். அதுவரை எங்கேயோ இருந்துவிட்டு அப்போது ஜோசப் வீட்டினுள் நுழைந்தான். அவனைக் கண்டு ஆரோக்கியமே அசந்துவிட்டாள். அவனைப் பார்க்கும் ஒவ்வொரு முறையும் புதிதாகப் பார்ப்பதுபோல் பார்த்தாள். நேற்றிலிருந்து அவனைப் பார்த்துக்கொண்டுதான் இருக்கிறாள். முழுமையாகப் பார்த்த உணர்வு அவளுக்கு ஏற்படவே இல்லை. காலையில் துணியெடுக்கப் போனபோது தெருவில் சொன்னார்களே ''அவனப் பாத்தா வண்ணாரப் பெய மாதிரியா இருக்கான், பெரிய குடுத்தனக்காரன் ஊட்டுப் புள்ளெ தோத்துச்சிப் போ!'' அது நிசம்தான் போலிருக்கு என்று மலைத்து நின்றவள், அந்த இடத்திலேயே உட்கார்ந்துவிட்டாள்.

சக்கிலியக்குடிப் பெரியானுடன் சவுரி பேசிக்கொண்டிருந்தான். உறவினர்கள் அங்குமிங்கும் சிதறியும், பெரியான் பேச்சைக் கேட்டுக்கொண்டுமிருந்தனர். மேரி கோசலைக்குச் சடை பின்னிக்கொண்டிருந்தாள். முன்னமே சகாயம் மேரிக்குச் சடை பின்னி, பவுடர், கண் மை எல்லாம் வைத்துவிட்டிருந்தாள். ஆரோக்கியத்திற்குச் சிறிதும் பிடிக்கவில்லை. இதெல்லாம் சகாயத்தின் வேலைதான் என்று எண்ணியவள் பெரியானின் பேத்தி, கோசலையிடம் கேட்டாள்:

''இன்னிக்கென்ன ஒரே சீவலா இருக்குடி?''

''சினிமாப் படம் காட்டுறாங்களாம். போறோம்.''

''இதென்னடி கொறத்தியாட்டம். மொவத்துல மாவு அப்பறதும், வண்டி மையியக் கண்ணுல ஈசிக்கிறதும்.''

''குடுத்தனக்காரிச்சிக்கு ஏத்ததா இதெல்லாம்?''

கோசலையிடம் ஆரோக்கியம் விவரம் கேட்டுக்கொண்டிருந்தபோது மேரி, கொஞ்சலாகவும் மெல்லிய உள்வாங்கிய குரலிலும் ஆரோக்கியத்திடம் கேட்டாள்:

''அம்மோவ் நானும்.''

''நான் மாட்டன்.''

''நான் போவத்தான் போறன்.''

''உன் ஆம்படையான்கள் வரச் சொன்னான்ங்களா?''

''சீ, ஓடுரி. நீயெல்லாம் ஒரு பொம்மனாட்டியாங்காட்டியும்.''

மேரி வெடுக்கென்று எழுந்து உள்ளே போய்விட்டாள். ஆரோக்கியத்திற்கும் என்னவோபோல் இசைகேடாக இருந்தது. இருந்தாலும் நாளைக்குச் சாயந்திரம் பெண்ணாகப் போக இருக்கிறவள், இன்று ஊர்த் தெருவுக்குச் சினிமாப் படம் பார்க்கப் போகிறேன் என்கிறாளே என்று ஆரோக்கியத்திற்கு வருத்தம். இதைவிட, சகாயம் வந்ததிலிருந்து, அவளிடம் சாடைமாடையாகத்தான் பேசினாள். அவள்மேல் இருந்த கோபத்தில்தான் மேரியைப் பேசிவிட்டாள். வாய் தவறி வந்துவிட்டது.

காலையில் ஊர்த் தெருவில் பெரிய பண்ணையத்தார் மகன் தங்கராசுக்குக் கல்யாணம் நடந்ததற்காக வீடியோப் படம் காட்ட இருந்தார்கள். அவர்கள் டூரிங் தியேட்டர் கட்டிக்கொண்டிருந்தார்கள். கல்யாணத்தன்று இலவசமாக முதல் சினிமா காட்டுவதாகத்தான் இருந்தார்கள். என்ன காரணத்தாலோ தியேட்டர் இன்னும் கட்டியாகவில்லை. அதனால் வீடியோப் படம் காட்டுகிறார்களாம்.

ஆரோக்கியம் திட்டியதிலிருந்து மேரி மொறுமொறுவென்று இருந்தாள். மூலையில் உட்கார்ந்து விசும்பிக்கொண்டிருந்தாள். இதனால் ஆரோக்கியத்திற்குச் சங்கடமாகி விட்டது. அதோடு உறவினர்கள் எல்லாரும் நேரத்திலேயே சாப்பாடு முடித்து, உட்காருவதற்குச் சாக்கு, பாய், என்று எடுத்துக்கொண்டு கிளம்பினார்கள். பெரியானின் மகன் அம்பாயிரம், அவன் மனைவி ராஜாத்தி, மகள் கோசலை ஆகியோரும் புறப்பட்டு விட்டனர். சகாயம் மேரியை உசுப்பிக்கொண்டிருப்பதை ஆரோக்கியம் கண்டாள். 'சரி, போய்த்தான் தொலையட்டும்' என்று நினைத்தவள் பேசாமல் இருந்தாள். மீண்டும் மேரியோ சகாயமோ கேட்கட்டுமென்று இருந்துவிட்டாள். தெருக்கூத்தென்றால் ஆரோக்கியமே அழைத்துக்கொண்டு போவாள். வயசுக்கு வரும்முன்பு மேரியைப் பலமுறை திருவிழாச் சமயத்தில் அழைத்துக்கொண்டு போயிருக்கிறாள்.

மேரியின் விசும்பல் அதிகரிக்கவே, அவளைச் சகாயம் வாவென்று அழைத்துக் கொண்டிருந்தாள். சரி, போய்த்தான் தொலையட்டுமென்று, வேறுபுறம் முகத்தைத் திருப்பிக்கொண்டு ஆரோக்கியம் சொன்னாள்:

''எல்லாரும் போயிட்டாங்க. போறதுன்னா நேரத்துல போயேன்.''

''நான் போவல.''

''செரி செரி. போ. உன் நல்லதுக்குத்தான் சொன்னன். இந்த ஓலவத்துல எப்பிடித்தான் பொயப்பியோ! கூத்துன்னாலும் நேருல மனுசங்க ஆடுறதப் பாக்கலாம். படத்துல பொம்மய எப்பிடிப் பாக்கறது? மனுசங்க ஆடிப்பாடுறது எப்பிடி? பொம்மய சும்மா பாக்கறது எப்பிடி? பொம்மைக்கும் மனுசனுக்கும் வித்தியாசம் தெரியாமயாபூடும் காலம் கெட்டுப்போனாலும்.''

''நீயும் வா.''

''ஊட்டத் தனியாப் போட்டுட்டு வரச் சொல்றியா? சனம், சாதி வந்திருக்கறப்ப, பொயப்பு வாய்ந்திடும் போ.''

''இங்கென்ன ஆண்ட பாண்டமான பொக்கிசமா இருக்கு?''

''நீ சம்பாரியேன், உங்காலத்துல பாப்பம்.''

''க்கும்''

''போ!''

''நீயும் வா.''

''என் காலம் முச்சூடும் சோத்துக்குக் கவலயும், துணிக்கு ஏக்கமுமாவே ஓடிப்போச்சு.''

''பொட்டிக்குள்ளாற காட்டுற சினிமாப் படத்தப் பாத்து நான் என்னா செய்யப்போறன்.''

''அது சோத்துக்காவுமா சாத்துக்காவுமா?''

மேரி காலை உதறி, உதறி, பூமியைத் தேய்த்து நடந்தாள். சகாயமும் அவளுடன் போனாள், பழைய பாய் ஒன்று எடுத்துக்கொண்டு. அவள் நடப்பதையே வெறித்துப் பார்த்த ஆரோக்கியம் கண்ணில் நீர் உருண்டது.

''எங்காலத்துக்குப் பின்னால எப்பிடிப் பொயப்பா? இவள வுட்டுட்டு நான் எப்பிடி இருப்பன்? இந்த உசுரு மண்ணுல தரிச்சி நிக்குமா?'' என்று தன்னையே கேட்டுக் கொண்டாள் ஆரோக்கியம்.

மேரி போன கருவேல முள் பாதை இருளாக மாறிக்கொண்டிருந்தாலும், ஆரோக்கியம் அந்தத் திக்கையே வெறித்தாள். அவள் பார்த்ததெல்லாம், சிந்தித்தது எல்லாம், இருளின் புதிய கடுமையைக் கொண்டிருந்தது.

ஆரோக்கியத்திற்குத் திடீரென்று பயம் உண்டாயிற்று. மேரியை ஏன் அனுப்பி வைத்தோம் என்றிருந்தது. மேரி சினிமாப் பார்க்கப் போகும் இடத்திற்குக் குள்ளக்கறுப்பு சாமி கோவிலைத் தாண்டித்தான் போக வேண்டும். இந்தச் சாமியை 'துஷ்ட தேவாதி' என்றுதான் அழைப்பார்கள். தீட்டுக்காரப் பெண்கள் யாரும் இந்தக் கோவிலின் வழியே போக மாட்டார்கள். எதிர்பாராமல் வழியில் அது ஏற்பட்டுவிட்டாலும் அவ்வளவுதான். கோணக்கோணப் பிடித்திழுக்கும். வயிற்று வலி உண்டாகும். அளவில்லாமல் உதிரமாக ஓடும், நிற்காது. தூரமாக இருக்கும் பெண்கள் நான்காம் நாள் தலைகுளித்த பிறகுதான் அந்த வழியே போகலாம். வேறு வழியும் இல்லை. ஊர்த் தெருவுக்குப் போக, ஊரையே சுற்றிக்கொண்டுதான் போக வேண்டும்.

போன கார்த்திகையில் தலை முழுகாமல் மறந்துபோய் அந்தக் கோயில் வழியே வந்த ஒரு காலனிப் பெண்ணுக்கு, வீடு வருவதற்குள் நொங்கும் நுரையுமாகத் தள்ளி, இரண்டு நாள் படுத்தபடி கிடந்து பிறகு செத்துப்போனாள்.

பச்சைக் கறி எடுத்து வருபவர்களோ, குழந்தை பெற்ற பெண்களோ, கன்னிப் பெண்களோ மதிய நேரத்தில், இரவில் வந்தால், காத்து, சேட்டை, கறுப்பு, என்று ஏதாவது பிடித்துக்கொள்ளும். ஆகையால் ஒரு வேப்பிலைக் கொத்தை இடுப்பில் அல்லது தலையில் செருகிக்கொண்டு வருவார்கள். அது மாதிரி மேரிக்கு வேப்பிலையை இரண்டு கொத்து மடியில் போட்டு அனுப்பியிருக்கலாம். புத்தியுள்ள பெண்ணாக இருந்தால் தழையை ஒடித்து வைத்திருக்கும் என்று ஆரோக்கியம் கவலைப்பட்டுக்கொண்டிருந்தாள்.

சிறிது நேரத்திற்கெல்லாம் வேப்பந்தழையுடன் ஆரோக்கியம் சினிமாப் படம் காட்டும் இடம் நோக்கி ஓடினாள்.

9

மேரி திருமணம் முடிந்து ஐந்தாறு மாதங்களாகிவிட்டது. மேரி கல்யாணம் கட்டிக்கொண்டு போனதிலிருந்து இன்றுதான் ஆரோக்கியம் கலகலவென்று பேசினாள். மேரியைத் தாலி கட்டி திரவியராஜ் சாமியாரிடம் ஆசி பெற்று அழைத்துக் கொண்டு ஊருக்குக் கிளம்பும்போது, ஆரோக்கியம் கதறி அழுதாள். சாமியாரால்கூட அவளைத் தடுத்து நிறுத்த முடியவில்லை.

மேரிக்குத் தாலி கட்டின கையோடு, ஜோசப்பும் சகாயமும் அவளை அழைத்துக் கொண்டு சின்னசேலம் போய்விட்டார்கள். இரண்டு நாள் இருந்துவிட்டுப் போகட்டு

மென்று. இப்போதெல்லாம் ஆரோக்கியம் அவ்வளவாகச் சரியில்லை என்று சவுரி குறை சொன்னான். அவளும் நாள்களில் ஈடுபாடில்லாதவளாக இருந்தாள். மேரியும் இன்னும் இங்கு வரவில்லை.

ஆரோக்கியத்திற்கு எதற்கெடுத்தாலும் மேரி பேச்சுத்தான். எதாவது ஒரு வேலையைச் செய்யப் போகும்போது, அவளுக்கு மேரி நினைவு வந்துவிடும். அழுவாள். நல்ல சோறு, குழம்பு, தின்பண்டம் கிடைக்கும்போதெல்லாம் மேரியை நினைத்துக்கொள்வாள். மேரி இங்கு இன்னும் ஒரு முறைகூட வரவில்லை. இப்போது அவளுக்குத் தோதான ஆளாகப் பீட்டர்தான் இருக்கிறான். அவனும் ராத்திரியானால் பானையில் இருக்கும் தானியங்களை அள்ளிக் கொண்டுபோய் விற்றுத் தினமும் சினிமாவுக்குக் கிளம்பிவிடுகிறான் பையன்களுடன். மேரி எதிர்த்துப் பேச மாட்டாளே என்று சொல்லிச்சொல்லி அழுதபடி இருந்தாள். இப்போது வேலையும் ஒன்றும் அதிகமில்லை. விதைப்பு முடிந்துவிட்டது. ஆனால் களையெடுக்கும் பருவம் வந்தும் மழை இல்லையே என்று ஆரோக்கியம் கவலையுடன் படுத்திருக்கும்போதுதான், ராத்திரி மலையாளத்தான் வந்து ஜோசியம் சொன்னான், குடுகுடுப்பை ஆட்டி. காலையில் வந்து தானியமும் வாங்கிக்கொண்டு போய்விட்டான். அவன் வரும்போது, நடுச்சாமம் இருக்கும்.

ஆரோக்கியத்தின் வீட்டு வாசல்முன் நின்று அவன் குடுகுடுப்பையை ஆட்டி ஆட்டிப் பேச ஆரம்பித்தவுடன் தூக்கம் போன இடம் தெரியவில்லை. ஆனாலும் ஆரோக்கியம் எழுந்து வெளியே வரவில்லை. குடுகுடுப்பைக்காரன்களுடன் எப்போதும் பேய், பிசாசுகள் வரும். அந்த நேரத்தில் எழுந்து வெளியே வந்தால், அவர்களைப் பிடித்துக்கொள்ளும் என்பதால் யாருமே வெளியே வர மாட்டார்கள். ஒரு நாளைக்கு ஒரு தெருவில் மட்டும்தான் அவன் ஜோசியம் சொல்வான். அதுவும் நடுச்சாமத்தில் வந்து. விடிந்ததும் வந்து காசோ தானியமோ வாங்கிக்கொண்டு போவான். பகலில் ஜோசியம் கேட்டால் அவன் சொல்ல மாட்டான். நடுச்சாமத்தில் சுடுகாட்டுக்குச் சென்று, பூஜை செய்துவிட்டு, நேரே தெருவுக்கு வந்து ஒவ்வொரு வீடாகச் சென்று ஜோசியம் சொல்வான். பெரியவர்கள் யாரும் குழந்தைகளை அவனிடத்தில் அனுப்ப மாட்டார்கள். கோவிலின்முன் நிற்கும் மரத்தடியிலோ, பள்ளிக்கூடத்தின் அருகில் நிற்கும் மரத்தின் அடியிலோ, அவன் குடும்பத்துடன் தங்கி இருக்கும்போது, பகலில் யாருமே அவனிடத்தில் போக மாட்டார்கள். மருந்து, சூனியம், வைப்பு வைத்துவிடுவான் என்பார்கள். அவன் தோற்றமும் அப்படித்தான் இருந்தது.

ஆரோக்கியமும் பேய் பிடித்துக்கொள்ளுமென்று நினைத்து, சத்தம் போடாமல் படுக்கையில் கிடந்தபடியே அவன் குடுகுடுப்பையை ஆட்டிஆட்டிச் சொன்னதைக் கவனமாகக் கேட்டுக்கொண்டிருந்தாள். சவுரி தூங்கிக்கொண்டிருந்தான்.

"காளி... காளி... காளி..."

குடு குடு குடு குடு குடு

"சிறப்பா வாழ்ந்த குடும்பம், இப்போ சீர் கெட்டுக் கிடக்கு."

குடு குடு குடு குடு குடு

"பாடுபட்டும் பலனில்ல. உழைச்சாலும் ஒண்ணுமில்ல. கஷ்டப்பட்டாலும் கால் வயிறு கஞ்சியில்ல."

குடு குடு குடு குடு குடு குடு

"உப்பாக் கரையுற. ஓடாத் தேயுற. காத்தா ஓடுற. காத்தாடியாச் சுத்துற."

குடு குடு குடு குடு குடு குடு குடு

''உன் கையினால கொடுத்தது கோடி. ஆனா இப்போ நீ கை ஏந்தி நிக்கிற. கை நெறையுமா கவல கொறையுமான்னு, உம் மனசுல எண்ணம் இருக்கு.''

குடு குடு குடு குடு குடு குடு குடு குடு குடு

''கல்லத் தொட்டாலும் கரையும், மண்ணத் தொட்டாலும் விளையும். கைபட்டா நோவு தீரும். தரும தொரை மனசு.''

குடு குடு குடு குடு குடு குடு

''கட்டுனவன் சுகமில்ல. பெத்த புள்ளையாலும் சுகமில்ல.''

குடு குடு குடு குடு குடு குடு குடு குடு

''ஆடு இருந்துச்சி. மாடு, மன, சொந்தம் இருந்துச்சி. நாலு பேரு, நினைச்சுப் பாக்குற குடும்பமா இருந்து, மனுசன் நடந்த தடமா மாறிப்போச்சி. ஆத்துத் தண்ணியா எல்லாம் ஓடிப்போச்சி.''

குடு குடு குடு குடு குடு குடு குடு குடு

''இந்த வீட்ட விட்டுக் கன்னி ஒண்ணு வெளிய போச்சி.''

குடு குடு குடு குடு குடு குடு

''இப்ப நீ கல்லா நிக்கிற. கல்லா நின்னாலும் கவல இல்ல. மனசுல பலம் இருக்கு.''

குடு குடு குடு குடு குடு குடு

''சொந்த புத்தியில இருக்க. சொந்தம் பலமில்ல. சுத்தம் பலமில்ல. மீசை வச்ச ஆண் பலமில்ல.''

குடு குடு குடு குடு குடு

''நம்பினது மோசமில்ல. பல பேரோட தயவு உனக்கு இருக்கு.''

குடு குடு குடு குடு குடு குடு

''எல்லாத்தோட காளி... காளி... காளியோட பார்வை இக்குடும்பத்துல பட்டு, நாலு எட்டு நாளாச்சு. புடிச்ச பிணி நீங்கும்.''

குடு குடு குடு குடு குடு

''கைவிட்டுப் போன பொருள் கைகூடும், குடும்பம் விருத்திக்கி வரும். குடும்பம் விளங்கும்.''

குடு குடு குடு குடு குடு குடு குடு குடு குடு

''காளி. காளி. காளி. காளி. காளி. காளி. காளி. காளி.''

குடு குடு குடு குடு குடு குடு குடு குடு குடு

சக்கிலியக்குடிப் பெரியான் வீட்டுக்குப் பக்கம் சிறிது நேரம் குடுகுடுப்பையின் சத்தம் கேட்டுக்கொண்டிருந்தது. மீண்டும் ஆரோக்கியம் வீட்டு வாசற்படி தாண்டிக் காலனிப் பக்கம் குடுகுடுப்பை போய்க்கொண்டிருப்பது கேட்டது.

மலையாளத்தான் போன பிறகு ஆரோக்கியத்திற்குத் தூக்கமில்லை. சவுரியை எழுப்பினாள். அவன் தூங்கிக்கொண்டிருந்தான். வெளியே வரவும் பயம். போன ஆண்டும் இதே மலையாளத்தான் வந்து இதேபோல் பங்குனியில் ஒரு ராத்திரி வந்து சொன்னான். இந்தக் குடும்பத்தில் ஒரு கன்னி வேட்டை நடக்குமென்று. அதேபோல் மேரிக்கு நடந்துவிட்டதென்று ஆரோக்கியம் நினைத்தாள். ஒவ்வொரு வருஷமும் இந்த மலையாளத்தான் வருகிறான். வாய்வாக்குச் சொல்கிறான், அது அப்படியே நடக்கிறது. இதற்கு ஏதாவது செய்ய வேண்டுமென்று ஆரோக்கியம் திட்டமிட்டாள். கழிவிடை செய்ய என்ன செலவாகும்?

விடிந்ததும் விடியாததுமாக சவுரியிடம் சொன்னாள். சக்கிலியக்குடிப் பெரி யானிடம் சொன்னாள். அம்பாயிரம், அவன் பொண்டாட்டியிடம், கோசலை

யிடமெல்லாம் சொன்னாள். அவர்கள் வீட்டில் அந்த மலையாளத்தான் என்ன சொன்னான் என்று கேட்டு அறிந்தாள். அவளுக்கு மனசு முழுக்கக் கவலை நிறைந்து கிடந்தது. இனி இந்தக் குடும்பத்தில் என்ன என்ன நடக்குமோ என்று கவலைப்பட்டாள். ஆனால் கடைசியில், கவலைப்பட வேண்டாம், தெய்வத்தோட பார்வை இருக்கு என்றானே, நல்லதுதான்.

துணி எடுத்துக்கொண்டு தொரப்பாட்டுக்குப் போகும்போதும், தொரப்பாடு முழுக்கவும் மலையாளத்தான் பேச்சையே பேசிக்கொண்டிருந்தாள். ஊரில் இன்று ஊரணி என்பதால் தொரப்பாட்டிலிருந்து ஆரோக்கியம் நேரத்திலேயே வீட்டிற்கு வந்தாள்.

ஊரே திரண்டிருந்தது. எப்போதுமில்லாமல் முதன்முதலாக மழைக்காக ஆடி மாதத்தில் சாமியைத் தூக்கிவிடுவதென்று முடிவெடுத்தனர். மாரியம்மன் கோவிலைச் சுற்றி ஒரே ஜனக் கும்பல். ஊரே திமிலோகப்பட்டது. பெண்களிடம் குதூகலம். சிறுவர்கள் மதியமே மேய்ச்சலிலிருந்து ஆடு, மாடுகளை ஓட்டிவந்துவிட்டனர். மாடுகள் தங்கள் வால்களைத் தூக்கியடித்துக்கொண்டு ஓட்டமாய் வந்தன, புழுதியைக் கிளப்பிக்கொண்டு.

பெண்கள் பொங்கல் செய்ய அடுப்பை மூட்டினர். சிலர் மூன்று கற்களை வைத்து அடுப்புக் கோலினர். சிலர் பள்ளம் வெட்டிக்கொண்டிருந்தார்கள். சில குடும்பத்துப் பெண்கள் பச்சரிசி கடன் கேட்டுத் தெருவில் திரிந்தனர். இன்னும் பலர் உரலில் பச்சை நெல்லை போட்டுக் குத்திக்கொண்டிருந்தனர். மறந்துவிட்ட பொருள்களை எடுத்து வரச் சிறுவர்கள், வீட்டிற்கும் கோவிலுக்கும், ஓட்டமும் நடையுமாகப் பறந்தனர். சில பையன்கள் நீண்ட சோளத் தட்டையை முனையை மடித்துவிட்டு, தரையில் கோடு கீற, கார் ஓட்டிக்கொண்டே 'பூர்ர்ர்ர்ர்ர்...' என்று ஓடினார்கள்.

''சுத்துப்பட்ட ஊர்ல எல்லாம் மய. இங்க மட்டும் ஒரு தூத்தத் துளி கெடயாது. கண்ணால பாக்க ஒரு பொட்டுத் தண்ணி கெடயாது. வெறச்சக்காடு, சுடுகாடாக் கெடக்கு. சம்சாரிவோ எப்பிடிப் பொயக்கிறது, புள்ளக்குட்டிவுள வச்சிக்கிட்டு? சாமி குத்தம்தான். எந்த மாசமா இருந்தா என்னா? சாமியத் தூக்கித்தான் ஆவணும்.''

''பின்ன தூக்காமயா?''

''அதான!''

நேற்றிரவு ஊர் மணியக்காரன் தெருத்தெருவாகச் சொல்லிவிட்டுப் போனான். பிறகு பஞ்சாயத்துக் கூடியது. இரவு முழுவதும் சிறு சிறு சண்டைகளுக்கும் பேச்சுகளுக்கும் பிறகு முடிவானது, சாமியைத் தூக்கிவிடுவது என்று.

''சாமிகுத்தம்தான்.''

''ஆமாம்!''

''தூக்கித்தான் பாப்பமா? எதுக்கு மனக்கொற?''

''மனுசனால என்ன ஆகும்?''

''பேசத்தான் முடியும்.''

''பேச்சு காரியம் பண்ணுமா?''

காத்தவராயன், காளி, மாரியம்மன், தூண்டிக் கறுப்பன், செல்லியம்மன் பூசாரிகளையெல்லாம் அழைத்து வந்து கணிகேட்டார்கள். தட்சிணாமூர்த்தி அய்யரிடம் ஜோசியம் பார்த்தார்கள். இவர்தான் விதைக்கும்போது சொன்னார், 'இந்த வருசம் சாமி பன்னிமேல ஏறியிருக்கிறதால, கறுப்பு தானியம் அதிகம் விளையும்' என்று. பூப்போட்டுப் பார்த்தார்கள். சகுனம் கேட்டார்கள். ஆரூடம் பார்த்தார்கள். சாயங் காலப் பொழுதுகளில் ஊர் எல்லை தாண்டிச் சென்று வானத்தில் போகும் குருவிகள்

எந்தத் திசையில் போகின்றன, மழை வருமா என்று கவனித்தார்கள். எதுவும் பலன் அளிக்காததால் கடைசியில் ஒரு முடிவுக்கு வந்தார்கள்.

''ஆமாம், இது தெய்வக்குத்தம்தான். நரபலி கொடுத்துப் பொங்க வச்சி சாமியத் தூக்கினாப் பாரு, மத்தாம் நாளே மய கொட்டோ கொட்டுன்னு கொட்டும். இதுல மாத்தமில்ல.''

''நிசம்தான். ஒரு அஞ்சாறு வருசத்துக்கு முன்னால இதே மாதிரிதான் இருந்துச்சி. பஞ்சம்னாப் பஞ்சம், அப்படியொரு பஞ்சம். வாயால சொல்லிக்காட்ட முடியாத அளவுக் குப் பஞ்சம். என்னஎன்னமோ பாத்தாங்க. செஞ்சாங்க. புண்ணியமில்ல. பெறவு ஒரு பன்னிய வெட்டி, பொங்க வச்சிச் சாமியைத் தூக்கினதுதான் தாமசம், சாமி ஊர்கோலம் முடிஞ்சி, திரும்பி வந்து கோயிலுக்கு முன்னால நெலைக்கு வார்றதுக்குள்ள மய புடிச்சிக்கிச்சி. ஆலங்கட்டி மய, அப்பத்தான் அடிச்சிச்சி. அதுக்குப் பின்னால அந்த மாதிரி மய இன்னும் வரல.''

''நீங்க சொல்றது நிசங்க.'' யார் யாரோ பேசினார்கள். சிலர் ஆமாம் போட் டார்கள்.

''மொளச்சது மொளச்சபடியே நிக்குது. ஒரு தூத்தத் துளி கெடயாது. அல்லாம் பட்டுப் போயி காத்துல பறந்துருமாட்டம் இருக்கு.'' இதையே பலர் மீண்டும்மீண்டும் பேசிக்கொண்டிருந்தனர். வானத்தையே அடிக்கடி பார்த்தனர். பூமியைக் கண்டு கண்ணீர் விட்டனர்.

மாரியம்மன் கோவிலின் நான்கு பக்கங்களிலுமே பெண்கள் அடுப்பில் விறகு வைப்பதும், பொங்கல் கிண்டுவதுமாக இருந்தனர். சிறுவர்கள் கும்மாளம் போட்டுப் பல விளையாட்டுகளில் ஈடுபட்டிருந்தனர். இரவு சினிமாப் படம் காட்டுவதாகச் சொன்னதுமே அவர்கள் உற்சாகம் மேலிடக் குதித்தார்கள்.

நாட்டு ஓட்டால் வேய்ந்த மாரியம்மன் கோவில். அதன்முன் நிழல் படர்த்தி நிற்கும் பெரிய வேம்பு. பெரிய அளவில் படர்ந்திருக்கும் வேரினடியில் இரண்டு சூலம். புதியதாக இரண்டிலும் எலுமிச்சம் பழம் செருகிக் குங்குமம் தடவப்பட்டு நிற்கிறது. குஞ்சம் வைத்துக் கட்டியதுபோல் துண்டுச் சிகப்புத் துணி. இரண்டு புறமும் கொடுவாள் மீசை கொண்ட சாமி. குதிரை ஒன்று. முகம் பாதி விழுந்த நிலையில். எல்லாவற்றைச் சுற்றியும் ஜனக் கூட்டம். ஆரவாரம்.

ஆரோக்கியமும் சவுரியும் தொரப்பாட்டிலிருந்து வந்ததுமே கோவிலுக்குப் புறப் பட்டுவிட்டனர். பீட்டர், குதியாளம் போட்டுக்கொண்டு கோவிலுக்கு ஓடினான். இப்போதுதான் முதன்முதலாகப் பார்ப்பதுபோல் ஒவ்வொன்றையும், ஒவ்வொரு மனிதனையும் பார்த்தபடி இருந்தாள் ஆரோக்கியம்.

சவுரி கேட்டான்:

''ஊட்டுக்குப் போயி ரவ கஞ்சி காச்சன்.''

''இன்னும் செத்த போனா பொங்கச் சோறு, குண்டான்குண்டானா ஆப்புடும். அதுக்குள்ளார சோத்தாக்கி வீணாக்குறதா?''

''அதுவும் செரிதான்.''

''நம்பள மீறிப் பசி வந்துடுமா?''

ஆரோக்கியம் சோறு பொங்கிக்கொண்டிருந்த பெண்ணிடம் கேட்டாள்:

''இன்னிக்குக் கூத்து உண்டா?''

''கூத்தில்ல. சினிமாப் படமாம்.''

''செரிதான்.''

''அடக் கடவுளே. எங்க பாரு சினிமாப் படங்கிறாங்க சனங்க. பழச மறந்திட்டாங்க.''

''நேத்துங்கறதெல்லாம் சனங்களுக்கு வேண்டாத ஒண்ணாயிடிச்சி.''

ஆரோக்கியம் அடுத்த இடத்திற்கு நடந்தாள். பின்னாலேயே சவுரியும் வந்தான். அவனிடம் கேட்டாள்:

''புள்ளெ ஊட்டுக்கு நான் ஒரு நட போயிட்டு வரட்டா? கண்ணுலியே இருக்கிறாப்ல இருக்கு. இங்கியும்தான் வேல காலமாவா இருக்கு? ஒண்ணுந்தான் இல்லியே!''

''புள்ளெயாடி பெத்த நீ?''

ஆரோக்கியம் பயந்தே போனாள். சவுரி இப்படிக் கத்துவான் என்று அவள் எதிர் பார்க்கவே இல்லை. இப்போதெல்லாம் சவுரி, ஆரோக்கியத்தைத் திட்டவும் குறை பேசவும் ஆரம்பித்துவிட்டிருந்தான். அதுவும் பீட்டரால்தான் அதிகம் சண்டை. பீட்டர் தினமும் தெருவிலேயே சுற்றிக்கொண்டிருந்தான். சவுரி தொரப்பாட்டுக்குப் போன பிறகு வந்து சோறு தின்றுவிட்டு, மீண்டும் தெருவுக்குப் போய்விடுவான்.

''ஊரு நாட்டுல எல்லாரும் புள்ளெயப் பெத்தாங்க. நான் கல்லப் பெத்தன்.''

''ஊருல யாரு யாருக்கோ நல்ல சாவு வருது. எனக்கொரு நொள்ளச் சாவு வல்லியே!''

''எல்லாரோட ஏட்டயும் கியிக்கிற கடவுளுக்கு என் ஏட்டப் பெரட்டும்போது மட்டும் கண்ணு நொள்ளையாப் பூடும்போல இருக்கு.''

''இந்தத் தொவந்தனையெல்லாம் கெடாசிட்டுப் போய்ச்சேந்துட்டாத் தேவலாம்.''

''அந்தோணியாரே.''

பன்றிக்குப் பாதி உயிர்கூட இருந்திருக்காது. நான்கு காலையும் கட்டி, இடையில் ஒரு கழியைக் கொடுத்து, முன்னும் பின்னுமாகக் கஷ்டப்பட்டு இருவர் தூக்கிக்கொண்டு ஓடி வந்தனர். அதன் கோண மூஞ்சியில் பட்ட அடியில் கத்திக் கொண்டிருந்தது பன்றி.

வீரமுத்துதான் அதைப் பிடித்துக்கொண்டு வந்திருந்தான். அவன் பன்றி பிடிப்பதில் அசகாய சூரன். எவ்வளவு பெரிய பன்றியாக இருந்தாலும், எப்படித்தான் அது ஓட்டம் பிடித்தாலும், அவனிடமிருந்து மட்டும் தப்ப முடியாது. அவன் அவ்வளவு திறமையாக அதன் பின்னங்கால்கள் இரண்டையும் பிடித்து, அதை மல்லாக்கக் கிடத்தி, அதன் முகத்தில் ஒரு போடு! அவ்வளவுதான். பன்றி பிடிக்க வீரமுத்து வருகிறான் என்றால், பன்றித் தொட்டியில் தண்ணீர்கூட அதற்கு வைக்க வேண்டியதில்லை.

சூலத்தின்முன் கொண்டுவந்து பன்றியைப் போட்டு, அதற்கு மாலை ஒன்று போட்டனர். குங்குமம், சந்தனம் எல்லாம் வைத்தனர். முகத்தில் நீரைத் தெளித்ததும், போன உயிர் திரும்பியதுபோல் விர்ரென்று சிலுப்பிக்கொண்டு கத்தத் தொடங்கியது. உருட்டுப்போலிருந்த நார்க்கயிற்றின் கட்டு சிறிதுகூடத் தளரவில்லை. கற்பூரம் காட்டி, திருநீறு அதன் முகத்தில் வீசிவிட்டுக் கோவில் பூசாரி கண்ணன் கற்பூரத் தட்டுடன் கோவிலுக்குள் போனார்.

ஆரோக்கியமும் சவுரியும் திருநீறு வாங்கி நெற்றியில், தொண்டைக் குழியில் பூசிக் கொண்டு, பன்றி வெட்டுமிடத்தில் வந்து நின்றுகொண்டனர்.

ராமசாமி அவசரப்படுத்தினார்:

''முண்டப் பசங்களா, ஆவட்டும். ஆவட்டும். சீக்கிரம்.''

குளித்து, ஈர வேட்டியுடன் மாலை போட்டுக்கொண்டு வந்திருந்த வீரமுத்து பன்றியை ஒரே வீச்சில் வெட்டினான். சாமிக்குக் காவு கொடுக்கும்போது, இவன் மட்டும்தான் வெட்டலாம். அதற்குமுன், அவனுடைய அப்பா குமாரசாமிதான் வெட்டிக்கொண்டிருந்தார். வேறு யாரும் ஊரில் சாமி கொடுவாளைப் பிடித்து வெட்டிச் சாமிக்குக் காவுகொடுக்க முடியாது.

வீரமுத்து அப்பாதான், வெறும் சூலமும் கல்லுமாக இருந்ததை எடுத்து, சாமி செய்து வைத்து, கோவிலும் கட்டினார். கல்யாணம் கட்டி எட்டு வருஷம் ஆகியும் குழந்தை இல்லை. இருக்காத நோன்பு, போகாத கோவில் இல்லை. கடைசியில் 'பாழாகக் கிடக்கிற உன் கோவிலைக் கட்டுகிறேன்' என்று மாரியம்மனை வேண்டியதும், வீரமுத்து பிறந்தான். அதிலிருந்து அவர்கள் குடும்பத்தைச் சேர்ந்தவர்கள்தான் காவுகொடுக்க வேண்டும்.

''அவுங்கவுங்க கொத்துலயும் பிரிச்சிக் குடுத்து, ஒவ்வொரு தலக்கட்டுக்கும் ஒரு துண்டு கறி குடுத்துடுங்கப்பா'' என்று கூறிவிட்டு ராமசாமி எழுந்தார். குடல் தலையை ஏலம் போடச் சொன்னார்.

ஆரோக்கியமும் சவுரியும் ராமசாமிக்கு விழுந்து வணங்கினர். சிறிது நேரம் கழித்துப் பீட்டரும் விழுந்து எழுந்தான். கறியைப் பிரித்துக்கொண்டு நிற்பவர்களையே பீட்டர் வெறித்துப் பார்த்தான். ராமசாமியை ஆரோக்கியம் கேட்டாள்:

''சாமி தப்பிதமாக எடுத்துக்கப்படாது. எப்பியும் ஆடு, பன்னி வெட்டினா குடத்தலய வண்ணான்கிட்டக் கொடுக்கறதுதானே சாமி, வயக்கம்?''

''இது ஒண்ணும் தீவாளி, பொங்க, பதினெட்டு இல்ல!'' சடையன் விறைப்பாக முறைத்துச் சொன்னான்.

''எதுக்கு வெட்டுனா என்னாங்க? குடத்தலய ஏலம் போடுறது எந்த ஊரு வயக்கமும் இல்லிங்களே!''

''அடி செருப்பாலன்னான். வண்ணார நாய, உனக்கு நெஞ்சுல எம்புட்டுத் திமிரு இருந்தா, இம்புட்டுப் பேரு மத்தியில எகுத்துப் பேசுவ? அம்புட்டுத் தூரத்துக்கு ஆச்சா! படுவா மாதச்சோரு.''

''அதான கேட்டன், எதுத்துப் பேசுறதாவது.'' கூட்டத்தில் யார் என்று தெரியவில்லை.

மொட்டையன் ஆரோக்கியம்மேல் ஒரேடியாய் எரிந்து விழுந்தார். ஆரோக்கியம் நடுநடுங்கிப்போனாள். உள்ளூர பயம். சவுரி கையைக் கட்டி நின்றவன்தான். பீட்டர் ஆரோக்கியத்தின் கொசுவச் சேலையைப் பிடித்து முறுக்கிக்கொண்டிருந்தான்.

''அப்படி இல்லிங்க எசமான்.''

''என்ன அப்பிடி இல்லிங்க, நொல்லிங்க.''

''அப்படி ரெண்டு வார்த்த நறுக்குன்னு கேளுங்கண்ண.''

ஆரோக்கியத்திற்கு ஆத்திரமான ஆத்திரம், மொட்டையன் மேல். சாமிக்குப் படையல் செய்துகொண்டிருந்த கூட்டம் இங்கு திரும்பிக் கூடியது. மத்தியில் ஆரோக்கியம், சவுரி, பீட்டர், திருடர்கள்போல் முழித்துக்கொண்டிருந்தனர். லேசாக நடுங்கவும் செய்தனர். காற்று சூடாக வீசியபடி இருந்தது.

''எசமாங்க நீங்க, உங்களுக்குத் தெரியாதது ஒண்ணும் இல்லிங்க. தலமொற தலமொறயாக் குடத்தலய வண்ணான்கிட்டத்தாங்க குடுக்கிறது. இது ஊரு பொதுக் காரியமுங்க. இதுல நீங்க குடுக்கலன்னா, காது குத்தி, கருமாதிக்குன்னு வெட்டுற குடத்தலய யாருங்க குடுப்பா சாமி?''

''அதுவும் சரிதான். கொடுத்திடுங்க. பாவம். ஊருக்கு ஒரு குடி. வண்ணாத்தி மவ.''

கோவணத்திற்கு மேல் இடுப்பு வேட்டியை அவிழ்த்து நடு வயிற்றில் கட்டியிருந்தான் சவுரி. காலைக் குவித்து, கையைக் கட்டிக் குனிந்து நின்றவன்தான்.

''என்னம்மா பஞ்சாயம் பண்ண வந்துட்டியா? பொங்க, தீவாளி, பதினட்டுக்கு வெட்டினாக் கேளு. கொடுக்கலன்னா செருப்பால அடிச்சி ஏன்டா பயலேன்னு கேளு! அதுல ஞாயமிருக்கு.''

ராமசாமி சுருட்டுப் பற்றவைத்துக்கொண்டு, எல்லாரையும் அமைதியாக இருக்கும்படி ஒரு அதட்டு அதட்டினார். ஆரோக்கியம் கேட்டாள்:

''நான் பொங்க, தீவாளிக்கு மட்டும் வெளுத்தாப் போதுங்களா சாமி?''

''அடி செருப்பால, வாங்கித் தின்ன நாய! பல்லப் புட்டுப் புடுவன் புட்டு''

''அடடே! இந்தளவுக்கு வந்தாச்சா?''

ராமசாமியோடு சேர்ந்து இன்னும் நிறைய பேர் கும்பலில் திட்டினார்கள். குதித்தார்கள். மொட்டையன்தான் மூச்சுவிடாமல் கத்திக்கொண்டே இருந்தான். அவனுடைய இரண்டு எருது மாடுகளும் ஒரு வாரமாகத் தீனி தின்னவோ, தண்ணீர் குடிக்கவோ இல்லை. மாடுகளுக்குக் குடலைக் கொடுக்க வேண்டும். பன்றிக் குடலைக் கொடுத்தால் மறுநாளே மாடுகள் தீனியை வாறுவாறு என்று வாறும். மொட்டையன் பேச்சில், குடல் தலையை விடக் கூடாது என்பது, வெளிப்படையாகத் தெரிந்தது.

ராமசாமியிடம் பன்றிக்குச் சொந்தக்காரி என்ற வகையில் மூக்காயி கேட்டாள்:

''மாமோவ், எங்கிட்டக் குடுத்திடுங்க. புள்ளீங்க வெம்மாரிப் பூடும்.''

''அது உனக்கு வாண்டாம் போடி புள்ளெ.''

''அடக் கடவுளே... கொள்ளையில போவ. ஆசையா வளத்தனே!''

மூக்காயிக்குக் கோபமும் அழுகையும் வந்தது. மிகவும் கவனமாகவும் செல்லமாகவும் வளர்த்த பன்றியைக் குறைந்த விலைக்கு விற்க அவளுக்கு மனமில்லை. பண்டிகை நாளாக இருந்தால் முந்நூறுக்குக் கீழே ஒரு பைசா குறைந்தாலும் பேசாதே என்பாள். ஆனால் ஊர்ப் பெரியவர்கள் எல்லாரும் அவள் வீட்டின்முன் வந்து நின்று கேட்கவே சங்கடமாகிவிட்டது. அதோடு, ''சாமிக்கே இல்லங்கறியா? பின்னால ஒண்ணுமில்லாமப் பூடும்'' என்றதும் பயந்தேவிட்டாள். அவர்கள் சொன்ன விலைக்கே பன்றியைக் கொடுத்தும்விட்டாள்.

அவள் சேர்த்துவைத்திருந்த செறுவாட்டுப் பணத்தில் பன்றியைப் பிடித்திருந்தாள். அதை வளர்த்து விற்றுக் கிடைக்கும் பணத்தில் தன் மகளுக்குத் தோடு, சிமிக்கி வாங்க வேண்டுமென்று நினைத்திருந்தாள். போன வாரத்தில் அவளுடைய மகள் பெரிய மனுஷியானபோது இதை விற்றுத் திரட்டிச் சுற்ற வேண்டுமென்று மூக்காயி திட்ட மிட்டிருந்தாள். அவள் எண்ணம் எதுவுமே நடக்காமல் போய்விட்டது. பன்றியைக் குறைந்த விலைக்குக் கொடுத்த காரணத்தால் உரிமையுடன் குடல் தலையைக் கேட் டாள். அது இல்லை என்றதும் கோபம் கொண்டு ஊர்ப் பெரியவர்களை மோசமாகத் திட்டிக்கொண்டே அவ்விடத்தை விட்டுப் போனாள்.

''குடத்தலய எங்கிட்டக் குடுத்துத்தான் ஆவணும் சாமியோவ்.'' ஆரோக்கியம் கேட்டாள்.

''நான் பஞ்சகுடி. என் பாவத்தப் பாருங்க. நான் எப்பிடிப் பொயப்பன்.''

தீபாவளி, பதினெட்டுக்கு, ஐந்து பத்துத் தலைகள் என்று கிடைக்கும். கரிநாளுக்கு இருபது தலைகளுக்குக் குறையாது. ஆடு, மாடு, பன்றி எல்லாம் கலந்து கிடைக்கும். மொத்தக் குடலையும் நடைநடையாக வெட்டிக் கூடையில் வைத்துச் சவுரி ஓடைக்குத்

தூக்கிப் போவான். பீ, மூத்திரம், மக்காத தீனிகளையெல்லாம் தரையில் கொட்டிவிட்டு, அலசுவான். குழாய் மாதிரி உள்ளே நீர் விட்டு, இருபக்கமும் பிடித்து ஆட்டிஆட்டிக் கழுவுவான். சூரிக் கத்தியால் துண்டுதுண்டாக நறுக்கி, வெட்டி, கூடையில் வழியவழிய நிரப்பி, அதன்மேல் பூவரசு இலையைப் போட்டு மூடி வீட்டிற்குக் கொண்டுவருவான். காக்காய்களை விரட்ட, ஒரு பெரிய தடியை எடுத்துக்கொண்டு போய், சவுரி கூடவே திரும்பி வருவான் பீட்டர்.

மேரி அவற்றைத் தனித்தனியாகப் பிரித்துக் குண்டானில் எடுத்துப்போட்டு ஆக்கு வாள். சகாயம் இருந்தபோது, அவள்தான் மிளகாய்ச் சாந்து அரைத்தாள். மையமையச் சந்தனம்போல அரைத்தெடுப்பாள். காலையில் உட்கார்ந்தால் பொழுது முழுக்க அரைக்க வேண்டும். வருவதுக்கேற்ப அவ்வப்போது மிளகாய் அரைத்துக்கொண்டே இருக்க வேண்டும். கை நெருப்பாக எரியும். மூன்று, நான்கு மாதத்துக்கு வேண்டிய மிளகாய் அன்றே தீர்ந்துவிடும். அதோடு ஊரிலேயே அதிகம் கறிமசால் சாமான் செட்டியார் கடையில் வாங்கும் வீடு, ஆரோக்கியம் வீடுதான். கெட்டுப்போகாமல் இருக்கப் புளி கொஞ்சம் அதிகம் சேர்ப்பாள். அவள் மாதிரி கறியைப் பக்குவமாகச் செய்யக் காலனிப் பெண்களுக்குக்கூடத் தெரியாது.

செங்காமட்டைத் தூளை வைத்துக் கொடுவாளை ஜோசப் தீட்டுவான். பிறகு ஒரு கட்டையைப் போட்டுக்கொண்டு ஒவ்வொரு தலையாக உடைத்து நொறுக்குவான். ஆரோக்கியம் ''இப்படி நறுக்கு, அப்படி நறுக்கு'' என்று கூறியவாறு, நாய், காக்காய்களை விரட்டிக்கொண்டிருப்பாள். மேரி இரண்டு மண் மொடாவை வைத்து வேக வைப்பாள். ஆப்பையை விட்டு, இரண்டு கைகளாலும் பிடித்துக்கொண்டு கிண்டுவாள். தலைக் கறி, மூஞ்சிக்கறி, குடல் என்று ஒவ்வொன்றையும் தனித்தனியாக வேக வைத்து, ஆக்கியெடுப்பாள். மேரி தலை தூக்கிய பிறகு ஆரோக்கியம் அடுப்பிடம் போவதை நிறுத்திக்கொண்டாள்.

ஒரு வாரத்துக்குமேல் கறி இருக்கும். ஆட்டுக்கறி என்றால் மட்டும்தான் மேரி தொடுவாள். மற்றதெல்லாம் தொட மாட்டாள். ஆக்குவதோடு சரி. கறி மொடாக்களை வேடு கட்டி, மூடிவைப்பதுவரை மேரிதான் செய்வாள். இது போன்ற வேலைகளை அவள் நன்றாகவே செய்வாள். நிதானம் விடாமல் இருப்பாள்.

பன்றிக்கறி வேகும்போது மேரி எண்ணெய் எடுப்பாள். மூணு, நாலு படி கிடைக்கும். கறியைப் பூக்கப்பூக்க வேக விட்டால் மேலே மிதக்கும் எண்ணெய் மினுமினு என்று இருக்கும். மூளைக்காய்ச்சல், மாடு சரியாகத் தீனி தின்னாததற்கெல்லாம் வந்து தானியம் கொடுத்து எண்ணெயை வாங்கிப்போவார்கள்.

''யாரடிவ, லாச் சட்டம் பேசுறவ? உங்கப்பன் ஊட்டுச் சொத்தா?''

''என்ன சாமி அப்பிடி பேசுறீங்க?'' ராமசாமி பின்னாலிருந்தபடியே மொட்டையன் மீண்டும் குதித்தான்.

''அட, நீங்க ஒரு ஆளாங்காட்டியும்? ஊருல ஆளாளுக்கெல்லாம் நாட்டா மயாங்கறன்? மொதல்ல ஏலத்தப் போடுங்க. எவன் என்னா பண்றான்னு நான் பாத்துப்புடுறன்.''

கூடையில் இருக்கும் குடல், தலையை தொட்டுப் பார்க்கப்போன பீட்டரை இழுத்து, 'வெக்கங்கெட்டவனுக்குப் பொறந்தத' என்று இரண்டு அடி கொடுத்து, தன் கால்களுக்கிடையில் நிறுத்திக்கொண்டாள். பிறகு தனக்குள்ளேயே சொன்னாள்:

''தொண்ட வரதான் ருசி. பிறவு பீதான்.''

''காணத கண்ட நாயே, தோலால அடிச்ச வாயேன்னு போவ வேண்டியதுதான்.''

''வண்ணாத்தி மவுள, எகுத்தாப் பேசுற? நீயெல்லாம் எகுத்துப் பேசுறளவுக்கு ஓலவம் கெட்டுப்போச்சா?''

சடையனை மறித்து, முத்துசாமி சொன்னான்:

''காலம்பூரா, ராத்திரி, பவல்ன்னு இல்லாம, நமக்கின்னு கடக்கறவ, ஏதோ மனசுல பிரியப்பட்டுக் கேக்குறா. அவகிட்டக் குடுக்கிறதுதான் மொற!''

''நீங்கதான் மொறயக் கண்டீங்கிளா?''

முத்துசாமி எழுந்து போய்விட்டான். ஆனால் ராமசாமி, முத்துசாமி பொண்டாட்டி, கவுண்டர் ஒருத்தனுடன் ஓடிப்போனது பற்றிப் பேச ஆரம்பித்தார். எல்லாருமே அப்பேச்சில் ஆர்வம்காட்டினார்கள்.

கடைசியாகப் பொங்கல் படைத்து, தேங்காய் உடைத்து, கற்பூரம் காட்டி பொங்கல் சட்டியைத் தலைக்குத் தூக்கும்போது, முத்தம்மாக் கிழவிக்குச் சாமி வந்து ஆடியது. பொங்கலைத் தூக்கிய பெண்களும், ஆரோக்கியத்தைச் சுற்றி நின்ற கூட்டமும் இப்போது முத்தம்மாக் கிழவியைச் சூழ்ந்துகொண்டுவிட்டனர்.

முத்தம்மாக் கிழவிக்குச் சாமியாடக் காலம் எதுவுமில்லை. பகலிலும் நள்ளிரவிலும் வந்து ஆடும். பேய், பிசாசு, கறுப்புகளைத் தெருவின் கடைசிமுனைவரை துரத்தி ஓடும். கற்பூரம் காட்டி, திருநீறிட்டு, விழுந்து வணங்கிய பின்தான் சாமி மலையேறும். கிழவியும் ஓய்ந்து உட்காருவாள். சற்றுமுன்வரை சாமி அவளுக்கு வந்ததாகவோ, கூத்தாடிபோல் குதித்ததாகவோ காட்டிக்கொள்ள மாட்டாள். அது நானில்லை என்பதுபோல் அவளுடைய செயல்களிருக்கும்.

''டேய்! டேய்! டேய்!!!...''

''வந்த காரணம் சொல்லு தாயே!''

காத்தவராயன் பூசாரி உடுக்கை எடுத்து அடித்து, வந்தது என்ன, எந்த ஊரு சாமி, என்ன காரணமென்று கேள்வி கேட்க ஆரம்பித்தான். பூசாரியும் சேர்ந்து இப்போது ஆடிக்கொண்டு இருந்தான். பெண்கள்போல் அவனும் மயிர் வைத்திருந்தான். அது தோளில் தனியாக ஆடியது.

''ஓஹோஹா... டாய்...''

''தாயே! அம்மா!''

எல்லாரும் கும்பிட்டவண்ணம் வட்டமாக நின்று சாமியின் வாயிலிருந்து என்ன வருமோ என்று பக்தியிலும் பயத்திலும் ஆவலுடன் எதிர்ப்பார்த்து நின்றிருந்தனர்.

''ஆஹா... ஹா... ஹஹா...''

''சொல்லு அம்மா, தாயே மகமாயி''

''என்ன கொற?''

''மய... மய... மயதான் வேணும்!''

''இன்னும் எண்ணி எட்டாம் நாலுக்குள்ள வெள்ளம் கரபுரளுண்டா...''

''அதுதான் வேணும் தாயே, அம்மா''

''காளியே... காளி... மகமாயி.''

சிறிது நேரம் ஆடிக்கொண்டிருந்துவிட்டு, பூசாரி காட்டிய கற்பூரச் சுடர் முகத்தில் பட்டதும் அமைதியானாள். திருநீறு பூசிக்கொண்டாள். பிறகு மருமகளுடன் பொங்கல் குண்டானைத் தூக்கிக்கொண்டு வீட்டுக்குப் போனாள். ஆடிய ஆட்டத்தில் உடல் வதங்கிச் சோர்ந்திருந்தது.

ஆரோக்கியம் துணிந்தே கேட்டாள்:

''கெடசி முடுவு எஜமாங்க என்னா சொல்றீங்க?''

''இருவது ரூவா கொடுத்துடு மொட்டயா. தூக்கு. நாத்தமா இருக்கு. ஊட்டுக்குப் போன கையோட ரூவாயக் கொண்டா, வீடியோக்காரனுக்குக் குடுக்கணும்.''

நாய்களை விரட்டிவிட்டு, ஈக்கள் 'நொங்யிங்...' என்று தொடர்ந்து பறக்க, ஈரம் சொட்டச்சொட்டக் குடல் தலையை வெட்டிக் கூடையில் மொட்டையன் மகன் தூக்கிக்கொண்டு புறப்பட்டான்.

''உத்தரவு வாங்கிக்கிறோம் சாமி.''

''எஜமான் வரட்டுங்களா?''

ஆரோக்கியமும் சவுரியும் விழுந்து வணங்கி நின்றனர். பீட்டரையும் விழுந்து வணங்கச் சொன்னான் சவுரி. அவனும் சலிப்புடன் செய்தான். கூட்டத்திலிருந்து விலகி, ஆரோக்கியத்துடன் சவுரியும் பீட்டரும் வீட்டிற்கு நடந்தனர்.

''அம்மோவ்...''

''என்னடா?...''

''இன்னிக்கி நம்பூட்டுல கறி இல்லியா?''

''...''

''எனக்குக் கொயம்பு தாளிக்கிற கரண்டியில குடலப் போட்டு வறுத்துத் தறியா?''

''செரி!''

''உப்ப அம்மியில வச்சி நேவா நடத்திப் போடு. இல்லன்னா, நறுக்குப் புறுக்குங்கும். அப்பறம் எண்ண கொஞ்சம் கனமா ஊத்து. அப்பத்தான் பிசுக்பிசுக்ன்னு பல்லுல ஒட்டாது.''

''...''

10

''அம்மோவ் வண்ணாத்தி, சோறு போடுங்க.''

''இப்பத்தான் ஒலயில அரிசி களஞ்சி போட்டன். திரும்பிப் போவயில வாயன்டி ஆரக்கியம்?''

ஆரோக்கியமும், பீட்டரும் அடுத்த வீட்டுக்கு நகர்ந்தனர்.

''சோறு போடுங்க அம்மோவ்.''

''ஆரு ஆரக்கியமா? எங்கடி ஆளே கண்ணுல தெம்புட மாட்டங்கிற? ம்... உன் நேரம் பாரு, இன்னிக்குப் பாத்து அடுப்பே மூட்டல. பூனதான் அடஞ்சி கெடக்கு. பயது கொஞ்சம் இருந்துச்சி, அதோட வுட்டுட்டன். நாளக்கி வா சேத்து வாங்கிக்கிலாம்.''

பீட்டர் குழம்புக் குண்டானுடன் முன்னே போனான். ஆரோக்கியம் கக்கத்தில் சோற்றுக் குண்டானை வைத்துக்கொண்டு அவனுக்குப் பின்னாலேயே நடந்தாள்.

''அம்மோவ்!...''

''இப்பத்தான் காட்டுலயிருந்து வந்து, கையக் காலக் கயிவிட்டு அடுப்ப மூட்டுனன்.''

''வண்ணாத்தி மவ வந்திருக்கன்.''

''கொயம்பு, ரசம் ஒண்ணும் வக்கல. புளி, மிளகா விக்கிற வெலயில அதெல்லாம் எங்கடி முடியுது ஆரக்கியம்? அதனால தண்ணியில வுட்டுட்டன். இத எடுத்துக்கிட்டுப் போ.''

''அம்மோவ்...''

''வண்ணாத்தி மவ வந்திருக்கங்கோ...''

இருட்டில் ஒருவர் முகம் ஒருவருக்குத் தெரியவில்லை. குளிர் வேறு. மழை லேசாகப் பட்டுக்கொண்டிருந்தது. கார்த்திகை மாதம் என்றாலே இப்படித்தான். பொழுதிருக்கவே இருட்டிக்கொள்ளும். தெருவில் நடக்கவே கால்கள் கூசும். ஒரே சேறும் சகதியுமாக இருந் தது. ஈரத்தால், புகை கூரையை விட்டுப் பிரியாமல் ஒவ்வொரு வீட்டின் கூரைமேலேயே மந்த கதியில் சுழன்றுகொண்டிருந்தது.

முன்பெல்லாம் மழைக் காலம் வருமே என்று எல்லாக் குடித்தனக்காரர்களும் விற கிலிருந்து வீட்டுக்கு வேண்டிய சாமான்களை எல்லாம் சேர்த்து வைத்திருப்பார்கள். மழை ஆரம்பித்து, வெளியில் எங்கும் போக முடியாமல் அடைந்து கிடக்கும் இந்த மாதத்தில்தான் நல்ல சோறும், குழம்பும் ஒவ்வொரு வீட்டிலும் ஆக்குவார்கள். தாளிக்கிற கரண்டியில் வடகத்தை நொறுக்கிப் போட்டு, கொஞ்சம் எண்ணெய் ஊற்றி, எரியும் அடுப்பில் கரண்டியைக் காட்டினால் போதும், பொறி வெடிக்கிறாற்போல் பொடபொட என்றும், படீர்படீர் என்றும் வெடிக்கும். வாசமோ கமகமவென்று தெருவையே சுற்றி வளைக்கும். மூக்கைத் துளைக்கும். வேறு எதிலுமே இல்லாத ஒரு வாசனை இந்த வடகம் தாளிப்பில்தான் இருக்கிறது. தாளித்த குழம்பைச் சாப்பிடுவதே எல்லாருக்கும் பிடித்தமானதொன்று.

மதியத்தில் தட்டப் பயிறு, நரிப் பயிறு, மொச்சைக் கொட்டை வறுப்பார்கள். அல்லது அவித்துத் தின்பார்கள். ஒவ்வொருவரும் மடியில் அரைப்படிக்குக் குறையாமல் கட்டிக்கொண்டிருப்பார்கள். ஆரோக்கியம் ஒவ்வொருவரிடமும் வாங்குவாள். மொத்தமாக வீட்டிற்குக் கொண்டுவந்தால், இரண்டு படியைப் போட்டு அவித்ததுபோல் இருக்கும். இப்போது இருக்கிற சனங்கள், தை மாசிபோல் கோடை, ஓய்வு நாட்களில்கூட அதுபோல் சோறும் குழம்பும் ஆக்குவதில்லை. தின்பண்டங்கள் செய்வதுமில்லை. சாப்பாட்டு ருசியே தெரியவில்லை. வைக்கோலைத் தின்பதுபோல்தான் தின்கிறார்கள்.

''அம்மோவ் வண்ணாத்தி.''

''வெறும் தண்ணியில சும்மாவே துணியப் போட்டு எடுத்தாறா. பொழுது சாயுறதுக் குள்ளார சோத்துக் குண்டானத் தூக்கிக்கிட்டு லக்குலக்குன்னு ஓடியாந்துடுறா!''

''பெரிய புள்ளெ, ஆரோக்கியம் வந்திருக்கன்.''

''இரு வாரன்.''

''நவ கரச்சிக்க இருந்தா போடு சாமி. சுருக்குன்னு உப்பு, காரம் இல்லாம நாக்கு செத்துப்போச்சி.''

''யாரு ஊட்டுல?''

''யாருமில்ல. எங்கம்மா தண்ணிக்கி.''

''வண்ணாத்தி மவ வந்திருக்கங்கோ.''

பீட்டர் வேகமாக அடுத்த தெருவுக்குள் நுழைந்தான். தூறலான மழைக்கு ஆரோக் கியம், மாராக்குச் சேலையை எடுத்துத் தலையில் போட்டுக்கொண்டு நடந்தாள். இருட்டில் சேறு மேலில் பட்டது. சுவர்கள் நீரில் கரைந்துகொண்டிருந்தன. பன்றிகள் உறுமிக்கொண்டு இருளில் ஓடின.

''சுசீலா, ஆரக்கியம் வந்திருக்கு.''

''நிக்கச் சொல்லு செத்த. புள்ளெ பால் குடிச்சிக்கிட்டிருக்கு.''

''சீக்கிரம் வாம்மா.''

''பாத்துப் போடா, ஒளையில சறுக்கிக் கிறுக்கி வியிந்திடப்போற?''

''யாங்கோ...''

''இப்பத்தான் வடிச்சிவுட்டன். கஞ்சிகூட சரியா இறங்கல.''

''அம்மாவ் வண்ணாத்தி. உங்க வண்ணாத்தி மவ வந்திருக்கன்.''

ஆரோக்கியம் சேற்றினாலும் இருட்டினாலும் தடுமாறித்தடுமாறி நடந்தாள். தூறல் லேசாகப் பட்டுக்கொண்டுதான் இருந்தது. ஈரத்தில் கால்கள் சொதசொதவென்று ஊறி இருந்தன. இந்த ஒரு வாரமாகவே ராச்சோறு ஒன்றும் அகப்படவில்லை. கிடைக்கிற சோறும் ஒரு ஆளுக்குக்கூடப் போதாது. தினமும் ராச்சோறு ஆக்க நேருவதற்காக ஆரோக்கியம் வருந்தினாள்.

சனங்கள் இரவில் சோறு பொங்குகிறார்களா இல்லையா என்று அவளுக்குச் சந்தேகம் வந்தது.

முந்தியாவது சுமாராக இருந்தது. மேரியுடன் பீட்டர் ராச்சோறு எடுக்கப் போவான். அதிகம் இல்லாவிட்டாலும் கொஞ்சம் கிடைத்தது. எல்லாரும் சாப்பிட்டு மீறும் சோற்றை மேரி, நாய் அலம்பிவிடாமல், தண்ணீர் ஊற்றி, அடுப்பின்மேல் வைத்து, அதற்குமேல் கனமான பொருளையும் வைப்பாள். மறுநாள் காலையில் அது பயன்படும். அதிகம் இருந்தால் மதியத்திற்குக்கூட வரும்.

ஒரு ஆளுக்குக்கூட இன்று சோறு கிடைக்கவில்லை. பீட்டர் குழம்புக் குண்டானை வெறுமனே முன்னும் பின்னும் விசிறி, ஆட்டிக்கொண்டே தூக்கி வந்தான். ஆரோக்கியத்திற்குச் சவுரி பற்றிய கவலைதான் அதிகம். நிறையச் சாப்பிடுகிறவன். கிண்ணத்தில் சோறு குறைவாக இருப்பதைக் கண்டால் அவன் முகமே தொங்கிவிடும்.

சவுரிக்கும் ஜோசப்புக்கும் ஊர்ச் சோறு என்ற அந்த பலபட்டறைச் சோற்றை ஒரு வாயாவது போட்டால்தான் வயிறு நிறையும். என்னதான் ஆயிரம் வகைக் கறியும் சோறும் ஆக்கி உணக்கையாகப் போட்டாலும் ருசிப்படாது. அப்படியொரு தினுசான வாயும் வயிறும் அவர்களுக்கு. சாப்பிட்டாயிற்று என்றால் ஊர்ச் சோறு சிறிதாவது கலந்திருந்தால்தான் அவர்களுக்குச் சாப்பிட்டதாக அர்த்தம். இரவு எந்த நேரம் என்றாலும் ஊர்ச் சோற்றைத் தின்றால்தான் தூக்கம் வரும். தாமதமானால் ஊர்ச் சோறு எடுத்து வரும்வரை விழித்துக்கொண்டு கிடப்பார்கள்.

ஆரோக்கியத்துக்குச் சலவைக்கடை பெரியசாமிமீதும், தையல் கடை சாயபுமீதும் ஆத்திரம்ஆத்திரமாக வந்தது. வாளியை ஆட்டிக்கொண்டே பீட்டர் கேட்டான்:

''நாளக்கி நான் சும்மா வாறன். கொயம்புக் குண்டான எதுக்குத் தூக்கிக்கிட்டு வரணும்?''

''செரி.''

''நான் போயி பொட்டிபோடுறவன்கிட்ட வேல செய்யிட்டா?''

''எதுக்கு?''

''சும்மாதான்!''

''சும்மா எதுக்குடா?''

''அவனமாரியே நானும் பொட்டிபோடுவன்!''

''என்னா மருந்து வச்சானோ, மாயம் வச்சானோ, அஞ்சாறு மூட்டத் துணி வியிற எடத்துல, ரண்டு மூட்ட சேர மாட்டங்கீது. பாயாப்போன ஒரு பாவி முண்டயும் ஈர எச்சிக் கையக்கூடக் காட்ட மாட்டங்கிறாளுங்க.''

''அவன் பொட்டிபோடுறான்.''

''சீட்டுத்தான் கட்டியிருப்பான். சனங்க, என்ன ஏதுன்னு ஒரு வாத்த கேக்க மாட்டங்கீது. வாத்தக்கி வாத்த 'ஏ வண்ணாத்தி மவள; வண்ணாத்தி மவள'ன்னு பிரிக்கட்டி அடிச்ச சனங்க!''

''அய்யர்கிட்டக் கேட்டுப் பாரேன் எதுக்கும்.''

''அட யாங் கடவுள. இது எம் புத்திக்கு ஒறக்கில பாரன்.''

ஆரோக்கியம் மகிழ்ந்துபோனாள். நாளைக்கி விடிந்ததும் விடியாததுமாக, தட்சிணாமூர்த்தி அய்யரைப் பார்த்துக் குடும்ப நிலவரம் எப்படி என்று கேட்க வேண்டும். முன்பே பார்த்திருந்தால் ஏதாவது பரிகாரம் செய்திருக்கலாம். மறந்தே போய்விட்டது. காலையில் அய்யரிடம் என்ன என்ன கேட்க வேண்டுமென்று திட்டம் போட்டாள்.

கருவேல முள் காட்டு ஒற்றையடிப் பாதையில் வரும்போது பாம்பு, பல்லி, பூச்சி இருக்குமோ என்று அஞ்சினாள். ஈரத்திற்கு மழமழவென்று பாம்புகள் ஊர்ந்துகொண்டிருக்கலாம். ஆரோக்கியமும், பீட்டரும் வீடு நுழையும்போதே கட்டிகட்டியாக மழை கொட்ட ஆரம்பித்துவிட்டது. கனத்த மழையில் நன்றாக நனைந்துவிட்டனர் இருவரும். சோற்றுக் குண்டானை மேல் சேலையால் மூடிக் கழுத்தை வளைத்து நீர் படாமல் கொண்டுவந்து சேர்த்தாள்.

வாசற்படியில் சவுரியோடு அமர்ந்திருக்கும் சாமியாரின் சமையல்காரனைக் கண்ட ஆரோக்கியம், அதிர்ச்சியடைந்தாள். சோற்றுக் குண்டானை வைத்துவிட்டு வந்து, சமையல்காரனோடு உட்கார்ந்து பேச ஆரம்பித்தாள். பீட்டர் படுத்துத் தூங்க ஆரம்பித்தான்.

ஆரோக்கியத்திற்குக் குளிரில் நடுக்கம் ஏற்படுவது போலிருந்தது. என்ன பேசுவது? எப்படிப் பேசுவது? சாமியார் சமையல்காரனை அனுப்புவதென்றால், சாதாரணமான காரியமாக இருக்க முடியுமா? இந்தக் குடும்பத்தில் தொடர்ந்து மோசமாக ஏதாவது ஒன்று நடந்துகொண்டுவருகிறது. சின்னசேலத்திலிருக்கும் ஜோசப் ஏதாவது செய்துவிட்டானோ? மேரி வீட்டுக்காரன்தான் ஏதாவது செய்திருப்பானா? இல்லை, இந்த ஊரிலிருந்து யாராவது சென்று இந்த வண்ணான் எங்களுக்கு வேண்டாம் என்று சாமியாரிடம் புகார் செய்திருப்பார்களா? எது வேண்டுமானால் இருக்கலாம். ஊர்க்காரர்களுக்கும், அங்கு வெளுத்துக்கொண்டிருக்கும் வண்ணானுக்கும் பொருந்திவரவில்லை என்றால், அவர்களுடைய சாமியாரிடம் ஊர்ப் பிரமுகர்கள் சென்று சொன்னால், சாமியார் வந்து பஞ்சாயத்துத் தீர்த்துவைப்பார். அபராதம் போடுவார்கள். அப்படியென்றால் இந்த ஊரில் விரோதிகள் யார்? விரோதிகள்தான் இருக்கிறார்களா? எப்படி இருக்க முடியும்? ஆரோக்கியம் காலனியில் இருக்கும் ஒவ்வொரு முகத்தையும் நினைத்துப் பார்த்தாள். தனிப்பட்ட முறையில் யாருக்கும் நாம் ஒன்றும் செய்யவில்லையே. ஆனால் கொத்துக்காரச் சடையனாக இருக்கலாம். மேரி விஷயத்தை வைத்துக்கொண்டு அவன்தான் செய்திருக்க வேண்டும். அவன் செய்யக்கூடியவனே! மேரியைப்பற்றிச் சொல்லி இருப்பானோ என்ற நினைவு வந்ததும் ஆரோக்கியம் ஆடிப்போனாள்.

''பொய மோசம் போனேன்'' என்று மனதில் சொல்லிக்கொண்டாள். எப்படிக் கேட்பது என்று குழம்பிக்கொண்டிருந்தாள். ஜீவனேயற்றுப்போய்விட்டது. சிமினி விளக்கு உள்ளே எரிந்தபடி இருந்தது. முகங்கள் அவ்வளவாகத் தெரியவில்லை. தடித்த இருள். மழை விழும் ஓசை. இடியின் சப்தம்.

''நானும் உங்க ஆளுதான்.''

''யாரா இருந்தா என்னாங்க? மனசு வேணுங்க. மனசு மட்டும் இருந்தாப் போதுங்க. மத்ததெல்லாம் எதுக்கு ஆவுங்க?''

''ஹா ஹா... செரிதான். ஹாஹா...''

''சாமி வந்த விசயம்?...''

பயமும் ஆவலும் கலந்த குரலில் கேட்டாள்.

''சவுரி, சொல்லுப்பா!''

ஆரோக்கியத்தைச் சவுரி வீட்டுக்குள் அழைத்துப் போனான். சாமியாரின் சமையல் காரனோடு பேசியதைச் சொன்னான். ஆரோக்கியத்திற்கு நிம்மதி உண்டானாலும், இன்னொரு புறம் பெரும் துக்கமே உண்டாயிற்று. பீட்டரை எப்படி அனுப்புவது? சாமியாருக்கு நல்ல குணமுண்டு. அதனால்தான் தன் பிள்ளைக்கு வாழ்வு கொடுக்கிறேன் என்கிறார் என்று எண்ணினாள். முன்பு அவர்மேல் இருந்த கோபமெல்லாம், இருந்த இடம் தெரியாமல் மறைந்துபோயிற்று.

''ஆரோக்கியத்தின் பிள்ளையைப் படிக்கவைத்து என்னை மாதிரியே பெரிய சாமியாராக்க விரும்புகிறேன். அவன் படிப்பான். வெளிநாடுகள், உலகமெல்லாம் சுற்றுவான். வெள்ளைக்காரன் மாதிரி ஆளு இருப்பான். மனித சேவையைவிட, தெய்வ சேவையே மேலானது என்று ஆண்டவர் சொல்லி இருக்கிறார்.''

ஆரோக்கியம் சவுரியின் பின்புறம் வாசற்படியில் வந்து உட்கார்ந்தாள். சமையல்காரன் மௌனமாக இருந்தான். ஆரோக்கியம்தான் பேச்சை ஆரம்பித்தாள். சாமியார்பற்றி விசாரித்தாள். தன் குறைகளையெல்லாம் சொன்னாள். ஊர்ச் சனங்கள்பற்றிக் கதையாக விவரித்தாள். சலவைக்கடையையும், தையல் கடையையும் மறக்கவில்லை. ஜோசப் மச்சான்மேல் குறை சொன்னாள். அவனால்தான் குடும்பம் கெட்டுவிட்டது என்றாள். எல்லாவற்றையும் ஒரே மூச்சில் சொல்லி, சாமியார் ஏன் வரவில்லை, வருவதாகச் சொன்னாரே என்று கேட்டு முடித்தாள். சவுரி அடிக்கடி, பேசாமலிரு, என்பதுபோல் ஆரோக்கியத்தைப் புறங்கையால் விலாவில் இடித்துக்கொண்டிருந்தான். ஆனால் முழுவதையும் சொன்ன பிறகுதான், ஆரோக்கியம் தன் பேச்சை நிறுத்தினாள். சாமியாரே வந்துவிட்டதுபோல்தான் ஆரோக்கியமும் சவுரியும் மரியாதை, கௌரதையெல்லாம் பயபக்தியோடு செய்தார்கள். சாமியாரிடம் தங்களைப்பற்றித் தவறாக இந்தச் சமையல்காரன் ஏதும் கூறிவிடுவானோ என்ற பயத்தில் சவுரி கவலை கொண்டவனாக இருந்தான். சொள்ளைசொள்ளையான அம்மைத் தழும்பு முகத்தில் பெரிய மீசை. மொழுமொழுவென்று உருட்டிச் செய்த கொழுக்கட்டைபோல் ஊதித் தடியாக இருந்தான். எல்லாவற்றுக்குமே சிரித்தான். 'நல்லது', 'சரிதான்' என்பதற்குமேல் அவன் அதிகம் பேசவில்லை. கலகலவென்று பேசி னால்தான் ஆரோக்கியத்திற்குப் பிடிக்கும். என்ன காரணத்தினாலோ சமையல்காரனை அவளுக்கு ஆரம்ப முதற்கொண்டே பிடிக்காமல் போய்விட்டது. மழை, குளிர், இருட்டு எல்லாமாகச் சேர்ந்து அவளைச் சோர்வடையச் செய்தன. பீட்டர்பற்றிய விஷயம்தான் அவளைக் குழப்பியது.

சமையல்காரனுக்காகச் சோறாக்கினாள். குழம்பெல்லாம் செய்தாள். அவனைச் சமாதானம் செய்ய வேண்டுமே என்பதற்காக அடுப்புக்குமுன் உட்கார்ந்து ஆரோக்கியம் உணர்ச்சியற்ற விதத்தில் பேசிக்கொண்டிருந்தாள். இப்படி நடிப்பதற்காக அவள் மனம் வருந்தியது. நடிப்பே அவளுக்குப் பிடிக்காது.

''நம்ப குடும்பமெல்லாம் எப்பிடிங்க?''

''குடும்பம்?...'' என்றவன் கடகடவென்று சிரித்தான். பிறகு எரிந்துகொண்டிருந்த சிமினி விளக்கையே பார்த்தான்.

''எல்லாம் நாளக் கடத்துற ஜீவனம்தான்.''

''இருக்கட்டும் சாமி. கடவுள் தொண இருப்பான்.''

அப்பா, அம்மா யார் என்று தெரியாமல் வளர்ந்தவன். வயிற்றில் எட்டு மாதமாக அவன் இருக்கும்போது, ஈயம் பூசுகிற பெண்ணொருத்தியுடன் அப்பன் ஓடிப்போனான். பிறந்த மூன்றாவது வருஷம் ஒரு காலனிக்காரனோடு கள்ளக் காதலில் ஈடுபட்டிருப்பதைக் கண்டித்ததற்காக அம்மா ஒடுவம் தழையை வேக

வைத்த தண்ணீரைக் குடித்து, வயிறு வீங்கி, செத்துப்போனாள். அவன் அம்மாவைப் பெற்ற பாட்டியின் வீட்டிலேயே இருந்தான். எட்டு வயதாகும்போது கிழவியும் போய்விட்டாள். சில பேர் ஊரில் சொன்னதற்காகச் சாமியாரிடம் போனான். அன்று ஆரம்பித்த வேலை. ஐம்பத்தி நான்கு வயதாகிவிட்டது. அதே சமையல் வேலை. சாப்பிடுவோர் மாறிக்கொண்டே நாள்முறையாக வந்தார்கள். அதிக நாள் இந்தச் சாமியார்தான் இருந்தார். இனி யாரோ? அவன் சமைத்தேயாக வேண்டும்.

அவன் தன்னைப்பற்றிச் சிரிப்பும் பாட்டுமாகவே ஆனால் பற்றீடுபாடற்றுச் சொல்லி முடித்தான். அவன்மேல் திடீரென்று ஆரோக்கியத்திற்குப் பற்றும், அவன் இப்படி இருக்கிறானே என்று கவலையும் ஏற்பட்டது. தணல் கனன்று எரியும் அடுப்பு வெளிச்சத்தில் அவள் முகம் செவேலென்று இருந்தது. லேசாகக் கண் கலங்கிப்போனாள். ஆரோக்கியம் மேலும்மேலும் அடுப்பில் குச்சியைத் திணித்துக்கொண்டே இருந்தாள். தலையிலிருந்து வியர்வை வழிந்துகொண்டிருந்தது. அருகில் தூங்கிக்கொண்டிருந்த பீட்டரை முழுவதுமாகப் பார்த்தாள். இரு கைகளாலும் தடவிவிட்டாள். அவன் கால்கள் திரட்சியாக இருப்பதைக் கண்டு பிரமித்துப்போனாள். அவன் படுத்திருக்கும் வாகு, ஒரு கைக்குழந்தை தூங்குவதுபோல் இருந்தது. அவள் தன் மார்பை ஏனோ தடவிப் பார்த்துக்கொண்டாள். பிறகு இருட்டில் முகம் திருப்பிக்கொண்டாள்.

சவுரி ஊர்த் தெருவுக்குச் சென்று கடையில் ஒரு தையல் இலை வாங்கி வந்தான். ஆரோக்கியம் பிடிவாதமாக நிறையச் சோற்றை, குழம்பைக் கொட்டினாள். சாப்பிட்ட இலையை எடுத்துப்போய் வெளியே போட்டாள். எழுந்துபோய்க் கையைக் கழுவிக் கொண்டு, வந்து உட்கார்ந்தான் சமையல்காரன். திடீரென்று குலுங்கி ஒரு நிமிடம் அழுதான். பிறகு ஆரோக்கியத்தையே பார்த்தான். ஆரோக்கியம் வெட்கப்பட்டாள். அவளுக்குப் பாவமென்று தோன்றியது. இவ்வளவு பெரிய வயதான மனிதன் அழுகிறானே. அவன் உடம்பைப் பார்த்தாள். அவனால் அழ முடியுமென்று யாருமே நம்ப மாட்டார்கள்.

மீண்டும் சமையல்காரன் திண்ணையில் வந்து உட்கார்ந்தான். வாசற்படியில் சவுரியும், அவனுக்குப் பின்னால் ஆரோக்கியமும் மரியாதையாக உட்கார்ந்திருந்தனர். திடீரென்று பெரும் மழையாக, இடி, மின்னலுடன் கொட்டியது. சிறிது நேரத்தில் அடுப்பிற்கு நேராக ஒழுக ஆரம்பித்துவிட்டது. 'அய்யோ மறந்தேபோனேனே' என்று எழுந்து ஓடி, ஒழுகும் இடங்களில் ஒவ்வொரு சாமானாக வைத்தாள். பொட்டுபொட்டு என்று ஈயப் பாத்திரங்களில் மழைத் துளி இறங்கியது கூரை ஓட்டையிலிருந்து. வீடு வேய்ந்து ஏழு வருஷத்திற்குமேல் இருக்கும். வரகு வைக்கோல் போட்டு வேய்ந்த வீடு. எல்லாம் மக்கிவிட்டது. ஒழுகாத இடமே இல்லை. கூரையின்மேல் 'அம்மக்காய்' செடி வளர்ந்து கூரை ஒரே பச்சையாக இருக்கிறது. சரிந்தாலும் சரியலாம்.

சமையல்காரனிடம் சவுரியின் போர்வையைக் கொடுத்தாள். வேட்டியின்மேல் சவுரி ஒரு சாக்கை எடுத்துப் போர்த்திக்கொண்டான். ஆரோக்கியம் மாராக்குச் சேலையை அவிழ்த்து இறுக்கமாகப் போர்த்திக்கொண்டாள். பீட்டரின்மேல் ஒரு பழைய சேலையைப் போட்டுப் போர்த்திவிட்டு வந்து சமையல்காரனையே பார்த்துக்கொண்டு உட்கார்ந்திருந்தாள்.

''சாமியார்கிட்ட என்ன சொல்றது? சாமி கோவம் கொள்ளுவாங்க.''

''யாங் கண்ணுக்குத் தெரிஞ்சு எங்கப்பன், பாட்டன் எல்லாம் இந்தத் தொயில செஞ்சிதான் சீவனம் செஞ்சாங்க. எனக்கு நல்லாத் தெரியும். குபேரனா இல்லன்னாக்கூட எரந்து குடிக்கல. யாங் காலமும் ஏதோ ஓடிப்போச்சி சாமி. கையில

காலுல மிச்சம் பிச்சம்ன்னு ஒண்ணும் இல்லன்னாக்கூட இந்தப் பெயலக் காபந்து பண்ண முடியும்ங்கிற மன தெயிரியம் இருக்குங்க. பெரியவன்தான் இல்லன்னு போயிடிச்சி. அந்தப் பொட்டக்குட்டி கதயும் இந்தா அந்தான்னு முடிஞ்சிபோச்சி. இருக்கிறது இவன் ஒருத்தன்தான். ஓடுங்கிற எடத்துக்கு ஓடவும், ஓடியாங்கிற எடத்துக்கு ஓடியாரவும் எங்களுக்கு யாரு இருக்கா சாமி? ஒரு தலவலின்னு மண்ணுல தல சாஞ்சா, கிட்ட இருப்பாரு யாருங்க? இருந்துட்டுப் போறான் சாமி. நமக்கு அந்தச் சொத்து, சொவமெல்லாம் வாண்டாம். எதை நம்பி நாங்க புள்ளெ பெத்தோம் சாமி?''

''செரிதான்.''

''அவனுக்குச் சாமியாரு வாண்டாம்.''

அவன் மௌனமாகவும் சலிப்பூட்டுகிற வகையிலும் இருப்பதைக் கண்டு ஆரோக்கியம் கவலை கொண்டாள். கட்டாயம் பீட்டரை அழைத்துக்கொண்டுதான் போவேன் என்றால் என்ன செய்வது? அல்லது சாமியாரே நேரில் வந்துவிட்டால் நிலைமை மோசமாகிவிடும். மறுப்புச் சொல்ல முடியாது. நல்ல நேரமாக சாமியார் வராமல், இவனை அனுப்பினாரே என்று சந்தோசம் கொண்டாள். பீட்டர் சாமியாராகி, அங்கியுடன் வந்து நின்றால் எப்படி இருக்குமென்று ஒரு நொடி நினைத்துப் பார்த்தாள். கசப்பான உணர்வுதான் உண்டானது. 'ஆயிரம்தான் பசி பட்டினி கெடந்தாலும் புள்ளெ பெண்டாட்டின்னு இருக்கிறது எப்பிடி?' சமையற்காரனைக் கடுமையாகப் பார்த்தாள். இருட்டைப் பார்த்தாள். மனதில் திகில் உண்டாயிற்று. மழை மோசமாகப் பெய்துகொண்டிருந்தது. வாசல் நடையில் வெள்ளம் புரண்டு ஓடியது. பாத்திரத்தில் விழும் தண்ணீரின் ஓசை விட்டுவிட்டுக் கேட்டது. இடி காதைப் பிளந்தது. மனம் இருளார்ந்திருந்தது அவளுக்கு.

சமையற்காரனின் சித்தப்பா மகன் ஒருவன் இப்படித்தான் எட்டாவது படித்துவிட்டு ஊர் திரிந்துகொண்டிருந்தான். ஒரு சாமியார் அவனை அழைத்துக்கொண்டுபோய்ப் படிக்கவைத்தார். அவன் இப்போது பெரிய சாமியாராகிவிட்டான். எத்தனை வசதிகள். சுகங்கள். துணிகள். மாளிகை மாதிரி வீடு. வேலை செய்ய ஆட்கள். அவன் பேச்சைக் கேட்கக் காத்திருக்கும் சனங்கள். ஏரோப்பிளானில் அவன் போவான். ஆறு வருசம் வெளி நாட்டில் இருந்தான். திரும்பி வரும்போது அசல் வெள்ளைக்காரன் மாதிரியே இருந்தான். நம்ம பாஷையே மறந்துபோய்விட்டது அவனுக்கு. எல்லாம் இங்கிலிஸ் தான். பணத்தை வாரி இறைக்கிறான். நிறைய பேர்களுக்கு உதவி செய்கிறான். பணம், துணி, எல்லாம் கொடுப்பான். அவன் குடும்பம், உறவுக்காரர்கள் எல்லாம் இப்போது எப்படி சகல வசதிகளோடு இருக்கிறார்கள்! பீட்டரும் அந்த மாதிரி நல்லா இருக்கட்டுமே என்பதுபோல் ஒரே மூச்சில் அவன் பேசினான்.

சவுரி ஆரோக்கியத்தையும் சமையற்காரனையுமே மாறிமாறிப் பார்த்துக்கொண்டிருந்தான். தூங்கினால் தேவலை என்று இருந்தது அவனுக்கு. சமையற்காரன் விளக்கையே பார்ப்பதைப் பார்த்த ஆரோக்கியம் சொன்னாள்:

''கறி வெந்துச்சா சட்டி வெந்துச்சாங்கறப்ப, ஆப்ப ஒடஞ்சிப்போன கததான் சாமி யோவ். வவுறே உசுருன்னு இருந்தாச்சி. கட்ட காடு போய்ச்சேரப் போறப்பவா தங்கப் பாளம் செய்யப்போறன். கருவமணிக்கி ஐவேசி இல்ல. கொறக் காலத்துக்கும் வவுறு காயாமக் கஞ்சி கெடச்சாலே பெருசு. அந்த அந்தோணியாரு எப்பிடி வச்சிருக்கானோ! நம்ப தலயிலதான் அமுத்தி எயிதியிருக்கான் சாமி. என் காலம் முச்சூடும் இந்தப் புள்ளெங்கதான் சதம்ன்னு இருந்துட்டேன். சொத்து, சொவம், மாட, மாளிக தேவயில்ல, இந்தப் புள்ளெங்க இருந்தாப் போதும்ன்னு நெனச்சித்தான் நாளது தேதி

வரைக்கும் கட்டயில இந்த உசுர வச்சிக்கிட்டிருக்கேன். இதுங்க இல்லன்னா இன்னும் ஒரு நொடியில இந்த உசுர மாய்ச்சிக்குவேங்க சாமி.''

''செரிதான்.''

அவன் தளர்வாக, பேசாமல் இருப்பது ஆரோக்கியத்திற்குப் பிடிக்கவில்லை. அவன் ஏதோ திட்டம் போடுகிறான் என்று எண்ணினாள். எந்தத் திட்டம் போட்டாலும் நான் எதற்கும் சம்மதிக்கப்போவதில்லை என்று நினைத்துக்கொண்டாள். எழுந்து சென்று மழைத் தண்ணீர் நிறைந்திருந்த பாத்திரங்களைத் தூக்கி வந்து வெளியே ஊற்றிவிட்டு மீண்டும் அந்தந்த இடத்தில் பாத்திரங்களை வைத்தாள். வீடு முழுக்க ஜில்லென்று மெழுகியதுபோல் நனைந்திருந்தது. பாதத்தை ஊன்றி வைக்க முடியவில்லை. மழை குறைந்து, காற்று அதிகமாகச் சிம்பிச்சிம்பி வீசத் தொடங்கியிருந்தது. பனை மட்டைப் படலைச் சாத்தினாள். காற்று சிறிது குறைவாக இருந்தது. சவுரி குளிரில் நடுங்கிக்கொண்டிருந்தான். தெருத் தண்ணீர் உள் வாசற்படிவரை வரவே, படலைத் திறந்து வெளியே வந்து பார்த்தாள். ஒரே வெள்ளக்காடாக இருந்தது. நீர் போகக் காலால் வழி செய்தாள். நீர் குறையவில்லை. உள்ளே சென்று களைக்கட்டுக் கொண்டுவந்து நனைந்தவாறு வாய்க்கால்போல் இருட்டிலும் தண்ணீரிலும் வெட்டினாள்.

ஜோசப், சகாயம், மேரி இவர்கள் என்ன நினைப்பார்கள். என்ன சொல்வார்கள்? தானாக வந்த சீதேவியைக் காலால் உதைத்துத்தள்ளிவிட்டாயே, இனி என்ன செய்வது என்பார்களா? வேண்டாம், சோறு இல்லாட்டிக்கூடப் பரவாயில்லை; வாழ்ந்தாலும் செத்தாலும் கூண்டோடு இருந்துவிடுவோம் என்பார்களா? எல்லாவற்றையும்விட சவுரி எதுவும் சொல்லாமல் மௌனமாக இருக்கிறான்.

ஆரோக்கியம் சமையற்காரனுடன் பேச ஆரம்பித்தபோது, ஊர்ப் பெரிய, பொது மனிதர்களிடம் பேசச் சொல்லியிருக்கலாம் என்றுதான் எண்ணினாள். ஊரார்களின்மீது இருந்த கோபத்தையெல்லாம், தன் விதியைப்பற்றிய கவலையையெல்லாம் ஒரு நொடி மறந்தேபோனாள். ஆனால் அடுத்த நொடியே அவள் தலையில் இடி விழுந்தது போலாகிவிட்டது. குளிரையெல்லாம் பொருட்படுத்தாமல் யோசனை செய்தாள். என்ன செய்வது? யாரிடம் ஆலோசனை கேட்பது? தனக்கென இருந்த ஒரே ஆதரவு சாமியார். அவர்தான் இதைச் செய்யச் சொல்கிறார். பிறகு யாரிடம் போவது?... முதன் முதலாக அவள், 'நான் அனாதையாகப்போகிறேனா?' என்று எண்ணினாள்.

''சவுரி, உன் விருப்பத்தையும் சொல்லு. நாளக்கி சாமிகிட்ட நான் சொல்லணும்ல.''

''எல்லாம் சாமி பார்த்துச் சொன்னா அதுல மாத்தம் எப்பியாச்சும் உண்டுங்களா?''

''நல்லது.''

ஆரோக்கியம் சவுரியை முறைத்துப் பார்த்தாள், சாக்கினுள் அவன் முகத்தை மறைத்துக்கொண்டான். இந்தச் சண்டாளன்கூடச் சம்மதம் கூறிவிடுவான் போலிருக்கிறதே என்று அஞ்சினாள். பெற்ற பிள்ளையை அனாதையாக அனுப்புவதா? பீட்டர் ஏங்கிஏங்கி வெம்பிச் செத்துப்போய்விடுவானே! நான் ஒருத்தி மட்டும் நினைத்துக் கவலைப்பட்டு என்ன பிரயோசனம்? இதோடு இந்தக் குடும்பம் அழியத்தான்போகிறது. நான் இனி யாருமற்ற வெறும் பிணமாக, அனாதையாகத்தான் இருக்கப்போகிறேன். யாருக்குத்தான் யார் ஆதரவு? முதலில் ஜோசப் போனான். பிறகு மேரி போனாள். பீட்டரும் போய்விட்டால்... எதற்காக இருக்க வேண்டும். திட்டமிட்டே அவளைத் தனியாளாக்குகிறார்களா? இந்த ஊர்ச் சனங்கள் விட்டுவிடுவார்களா?

''இப்படியே இருக்க வேண்டியதுதானா?''

''சாமி'' என்றான் சவுரி.

சமையற்காரனின் கேள்வி ஆரோக்கியத்திற்குப் பிடிபடவில்லை. எதற்காக இப்படியொரு கேள்வி கேட்கிறான்? முதலில் அவளுக்கு இதற்கு என்ன பதில் சொல்வதென்று புரியவில்லை. ஆனால் வினோதமான கேள்விகளையெல்லாம் கேட்டுத் தன்னைக் கேலிக்குள்ளாக்குகிறான். வதை செய்கிறான் என்றே ஆரோக்கியம் கருதினாள். தன் வாழ்க்கையை, குடும்பத்தை, செய்யும் தொழிலைக் கேவலமானதாகக் கருதித்தான் இப்படியெல்லாம் கேட்கிறான் என்று எண்ணிய ஆரோக்கியம் தன் வாழ்க்கை கேவலமானதுதானா என்று முதன்முறையாக எண்ணியவள் திடீரென்று குலுங்கி அழுதாள்.

''பட்டேன் ஒரு கோடி
பாடுபட்டேன் முக்கோடி
எயிதி வெச்சிப் பாக்கியில்லெ
எஞ்சினது ஒரு முயக் கோடித் துணி.''

அவளால் அந்தப் பாட்டை முழுவதுமாகப் பாடி முடிக்க முடியவில்லை. தொண்டைக்குழி அடைத்துக்கொண்டது. இளஞ்சூடாகக் கண்ணீர் வந்தது. அவமானத்தால் தரையை நோண்டினாள். காய்ச்சல் கண்டதுபோல் அவ்வளவு உஷ்ணத்தைத் தன் உடலில் கண்டாள். முதலில் மேல்நாரியப்பனூர் அந்தோணியாரை வேண்டிக்கொண்டாள். பிறகு மாரியம்மனையும் வேண்டிக்கொண்டாள். எல்லாரும் அவளை விட்டு விலகிப்போகத் தீர்மானித்துவிட்டார்களா? மனதில் இருட்டு அப்பிக்கொண்டது.

''மனசத் தளர வுடக் கூடாது.''

''அயிதாலும் தீராது, அள்ளி வச்சாலும் மாளாது, யாங் கொற'' என்று கூறிவிட்டு மீண்டும் குலுங்கி அழுதாள். தரையை நோக்கி முகத்தைக் கவிழ்த்திருந்தாள். சாணத்தால் மெழுகியிருந்த தரையில் நீர் கட்டிகட்டியாக விழுந்தது சூடாக. யாருடைய முகத்தையும் அவள் பார்க்க விரும்பவில்லை. எலிகளால் துளைகள் போடப்பட்டுக் காலியாக நிற்கும் குதிரைப் பார்த்தாள். இருளில் வீடு முழுகியிருப்பதை உணர்ந்தாள். இருளின் அமைதியை ஊடறுக்கும் விதத்தில் பாத்திரத்தில் பொட்டு பொட்டு என்று மழை நீர் தொடர்ந்து அடுக்கடுக்காக விழுவதையும், துளி விழும்போது 'தளம்ப்' என்று ஓசை எழும்புவதையும் கவனித்தாள். சிறிது நேரம் உணர்ச்சியற்று அந்தச் சத்தத்தைக் கேட்டபடியே இருந்தாள். எழுந்து சென்று ஒவ்வொரு பாத்திரத்து நீரையும் எடுத்துப் படலின் கீழ் வெளியே போகும்படி ஊற்றினாள். கூரை வழியே ஒழுகியதால் அது மஞ்சள் நிறமாக இருந்தது. கண்ணீர்போல் வெள்ளையாக இல்லையே என்று எண்ணியவளாக மறுபடியும் அதே இடத்தில் வந்து உட்கார்ந்தாள். அவள் மனதில் பல சிக்கலான எண்ணங்கள் உண்டாயின. முதன்முதலாக நள்ளிரவுப் பொழுதொன்றில் தன் உயிரை வெறுக்கும் அவலம் அவளுக்கு ஏற்பட்டது.

''முடிவச் சொல்லு.''

''முடுவு என்னாங்க முடுவு? தாயோட புள்ளெயாக் கடந்துட்டுப்போறம். தேசாந்திரம் போயி ராஜ்ஜியத்தப் புடிச்சாலும் ஒரு நாளாக்கி ஒரு கை மண்ண வாயில போட்டுக்கிட்டு மண்ணாப் போவப்போறம். காத்து நின்னுபோனா நாறிப் போவுற இந்த ஒடம்பக் காபந்து பண்ணவா முடியாது சாமி?'' என்றவள்

சமையற்காரனையும் சவுரியையும் வினோதமான பிராணிகளைப் பார்ப்பதுபோல் பார்த்தாள். அவர்கள் குளிரில் லேசாக நடுங்கிக்கொண்டிருந்தார்கள். காற்றில் அலைந்து எரிந்துகொண்டிருக்கும் விளக்கைப் பார்த்தாள். தரையைக் கீறிக்கொண்டே சிறிது தைரியம் கொண்டவளாகச் சொன்னாள்:

''நாட்டுல இருக்கிற கோடானகோடி மனுஷாள் எல்லாம் நிலம், பலம், ஊடு, வாசல்ன்னு சொந்தமா வச்சிக்கிட்டா உசுரு வாயிறாங்க? நம்பளமாரி நாட்டுல எம் புட்டோ இருக்குதுங்க. கொறவன் எந்த நிலத்த வச்சிருக்கிறான்? ஊடு, வாசல், நிலம், பலம், ஏனம், பானம் உண்டா? ஈயம் பூசுறவுங்க, பூம்பூம் மாட்டுக்காரன்; ஜோசியம் சொல்லுற மலயாளத்தான், குடுகுடுப்பக்காரன், பாம்பு புடிக்கறவுங்க, புட்டி மொறம் விக்கிற கொறத்தி, கூத்தாடி, தொம்பன், கிணறு வெட்டுற, கல்லு உடைக்கிற ஒட்டன் இவுங்க எல்லாம் எந்தச் சொத்துபத்தெக் கண்டாங்க? எதுவும் இல்லன்னாக்கூட வவுத்துல செமந்த புள்ளெய யாரு அய்யோன்னு தெருவுல வுட்டுடுறாங்க சாமி?''

''நெஞ்சுங்கிறது ரத்தத்தாலயும் சதையாலயும் உண்டானது சாமி. இரும்பால இல்ல.''

''தொட வழியா இவன என் உடம்புல ஏத்தினப்போ இவன் என்னக் காப்பாத்துவான்னு நெனச்சிச் செய்யல.''

''வவுத்துல வச்சியிருந்தப்ப, பெத்தப்பக்கூட இம்புட்டுக் கஷ்டமில்ல சாமி.''

ஆரோக்கியம் நிமிர்ந்து பார்த்தாள். சமையற்காரன் இவளையே பார்த்துக்கொண்டிருந்தான். சவுரி உட்கார்ந்திருந்த நிலையிலேயே தூங்கிக்கொண்டிருந்தான். முன்னிலும் வேகமாக இப்போது வெளியே சலசலவென்று மழை கொட்டிக்கொண்டிருந்தது. இடி இடித்து, வானம் பளிச்பளிச்சென்று வெள்ளொளியாக மின்னிக்கொண்டிருந்தது. காற்றில்லாத மழை. காற்று பலமாக அடித்தால் மழை இருக்காது. மேகத்தை அதன் திசையில், அதனுடைய வேகத்தில் கொண்டுசென்றுவிடும். மழை அடிப்பது குறித்து அவளுக்கு வருத்தமில்லை. வீடு ஒழுகுகிறது. வண்ணான் குட்டை வெள்ளத்தால் மேடாகிவிடும். மீண்டும் பள்ளம் போட வேண்டும். வெள்ளம் வடியும் வரை துணிவெளுக்க முடியாது. ஊரில் சோறும் அதிகம் கிடைக்காது. சேறும் சகதியுமாக இருப்பதால் தெருவில் நடக்கக்கூட முடியாதென்றாலும் அவள் மழையை விரும்பினாள். மழை பெய்து பஞ்சம் ஒன்றும் ஏற்படப்போவதில்லை. வெள்ளம் வந்து பயிர்ச் சேதம் ஆனாலும் பஞ்சம் இருக்காது. நல்ல மழை இருந்தால்தான் நல்ல விளைச்சல் இருக்கும். ஊரில் நாலு பேருக்கு விளைந்தால்தான் குடும்பம் நடக்கும். மழை பெய்யட்டும் என்று நினைத்தாள். சமையற்காரனிடம் சொல்லிவிட்டு விளக்கை எடுத்துக்கொண்டு வீடு முழுக்கச் சுற்றிப் பார்த்தாள். மேலும் சில பாத்திரங்களை எடுத்து வைத்தாள். சாக்குகளை விரித்துப் போட்டாள். தன் தலையில் ஒரு சாக்கைப் போட்டுக்கொண்டு வெளியே வந்து வீட்டைச் சுற்றி வந்தாள். நீர் தேங்கி நிற்கிறதா, சுவர் விழுந்துவிடுமா என்று சந்தேகமான இடங்களில் கை வைத்துப் பார்த் தாள். மழை பலமாகத்தான் பெய்துகொண்டிருந்தது. நீர் தேங்கி இருந்த இடங்களை வெட்டிவிட்டாள். ஈரத் துணியுடனே நான்கு ஐந்து முறை மழையில் நனைந்த துணியை முறுக்கிவிட்டுக்கொண்டு வீட்டுக்குள் வந்தாள்.

''சாமி தூங்கிட்டிங்களா?''

''சாமிகிட்ட என்னா சொல்றது?''

''இந்தக் குடும்பம் இப்ப ஆகாசத்துல நிக்குது, இப்படியிருக்கிறப்ப சாமிக்கு என்னா பதிலு சொல்ல முடியும்?''

''நம்ப புள்ளெ வாய்க்கய நாம்பளே கெடுக்க வாணாம்.''

''சாமி!''

''பின்னால வான்னாலும் வராது. பெறவு அய்தும் புண்ணியமில்ல. இதான் நான் சொல்ல முடியும். சாமி வந்து நல்லவரா இருந்ததால இதுகூட. இல்லன்னா இன்னிக்கி இருக்கிற உலகமே வேற''

''சாமி!''

''கோயி கூப்புடுறப்ப நான் கிளம்புனாத்தான் சரியா இருக்கும். படுத்துக் கண்ண மூடி யோசிச்சி முடுவச் சொல்லு.''

''பொணமாக் கெடந்தா பக்கத்துல குந்தியிருக்க வேற ஆள் யாரு சாமி?''

''நான் நாதியத்த பொணமா கடவுளே.''

''அந்தோணியாரே...''

ஆரோக்கியம் இப்போது வாய்விட்டே அழுதாள். தன் குடும்பம் இப்படி ஒரு மோசமான நிலைக்கு வந்துவிட்டதே என்றாள். சாமி கோபம் கொண்டுவிட்டால் என்ன செய்வது? அவர் நினைத்தால் சாதியிலிருந்து ஒதுக்கி, கோவிலுக்குப் போக முடியாமல் செய்யலாம். மேலும் அவர் நினைத்தால் என்ன வேண்டுமானாலும் செய்ய முடியும். ஜோசப் இங்கு இருக்கும்போது சொல்லியிருந்தால்கூட சரியென்றிருப்பாள். மேரிகூட இப்போது இல்லையே. இதுபோன்ற நேரத்தில் என்ன செய்வது என்று குழம்பிக்கொண்டிருந்தாள். ஓயாமல் அழுதாள். தன் பிள்ளைக்கு இதுபோன்ற ஒரு அரிய வாய்ப்பு தேடி வரும்போது, அதைத் தன் பிள்ளைக்குக் கொடுத்து நன்றாக அவனை வாழ வைக்க முடியவில்லையே என்று அவள் அழுதாள். மனம் குழம்பிக்குழம்பித் தெளிவு என்பதற்கு இடமில்லாமல் போய்விட்டது.

''சென்மாந்தரம் வரைக்கும் துணி வெளுக்க அவன வக்காத.''

''ஒரு வாய உண்டுபண்ணின ஆண்டவன் கீத் தாடய மட்டும்தான் அசயும்படியா வச்சியிருக்கான். மேத் தாடய அசயாமப் பண்ணிட்டான். இதுக்கு என்னா பண்றது சாமி? விதின்னு போவ வேண்டியதுதான். எல்லாரும் சாமியாராப் போனா இங்க துணியெடுக்கறது யாரு?''

''செரி, போய்ப் படு. நான் விடியக் காலம்பற கிளம்பறன்.''

''ஏசுவே, கர்த்தாவே!''

ஆரோக்கியம் விளக்கை எடுத்துக்கொண்டு வீட்டினுள் மங்கலான வெளிச்சத்தில் ஒழுகாத இடமாகப் பார்த்து முந்தானையை விரித்துப் படுத்தாள். பீட்டரை உயிர் முடிந்துபோன ஒன்றை நகர்த்துவதுபோல் நகர்த்திப் போட்டாள். ரொம்பக் குழந்தையாகக் கனமில்லாமல் இருந்தான்.

ஆரோக்கியத்தின் சிந்தனை கட்டற்ற காற்றாடியாகச் சுழன்று ஓடியது. இவனையும் அனுப்பிவிட்டால் ஊர்க்காரர்களின் கேள்விகளுக்குப் பதில் சொல்ல முடியாது. எதுவும் கொடுக்காவிட்டாலும் ஆளை விட மாட்டார்கள். இவன் சாமியாரிடம் வேறு விதமாகச் சொல்லிவிட்டால் என்ன செய்வது? அச்சுறுத்தும் செந்நிறம் படர்ந்த நயமற்ற முகம். இவன் வந்த வேளை, இருட்டு, அதோடு இடி, மின்னல் மழை, வெள்ளம். கூரை ஒழுகுகிறது. கூரை காற்றில் பறக்கிறது.

முன்பெல்லாம் பால்காரப் பெண்கள், தள்ளாத கிழடுகள் தெருவில் நெல், சோளம், என்று குத்துவார்கள். தெருவில் இவள் போகும்போது வலியச் சென்று உலக்கையைப் பிடிங்கிக் குத்துவாள். அவர்களும் ஆரோக்கியத்தைக் கண்டால் விட மாட்டார்கள். ''இந்த உலக்கய செத்த புடி'' என்று கொடுத்துவிட்டுப் பிள்ளைக்காரப் பெண்கள், குழந் தைகளுக்குப் பால் கொடுப்பார்கள். கிழடுகள் மூச்சு ஆறும். வரகு அரைத்தாலும்,

சோளம் உடைத்தாலும் ஆரோக்கியத்திடம் கொடுத்துவிட்டுத் தங்கள் கைவேலையைப் பெண்கள் பார்ப்பார்கள். வேலையை முடித்துவிட்டு, குழம்புச் சாமான், தின்பண்டம், சோறு, குழம்பென்று வாங்கிக்கொண்டு வருவாள். ஆனால் இப்போது ஆரோக்கியமே வலியப் போய்க் கேட்டாலும் யாரும் குத்த, புடைக்க, அரைக்கக் கூப்பிடுவதில்லை. போன வருசத்திற்கு முந்தின வருசம் நெல் அரைக்கும் மிஷின் ஊருக்கு வந்தது. போன மாதம் வரகு அரைப்பதற்கும் மிஷின் வந்துவிட்டது. நாலு படி நெல், வரகு என்றாலும் எல்லாரும் மிஷினுக்குத்தான் தூக்கிக்கொண்டு ஓடுகிறார்கள். இந்த நிலையில் பீட்டரை அனுப்புவதும் நல்லதுதான். ஆனால் அருகில் யாருமே இல்லையென்றால் என்னாவது? வெளியில் மழை கொட்டுவதையும் புதர்க்காடு சடசடத்து அரவஞ்செய்வதையும் கேட்டுக்கொண்டே அழுதபடி படுத்து யோசித்துக்கொண்டிருந்தாள். ஒரு முடிவு மில்லை. முடியாது. இல்லாத காலத்தில் இந்தச் சாமியார் என்ன செய்துவிட்டார்? அன்று பார்க்கப் போனபோது, மேரியின் கல்யாணத்தின்போதுகூட அவர் அக்கறை காட்டவில்லை. சுருட்டுப்பிடித்தார். ஆக, முடியாது.

விடியற்காலையில் சமையற்காரனை எழுப்பினாள். அவன் சொன்னதையே திருப்பித்திருப்பிச் சொல்லிக்கொண்டிருந்தான். தர்க்கம் செய்தான். புத்தி சொன்னான். உலகம்பற்றிச் சொன்னான். மீண்டும் சாமியார்கள்பற்றி விளக்கினான். கடைசியாகச் சாமியார் கோபம்கொள்வார் என்று மிரட்டினான். அவன் சாமியாருக்குப் பயந்தான். தன் வேலை போய்விடலாம் என்று எண்ணினான். சாமியார்களுக்குப் பெண்கள்பற்றியும் அம்மாக்கள், குழந்தைகள்பற்றியும் ஒன்றும் தெரியாது. அவன் முயற்சி பலன் அளிக்கவில்லை.

ஊரின் எல்லைவரை ஆரோக்கியமும் சவுரியும் சமையற்காரனுடன் நடந்து வரும்போது விடிந்துவிட்டது. மழை நின்றிருந்தாலும் இடி இடித்துக்கொண்டும் இருளாகவும் இருந்தது. வழி நெடுக ஆரோக்கியம் அழுதாள். குளிரில் வெட வெடத்துப்போயிருந்தாள். தன்னைப்பற்றியும், இந்தக் குடும்பம் இருக்கும் நிலையையும் சமையல்காரன்தான் சாமியாரிடம் நயமாக விளக்கிச் சொல்ல வேண்டும். அதற்காக அவனிடம் அன்பாக இருப்பதுபோலவும் மரியாதையுடன் இருப்பதுபோலவும் காட்டிக்கொண்டாள். அதோடு இருபது ரூபா நோட்டொன்றை அவனிடம் தந்தாள். அவன் தன் வேஷ்டியில் கெட்டியாக அதை முடிந்துகொண்டான்.

“நான் போறன். நீங்க போங்க.”

“உத்தரவு சாமி.”

“சாமி.”

“நான் சொல்றன் சாமிகிட்ட.”

“செரி சாமி.”

அவன் அந்த ஒற்றையடிப் பாதையில் சேற்றில் மெல்ல வாத்துப்போல் நகர்ந்தான். கும்பிட்டபடியே அவன் போவதை ஆரோக்கியம் பார்த்தபடி நின்றிருந்தாள். சற்றுத் தள்ளி சவுரி மூத்திரம் விட்டுக்கொண்டு நின்றான். தன் ஈரச் சேலையைக் காற்றில் உலர்த்திக்கொண்டே சேற்றில் வீடு நோக்கி நடக்க ஆரம்பித்தாள் ஆரோக்கியம். அவளுக்குப் பின்னால் சவுரி போனான்.

11

"ஹும்... எம் மசுருக்கு என்னா?"

"என் ராசா!"

"என்னியே வேல செய்யச் சொல்லுறியா?"

"அப்புறம் யாருடா போறது?"

"நீங்க எல்லாம் குந்திக்கிட்டு...ம்... என்னால முடியாது."

"செத்தப் போடா, எஞ்சாமி இல்ல."

"நீ போ."

பீட்டர் குதிரையைப்போல் முன்னே ஓடத் தயாராகக் கால்களை விறைப்பாக ஊன்றி நின்றான். அவனை இனி ஒன்றும் செய்ய முடியாதென்று ஆரோக்கியத்திற்குத் தெரியும். அவளுக்கும் அலுத்துச் சீ போவென்றாகிவிட்டது. அவளும் பொழுது சாய்ந்த நேரத்திலிருந்து சொல்லிக்கொண்டிருக்கிறாள். அவன் அசையவில்லை. எல்லாவற்றின்மேலும் வெறுப்பும் கோபமும் உண்டாயிற்று. அவள் தனக்குள் வெறுமையுணர்வு வளர்வதைக் கண்டாள்.

போன வெள்ளிக்கிழமை விடியற்காலம் சாமியாரின் சமையற்காரனை அனுப்பிவிட்டு வந்து படுத்தவள். அன்றிலிருந்து இந்த ஐந்து நாளாகவே குளிர் ஜுரம். அவளால் எழுந்து நடக்கக்கூட முடியவில்லை. மழையோ விட்டுவிட்டுப் பெய்துகொண்டிருந்தது. அவசரமான துணிகளைத் தவிர வெளுக்கவில்லை. இரண்டு நாளாகத் துணி எடுக்கவில்லை. ஆரோக்கியத்தை என்ன ஏது என்று கேட்கக்கூட ஆளில்லை. சமையற்காரன் போய்ச் சொன்னதும் சாமியாரே வந்து பீட்டரை அழைத்துக்கொண்டுபோய்விடுவாரோ என்ற பயத்தில் ஆரம்பித்த காய்ச்சல். ஐந்து நாளாகியும் விடவில்லை. உடலில் தெம்பு இல்லை. அவள் பார்வை சடசடத்துப் பெய்துகொண்டிருந்த மழை நீரையும், ஈரத்தில் ஊறிப்போயிருந்த சுவர்களிலும் பற்றீடுபாடற்றுப் படர்ந்தது.

பீட்டரையும் குறை சொல்வதற்கில்லை. அவன் காலையில் வீடுவீடாகச் சவுரியுடன் சென்று துணியெடுக்கிறான். பிறகு தொரப்பாட்டுக்குப் போகிறான். இரவில் வீடுவீடாகச் சென்று துணி கொடுக்கிறான். சோறு எடுத்து வருகிறான். ஆரோக்கியத்திற்குத் தோதான ஆளாக வளர்ந்துவிட்டான். பனிரெண்டு வயதுதான். பச்சிளங் குழந்தை. சிறுவன்தான் என்றாலும் ஆரோக்கியம் கேட்டதற்கு, நான் சாமியார் ஆகப்போவதில்லை என்று கூறிவிட்டான்.

ஆனால் 'மெட்ராஸ் போறேன்' என்று குதித்துக்கொண்டு சொன்னான். ஆரோக்கியம் திடுக்கிட்டுப்போனாள். அவள் நன்றாக இருந்தால் அவனை வேலையே செய்யச்சொல்ல மாட்டாள்.

பீட்டர் ஆரோக்கியத்தின் முன்னமர்ந்து எதிர்வெட்டிக்கொண்டிருந்தான். நாலு அடி கொடுத்தால் படுத்துவிடுவான். ஜோசப்போல் இவனில்லை. சவுரி எங்கேயோ போயிருந்தான். தெருவிலேயே பொழுதைக் கழித்தான். வீட்டிலிருக்கவே அவனுக்கு மனமில்லை. மழையில் பிய்ந்த கூரையைச் சரிசெய்ய எந்த முயற்சியும் செய்யவில்லை. இனி ஆரோக்கியம் செய்தால்தான் உண்டு.

மீனாட்சி மகள் சகுந்தலாவுக்கு இன்று திரட்டி. போன எட்டாம் நாள் பெரிய மனுஷியானாள். இப்போது மீனாட்சி வீட்டுக்குப் போனால் இரண்டு நாளுக்குப் போதுமான சோறும், குழம்பும் கிடைத்துவிடும். நல்ல சோறும் நல்ல குழம்புமாக

இருக்கும். விசேஷத்தின் சோறு குழம்பு. பீட்டரும் போக மறுக்கிறான். இந்தக் குளிரிலும் சவுரி எங்கோ போயிருந்தான். நேரமானால் சோறு தீர்ந்துபோய் வண்ணாத்திக்குண்டான சோறும் குழம்பும் குறையலாம். நல்ல குளிர். ஊதல் காற்று, கூரையைப் பிய்த்துக்கொண்டுபோகிறது. சுவர் மொதமொதவென்று ஊறிப்போய் நிற்கிறது. வீட்டைச் சுற்றித் தண்ணீரும் தேங்கி நிற்கிறது. இதில் வெளியே போனால் நல்ல உடம்பிற்கே ஏதாவது வந்துவிடும். வானம் இருள் கவிழ்ந்து இருந்தது. கருவேல முள் காட்டில் நீர் தேங்கி நிற்கும் குட்டையில் பன்றிகள் முடிகள் விறைக்க உறுமும் இரைச்சலும், கருவேலமரங்களின் இலைகளில் சிம்பியடிக்கும் காற்றின் சத்தமும் கேட்டது.

சகுந்தலாவின் துணிகளை முதல் மூன்று நாள் தொரப்பாட்டில் அலசினாள். பிறகு உடம்பு படுத்துவிட்டதால் வீட்டிலேயே அவள் துணியை மட்டும் தினமும் அலசிக் கொடுத்தனுப்பினாள். இதுபோன்ற தீட்டுத் துணிகளை சவுரி தொடுவதில்லை. இப்போது இருக்கும் உடம்பில் அதிகமாக இருந்து அலசினால் ஆரோக்கியத்திற்கு மயக்கம் வருவதுபோல் இருக்கும்.

சவுரியோ பீட்டரோ போனால் சோறு மட்டும்தான் கிடைக்கும். குழந்தை பிறந் தாலும், பெண்கள் பெரிய மனுஷியானாலும் முன்பெல்லாம் ஆரோக்கியத்திற்கு ஒரு புதுச் சேலை கொடுப்பார்கள். ஆனால் இப்போதெல்லாம் நல்ல காரியம், கெட்ட காரியம் எல்லாவற்றுக்குமே பழைய சேலைத் துணியைத்தான் கொடுக்கிறார்கள். இப்போது காரியம் நடக்கும்போது போகவில்லை என்றால் அதுவும் இல்லை என்றாகிவிடும். இந்தக் கவலை வந்ததுமே போர்வையைப் போர்த்திக்கொண்டு கிளம்பினாள். ஆரோக்கியம் பெரியபெரிய குண்டான்களாக எடுத்து பீட்டரிடம் கொடுத்தாள். கருவேலமுள் காட்டுப் பாதையில் 'சதக்' 'புதக்' என்று இருவரும் போனார்கள். இருட்டில் பாதை எதுவென்றே தெரியவில்லை. முழங்கால்வரை சேறும் சகதியும். நீரில் தெருக் குப்பைகள் மிதந்தன.

பீட்டர் குண்டான்களுடன் முதலில் தெருவில் நுழைந்தான். 'இவனை எப்படி சாமியாருடன்...' என்று நினைத்தாள். உளையில் அவன் நடப்பதைக் கவனித்துக் கொண்டே வந்தாள். மீண்டும் சாமியாரோ சமையற்காரனோ வந்தால் என்ன செய்வது என்ற கவலை வந்ததும், மேரி நினைவும் வந்தது அவளுக்கு. இதற்குத்தான் ஒரு பெண் பிள்ளை வேண்டும் என்று நினைத்து அழுதபடி நடந்தாள். அவளுக்கு நடப்பதே பெரும் கஷ்டமாக இருந்தது. தெருக்கள் வேறு சந்தும் பொந்துமாக இருக்கின்றன. வீடுகள் ஒன்றுடன் ஒன்று இணைந்து பெட்டிபோல் அடுக்கடுக்காக இருப்பதால் நீர் போக வழியில்லை. ஒரே சகதி. இரண்டு மரங்களுக்கிடையில் ஆகாயத்தில் கட்டி விடப்பட்டிருக்கும் கயிற்றில் ஒவ்வொரு அடியாக எடுத்து வைத்து நடக்கும் தொம்பனைப்போல் நடந்துபோனார்கள்.

மேரி பெரியமனுஷியானபோது ஒதுங்கி உட்காரக்கூட இடமில்லை. திண்ணை யிலேயே பழைய துண்டு, சேலைகளை இணைப்பாக்கி மறைப்பாகக் கட்டி உட்கார வைத்தாள். மேரிக்குத் தெம்பு வர வேண்டுமென்பதற்காக, காரமான சோறு, குழம்பு, வடை, பணியாரம், கொழுக்கட்டையெல்லாம் செய்துபோட நினைத்தாள் ஆரோக்கியம். ஆனால் உடம்பு படுத்துவிட்டது. ஆரோக்கியத்தால் எழுந்திருக்கவே முடியவில்லை. மேரி ஒதுங்கி உட்கார்ந்த மூன்றாவது நாளே குளித்து முழுகிவிட்டு, தானாகவே வீட்டுக்குள் வந்துவிட்டாள். பெரிய மனுஷிபோல் தானாகவே தன் காரியங்களைப் பார்த்துக்கொண்டாள். இரண்டு தொடைகளையும் அறுக்கஅறுக்க முரட்டுத் துணியாகப் பார்த்துக் கட்டிக்கொண்டு வீட்டு வேலைகளைச் செய்தாள்.

அதோடு, ஆரோக்கியத்திற்கு ரசம் வைத்துக் கொடுத்தாள். வேது பிடித்தாள். சுடுதண்ணீர் வைத்துக் குளிக்க வைத்தாள். சுடுசோறாக்கிப் போட்டாள்.

உறவுக்காரர்கள் யாரும் தாய்மாமன்கள், அத்தைகள், பங்காளிகள் என்று சாமான்களுடனும் புதுத்துணிகளுடனும் வந்து, இரண்டு மூன்று நாட்கள் தங்கி மாறி மாறிச் சமைத்துப் போடவில்லை. வேறு சாதியாக இருந்திருந்தால் உறவுக்காரர்கள் பேருக்கென்றாவது சிலர் சமைத்துப் போட்டிருப்பார்கள். உளுந்து, கடலை, வடை, சோளம், அரிசிப் பணியாரங்கள் என்று எண்ணெய்ப் பண்டமும் பருப்பு, பயறு, காய்ச்சோறு என்றும் இல்லாதவர்கள்கூடச் சமைத்துப் போடுவார்கள். மேரிக்கு ஒருவரும் வரவில்லை. ஆரோக்கியம் பெரியமனுஷியானபோது பதினெட்டு நாட்கள் உறவுக்காரர்கள் சமைத்துப் போட, சாப்பிட்டிருக்கிறாள்.

''எத்தினிதான் இருந்தாலும் பொட்டப் புள்ளெயாவுமா?''

''செத்தாப் பாக்கும், வாயிந்தாப் பாக்கும்.''

''இடுப்புத் துணிய அலசிக்கொடுக்கும்.''

''பெத்தவளாச்சேன்னு நெனச்சிப்பாக்கும்.''

''இளச்சி, வெடச்சிப்போய் நின்னா, ஒரு வட்டா நீராரத் தண்ணி கொடுக்கும்.''

''பொம்மனாட்டி பொம்மனாட்டிதான்.''

''மீச வெச்சவன் எத்தினி பேரு இருந்து எதுக்கு ஆவும்?''

''ஓடுகாலிப் பயலுக, தொடயப் பாக்கப் பெத்த தாயவே வெட்டுவானுங்க.''

சவுரியை விட்டு மேரியை அழைத்துவர வேண்டுமென்று எண்ணினாள். கல்யாணம் நடந்து எவ்வளவு நாளாகிவிட்டது! ''முன்னாடியே பொய மோசம் போயிட்டாளே பாவி மவ, பகவான் அவனுக்குக் கூலி கொடுப்பான். கரி புடிச்ச சட்டியக் கயிவித்தானே ஆவுணும்'', என்பதுபோல் அவசரஅவசரமாகக் கல்யாணத்தை முடித்துவிட்டாள். ஜோசப்பும் இதுவரை திரும்பவில்லை. சவுரியை ஜோசப்பிடம் அனுப்பினாள். நல்ல குணம் மணமாகக் கவனித்து அனுப்பினார்கள். குடும்பத்துடன் வந்துவிடும்படி சொல்லி அனுப்பினாள் சகாயம். சவுரியும் பீட்டரும் அதுதான் சரி என்றார்கள். ஆரோக்கியம்தான் மறுத்துவிட்டாள். தன் கடைசிக் காலத்தில் யாரும் தனக்கு உதவ மாட்டார்கள்போல் இருக்கிறதே என்ற எண்ணம் அவளுக்கு முதன்முதலாக இன்றுதான் தோன்றியது. அதை நிசமென்று நம்பவும் செய்தாள்.

பீட்டர் இருக்கிறான் என்ற தைரியத்தில் மேரிக்குக் கல்யாணம் முடித்தாள். மேரி பெரியமனுஷியாகி நாலு வருசம் கடந்தும் யாரும், 'நான்', 'நீ' என்று ஒரு பயலும் வாயைத் திறக்கவில்லை. 'வச்சியிருந்து என்னாத்துக்கு ஆகப்போகுது? அவப்பேருதான். பொட்டக் கோயி கூவியா விடியப்போவுது? எங்காவது, எவன் கையிலாவது பிடிச்சுக் கொடுத்துட்டா சனியன் தீந்ததுன்னு, அக்கடான்னு இருக்கலாம்' என்ற எண்ணம் மாறி, இப்போது 'அய்யோ' என்று உணர்ந்தாள். இந்த நான்கு நாட்களாகப் பீட்டர் 'ஏடாம்படி' செய்தால் சாமியாரிடம் அனுப்பிவிடுவேன் என்று மிரட்டினாள். தன் நிலை இப்படி வந்துவிட்டதே என்று வருந்தினாள். அவனை மிரட்ட அவளுக்கு வேறு வழியில்லை. இதற்குப் பீட்டர் அடங்கிவிட்டான் என்று கூறவும் முடியாது.

மீனாட்சி வீட்டை நெருங்கியதும் இதுவரை நினைத்துவந்த சகல விஷயத்தையும் மறந்துவிட்டாள். களைப்பாக இருந்தது அவளுக்கு. உட்கார வேண்டும்போல் இருந்தது. ஈரத்தில், உட்கார இடம் எங்கே கிடைக்குமென்ற எண்ணம் வந்ததும் இடுப்பில் கைகளை முட்டுக் கொடுத்துக்கொண்டு நடந்தாள்.

மீனாட்சி வீட்டில் கும்பலும் கூட்டமும் திருவிழா இரைச்சலுமாக இருந்தது. சோர்ந்துபோய் வாசல் நடையில் ஒதுங்கிச் சேற்றுக் காலுடன் ஆரோக்கியம் உட்கார்ந்

தாள். சக்கிலியக்குடி அம்பாயிரம் அப்போது தன் மகள் கோசலையுடன் சோறு வாங்கிக் கொண்டு போனான். சகுந்தலா புதுப் பாவாடை, ரவிக்கையில் மினிக்கிக்கொண்டு நடந்துகொண்டிருந்தாள். திருவிழாவின்போது நடக்க வேண்டிய நடையை அவள் தெருவுக்கும் வீட்டிற்குமாக நடந்தாள். கொஞ்சம் சிவப்பேறி, சதை போட்டு இருந்தாள். ஆளே அடையாளம் தெரியவில்லை. பெரிய மனுஷியாகும்போது பெண்களுக்கு எப்படியோ சதை ஏறிவிடுகிறது. தோலும் வெளுப்புக் கண்டுவிடுகிறது.

ஊரில் முக்கியமானவர்களும் உறவினர்களும் கூடத்திலும் இரு திண்ணைகளிலும் அமர்ந்து சாப்பிட்டுக்கொண்டிருந்தனர். தெருவிலிருந்த பந்தலில் பெட்ரோமாக்ஸ் விளக்குகள் இரண்டு எரிந்துகொண்டிருந்தன. மற்ற இடங்களில் லாந்தர் கட்டித் தொங்க விட்டிருந்தார்கள். மீனாட்சி ஒவ்வொரு வீடாகச் சென்று சோறும் குழம்பும் கொடுத்துக்கொண்டிருந்தாள். அவள் புருசன் ஏழுமலை உள்கூடத்தில் சாப்பிடுவோர் மத்தியில் நின்றுகொண்டிருந்தான்.

''ரசம்'' என்றது ஒரு குரல்.

''கொயம்பு'' மற்றொரு குரல்.

''சோறு கொண்டா'' இன்னொரு குரல்.

''தண்ணி, தண்ணி.''

''நம்ளாட்டம் என்ன அஞ்சாரு பொட்டப்புள்ளெயா? ஒரே பொண்ணு, அதுக்கு வச்சியிருக்கான் பாருய்யா கொயம்பு? கூரத் தண்ணியாட்டம்.''

''இதெப் பாத்தா சோறாவாயிருக்கு? ஈச்சங் கொட்டமாரியில்ல இருக்கு.''

''என் நடு மவளுக்குத் திரட்டி சுத்தினன் பாரு, நாலு கலம் அரிசி புடிச்சது. அண்ணாக் கவுத்தத் தளத்திவுட்டு, மூச்சி வாங்கி, மூச்சி வாங்கி, எளப்பாரியில்ல சனங்க சாப்புட்டது. சோத்தெப் பாத்தா வாயப்பட்ட மாரியில்ல?''

''இதெத் தின்னா வவுத்தால புடுங்கிக்கத்தான்போவுது பாரன்.''

''கொயம்பு கொயம்பாட்டமாயிருக்கு? சண்டக்காரன்மாரி சோறும் கொயம்பும் விலகிவிலகி ஓடுது பாரன்.''

''ஏ சோறு!''

''தண்ணி, ஒரே உறப்பு. ஆஆஆ...''

''சோறு கொண்டா. விளாங்காட்டூர் தம்பி.''

''காய் வக்கிற பெய ஆரு? காய் வைடான்னா, கையக்கையக் காட்டுறான்.''

''இதுக்கே வாயக்கா வாயு பண்டம்.''

''நான் என்ன பிச்சக்காரனா? அரிசி கௌயற குண்டானப் பத்துக்கு அடவு வச்சுத்தான் மொய் எயிதினன்.''

''கொயம்புக் குண்டான இப்பிடிக் காட்டு.''

''குட்டம் புடிச்சவன் கையாட்டம் சுருக்காத, நல்லா விரிச்சி, ரண்டு கையாலயும் குத்தா அள்ளிவை.''

''ஏ கொயம்பு.''

''தண்ணி.''

மார்கழி மாதத்தில் பெருமாள் கோயில்களில் பஜனை முடிந்ததும் அவித்த சுண் டலோ பொங்கலோ தரும்போது சிறுவர்கள் எழுப்பும் கூக்குரலும் பேரிரைச்சலுமாக அவ்விடத்தில் இருந்தது.

அப்போதுதான் பொன்னுசாமி பந்திக்கு நடுவில் வந்துநின்றான். அவனை கண்டதும் ஏழுமலை இன்னும் சாப்பிட வராத ஆட்களைக் கூப்பிடுவதற்காக. வெளியே சென்றான்.

பொன்னுசாமி அதிகமாக ஊரில் தங்காதவன். கொஞ்சம் படித்தவன். படிக்கும்போதே நாட்டுக்குச் சுதந்திரம் வாங்கப் போராடிய கட்சியில் இருந்தான். பிறகு வேறு கட்சி. இப் போது அந்தக் கட்சியில் பெரிய மனிதன். நல்ல வருமானம். மந்திரியை அழைத்துவந்து பெரிய பள்ளிக்கூடம் திறந்தான். காலனி வீடு கட்டினான். இப்போது தெருத்தெருவாக கிராவல் மண் அடித்துக்கொண்டிருக்கிறான்.

பொன்னுசாமி என்ன காரணத்தினாலோ கல்யாணம் செய்துகொள்ளவில்லை. அவன் கல்யாணம் கட்டிக்கொள்ளாததுபற்றி ஊரில் பலவிதமான பேச்சு இன்றும் இருந்துகொண்டுதான் இருக்கிறது.

''பல்ல இளிச்சி, காலத் தூக்கிக் காட்டிக் கொழுந்தனார மயக்கிட்டா மீனாட்சி.''

''பொன்னுசாமிக்கு ஏதோ மர்ம வியாதி, அதனாலதான் கண்ணாலம் கட்டிக்கல.''

''மருந்துவச்சிதான் மயக்கிப்புட்டா.''

''ஏழுமலதான் அதுக்கு லாக்கியில்லியாமே.''

இப்படிப் பல பேச்சுகள். பொன்னுசாமியின் சொந்த அண்ணன்தான் ஏழுமலை. ஊரில் பேசிக்கொள்வதுபோலத்தான் ஏழுமலையின் செய்கையும், பொன்னுசாமியின் நடத்தையும் இருக்கும். பொன்னுசாமி வீட்டிலிருந்தால் ஏழுமலை பகலாக இருந்தால் காட்டிலிருப்பான், இரவாக இருந்தால் மழையோ குளிரோ கோவில் திண்ணையில்தான் கிடப்பான். பொன்னுசாமிக்குத்தான் சகுந்தலாவும், அவளுடைய தம்பியும் பிறந்ததாக ஊரில் சொல்கிறார்கள். இன்னமும் பாகம் பிரித்துக்கொள்ளவில்லை. பொன்னுசாமி சம்பாதிப்பதும், அவனுடைய பாகமும் சகுந்தலாவுக்கும், அவளுடைய தம்பிக்கும்தான் என்றும் பேசிக்கொள்கிறார்கள். எது எப்படி இருந்தாலும் ஆரோக்கியத்திற்கு மீனாட்சியை ரொம்பவும் பிடிக்கும். மீனாட்சிக்கும் ஆரோக்கியத்தை ரொம்பவும் பிடிக்கும். மீனாட்சி வீட்டுத் துணியென்றாலே ஆரோக்கியம் விசேஷமாகத்தான் துவைத்தெடுப்பாள். தன் மனக்கஷ்டத்தையும் மீனாட்சியிடம்தான் சொல்வாள். மீனாட்சிக்குத் தங்கமான குணம் என்று ஊரில் பேரும் இருந்தது.

பொடபொடவென்று தூறல் பட ஆரம்பித்ததும்தான் ஆரோக்கியத்திற்கு உறைத்தது. போர்வையை மேலும் கெட்டியாகப் போர்த்திக்கொண்டாள். போர்வை ரொம்பவும் கனமாக இருந்தது. அதைத் தூக்குவதே சிரமமாக இருந்தது.

யார் வீட்டிற்கோ சென்று சோறு கொடுத்துவிட்டு வந்து வீட்டிற்குள் நுழைந்த மீனாட்சி, ஆரோக்கியத்தையும் பீட்டரையும் அப்போதுதான் பார்த்தாள். கூட்டம் ஓரளவு குறைந்து, பெண்களும் சிறுவர்களுமாக நிறைந்திருந்தனர். ஆரோக்கியத்திடம் சண்டை போட்டாள்.

''என்னடியம்மா உனக்குக் கூடவா ஆள் வுடணும்? உனக்கு அப்பிடியென்ன மகமேரு பல்லாக்கு வந்துடுச்சி?''

''உடம்புக்கு முடியல சாமி''

''என்னவாம்?''

''அத யாஞ்சாமி கேக்கறீங்க? குளிரு, காச்சதான். கண்ண மூச்சிப் பாக்க முடியல.''

''இப்படி இருக்கறப்ப, இந்த உளையில பின்ன நீ ஏன்டி வந்த?''

''ஆரு சாமி வருவா?''

''இரு வாறன்.''

மீனாட்சி உள்ளே சென்று சிறிது நேரம் கழித்துச் சோறு கொண்டுவந்து, ஆரோக்கியம் கொண்டுவந்திருந்த குண்டானில் கொட்டிவிட்டு மீண்டும் உள்ளே போனாள். மூன்று மாகாணி அரிசியின் சோறு வேகக்கூடிய குண்டான் அது. மீனாட்சி தடதடவென்றிருந்த குழம்பை கொண்டுவந்து தூக்குப் போகணியில் ஊற்றினாள். கத்திரிக்காய்க் குழம்பு. வாழை, பூசணிக்காய், பரங்கிக்காய்ப் பொரியல் எல்லாம் ஒரு சின்னக் குண்டானிலிருந்து சோற்றின்மேல் அள்ளி வைத்தாள். போதுமா என்பதுபோல் மீனாட்சியின் பார்வை இருந்தது. ஆரோக்கியமும் முகத்தை விரித்துச் சிரிக்க முயன்றாள்.

ஆரோக்கியம் வேண்டுமென்றேதான் பெரிய குண்டானாகக் கொண்டுவந்தாள். மீனாட்சியும் 'சூத்துத் துணியை அலசுகிறவளாச்சே' என்று நிறையப் போட்டாள். விசேஷ தினங்களில், இல்லாதவர்கள்கூட ஆரோக்கியத்திற்குக் குறைவாகச் சோறு போட மாட்டார்கள்.

''மேரி போனதிலிருந்து ஒன் ஒடம்பே அர ஒடம்பாயிடிச்சிடி ஆரக்கியம்.''

''அதுக்கு நாம்ப என்னா சாமி பண்றது? பொட்டக் குட்டிய எவ்வளவு நாளக்கித் தான் வச்சிருக்க முடியும்?''

''இந்தப் பயலாவது கூடமாட ஒத்தாச பண்றானா?''

''ஏதோ அவனால முடிஞ்சதச் செய்யுறான் சாமி.''

''இந்தாடா பயல, நீயாவது கூட இருந்து ஆயா, அப்பனக் காபந்து பண்ணு.''

பீட்டர் தலையாட்டினான். மீனாட்சியின் குரல் உடைந்து இருந்தது. ஆரோக்கியம் ஊமையாக அழுதாள். சகுந்தலா மீனாட்சியைக் கூப்பிடவே, உள்ளே போய்விட்டாள். சிறிது நேரம் கழித்து எதற்காகவோ மீனாட்சி வெளியே வந்தபோது ஆரோக்கியம் கேட்டாள்:

''வரட்டுங்களா சாமி?''

''சரிடி ஆரக்கியம். உடம்பப் பாத்துக்க. பொட்டச்சிக்கு அதுதான் சொத்து.''

''வரட்டுங்களா?''

''அப்புறம் என்னாடி ஆரக்கியம்?''

''இடுப்புல சுத்திக்க நவ துணிக்கூட இல்ல சாமி.''

''அடியே மறந்தே பூடிச்சி பாரன். இரு வாறன்.''

அவசரமாக மீனாட்சி உள்ளே ஓடினாள். பெண்களும் சிறுவர்களும் சாப்பிட்ட இலையைக் கொண்டுவந்து ஆரோக்கியம் உட்கார்ந்திருக்கும் இடத்திற்குச் சற்றுத் தள்ளி போட்டபடி இருந்தனர். சிலர் விசாரித்தார்கள். குழம்பு போகணியைப் பீட்டர் தலையில் வைத்துக்கொண்டு நின்றான். சோற்றுக் குண்டானை ஆரோக்கியம் தூக்கிக் கொண்டாள். அவளால் நிற்க முடியவில்லை. நல்ல குளிர். தாடை கடகடவென்று ஆடியது. கால்கள் மரத்துவிட்டது. மேளம் அடிப்பதுபோல் கிடுகிடுவென்று வானம் அடித்துக்கொண்டிருந்தது. சகுந்தலாவின் பழைய பாவாடை, தாவணி இரண்டையும் மீனாட்சி கொண்டுவந்து கொடுத்தாள்.

''சாமி! இந்த வண்ணாத்தி மவளுக்கு ரவ புதுத்துணி கொடுத்தா என்னா? பெரிய ஊடு நீங்க.''

''கண்ணாலம் முடிஞ்சி, புள்ளெப் பெறவுக்கு வருவா இல்ல, அப்ப உம் மேல ஆணையாத் தரன்டி ஆரக்கியம். ஒண்ணும் மனசுல வச்சிக்காத. ஒரே செலவாப் போச்சி.''

''பீயும் மூத்திரமுமா, கட்டிகட்டியா உதிரத்தயும் அலசுறவ சாமி. நீங்க கைய நீட்டுனாதான் என் வவுறு நிறையுஞ் சாமி.''

''குடியப் பிச்சிக்கிட்டுப் போறாப்பல பேசுறவ. ஓஞ்சப்ப வாயேன். இன்னிக்கே கொடுத்தாத்தான் உண்டா?''

''அம்மோவ்.''

''இந்தா வரன்டி.''

''வரஞ் சாமி.''

மீனாட்சி மறு நிமிடம் நிற்காமல் சகுந்தலாவின் குரலுக்கு உள்ளே ஓடினாள். ஆரோக்கியமும் பீட்டரும் வீடு வருவதற்குள் போதுமென்றாகிவிட்டது. சவுரி இல்லை. ஆரோக்கியம்தான் விளக்கேற்றினாள். வீடு கூட்டினாள். பீட்டரைச் சாப்பிடச் சொல்லி விட்டுப் படுத்துக்கொண்டாள். தரை நொதநொதவென்று ஊறி ஜில்லிட்டிருந்தது. சில இடங்களில் சாணிப் பத்தை விண்டு, பொம்மிக்கொண்டு நின்றது.

சவுரி பெரியானுடன் பேசிவிட்டு வந்து சாப்பிட்டான். சோற்றில் தண்ணீர்விட்டு, நாய் உருட்டாமல் பத்திரமாக மூடி வைத்துவிட்டுத் திண்ணையில் வந்து படுத்துக்கொண்டான். ஆரோக்கியத்திடம் அவன் எதுவும் கேட்கவில்லை.

12

தொடர்ந்து இரண்டு வாரத்திற்குமேல் மழை இருந்தது. இப்போது ஒரு மாதமாகிவிட்டது. அவ்வப்போது யார் வீட்டிலாவது சோறு, குழம்பு என்று ஆரோக்கியம் வாங்கிவந்தாள். பீட்டர் வீடு தங்காமல் காலனிக்குள் சுற்றினான். சவுரி பெரியானிடம் பேசுவதிலேயே இருந்தான். பெரியான் படுக்கையாகிவிட்டான். ஆரோக்கியம் சவுரியிடம் சண்டைபோட்டாள். சண்டைக்குப்பின் அவன் சென்று ஒரு சாக்கில் உய மண் கொண்டுவந்தான். ராத்திரி படுக்கும்போதே ஆரோக்கியம் சவுரியிடம் சொன்னாள், காலையில் தொரப்பாட்டுக்குப் போக வேண்டும் என்று. பள்ளம் போட வேண்டுமென்று காலையிலேயே பீட்டரைப் பிடித்துக்கொண்டு சவுரியுடன் தொரப்பாட்டுக்கு வந்து சேருவதற்குள் சூரியன் மேலே வந்துவிட்டது. பாதை பழக்கமானது என்பதால் இருட்டி லேயே வர முடிந்தது. அந்தோணியாரை வேண்டிக்கொண்டாள். பிறகுதான் சவுரி மணலை மண்வெட்டியால் அள்ளிக் கொட்டினான். பீட்டரும் ஆரோக்கியமும் கையால் மணலை அள்ளிஅள்ளித் தூரமாக விசிறினார்கள். ஒரு ஆள் அளவுக்குக் குட்டையாக இருந்த இடம் மூழ்கி, மண்மூடிவிட்டது. சவுரி வேகவேகமாகக் கூன் முதுகுடன் அள்ளிக்கொண்டிருந்தான். பழைய வேகம் அவனிடமில்லை. உற்சாக மற்று உம்மென்றிருந்தான். ஆரோக்கியம் படுத்துவிட்டதால் சவுரி ஒரு சுற்று இளைத்துவிட்டான்.

ஆரோக்கியம் நேற்றிரவுதான் வெட்டிக் கூடையும் மண்வெட்டியும் வாங்கி வந்திருந்தாள். கூடை பெரும் ஓட்டையாக இருந்தது. பழைய கிழிந்த சேலைத் துணி களை வைத்துக் கூடையை மூடி வேடுபோல் கட்டினாள். அப்படியும் ஒழுகிக் கொண்டிருந்தது. ஆரோக்கியத்தின் உடம்பு அவளை வேலை செய்யவிடவில்லை. மனம்தான் அவளை இயக்கியது.

இனி மண்வெட்டியால் அள்ளிக் கொட்ட முடியாது. மணல் சரிந்துகொண்டே இருந்தது. ஈரம் வேறு. சவுரி கீழே இருந்து கூடையில் கட்டித் தூக்கிவிட்டான். ஆரோக்கியமும் பீட்டரும் தூக்கிக்கொண்டு தூரமாகச் சென்று கொட்டினார்கள். சவுரி மணல் சரியாமல் இருக்குமளவிற்குத் தூரமாக அள்ளிவிட்டுக்கொண்டே இருந்தான்.

இருந்தும் அவ்வப்போது மணல் சரிவதைத் தடுக்க முடியவில்லை. காற்று சிறிது வேகமாக வீசினாலே போதும், இரண்டுவண்டி மணல் அளவுக்குச் சரிந்துவிடுகிறது.

நடைநடையாக ஆரோக்கியம் மணலை நீர் ஒழுகஒழுகத் தூக்கிக்கொண்டே இருந்தாள். பீட்டர் தூக்கிக்கொண்டு மெதுமெதுவாக நடப்பதைக் கண்டு அவனை உட்காரச் சொன்னாள். குறைந்தது இருபது வண்டி மணலாவது அள்ளினால்தான் அகலமான, ஆழமான, நீர் நிற்கக்கூடிய குட்டையாக இருக்கும். மணலும் சரியாமல் இருக்கும். இனிமேல் கோடைக்காலம் முடியும்வரை நீர் வேண்டும். இடையிடையே சரிந்து விழும் மணலையும் அள்ள வேண்டும் என்பதால் ரொம்பவும் அகலமாகக் குட்டை போடச் சொன்னாள். சவுரி ஒன்றும் எதிர்ப் பேச்சுப் பேசவில்லை. மௌனியாகவே இருந்தான். இதனால் ஆரோக்கியம் வேதனை கொண்டாள். சவுரியிடம் இந்தப் புதுப் போக்கு எப்படியோ புகுந்துகொண்டுவிட்டது.

சவுரியும் களைத்துவிட்டான். கூடையில் மணலைக் கட்ட வேண்டும். பிறகு மாறிமாறி இருவருக்கும் தூக்கிவிட வேண்டும். ஏழு, எட்டு வண்டி மணல்தான் அள்ளியிருந்தது. அதற்குள் சளசளவென்று நீர் வந்துவிட்டது. ஈர மணலைத் தூக்க முடியவில்லை. கூடை யிலிருந்து நீர் ஒழுகிச் சேலை முழுவதும் நனைய ஆரம்பித்ததும், ஆரோக்கியமும் சிறிது உட்காரலாம் என்று உட்கார்ந்து மூச்சு ஆறினார்கள். கூலி ஆள் வைத்து மணல் எடுக்கலாம். கூலி கொடுக்க ஒன்றுமில்லை. இவர்களுக்கும் வேறு வேலையும் இல்லை.

கமகமவென்று வாசனை. ஓடையின் இரு கரையிலும் நிற்கும் மரங்களிலும் செடி களிலும் சேடைகள், அழுக்குகள் நீர் போனதுவரை. மரத்தில் படிந்திருக்கும் அழுக்கை வைத்தே ஒன்றரை ஆள் வெள்ளம் போயிருக்கும் என்று ஆரோக்கியம் சொன்னாள். சவுரி இரண்டாள் உயரமென்றான். பீட்டர் ஓடிச்சென்று ஒரு பனை மரத்தில் இணைந்து நின்று அளவு பார்த்தான். தன் உயரத்திற்குத்தான் வெள்ளம் போயிருக்கிறது என்று கூறினான். பிறகு ஆரோக்கியத்திடம் கேட்டான்:

''இம்புட்டுத் தண்ணியும் எங்கம்மா போவுது?''

''ம். இப்பிடியே ஓடயே போவ வேண்டியதுதான்.''

''அதுக்குப் பின்னால?''

''சனங்க பம்பு செட்டு வச்சி எறச்சி, நெலத்துக்கு வுடுவாங்க.''

''மிச்சத் தண்ணி?''

''காட்டே ஓட வேண்டியதுதான்.''

''ஓடி?''

''ஓடிக்கிட்டே இருக்கும், அம்புட்டுத்தான்.''

''கடலுல போய்ச் சேருமாம்!''

''யாரு சொன்னா?''

''ஆறுமுகம்.''

''நிசமாவா?''

''உன் தலயில அடிக்கச் சத்தியமா!''

''இருக்கும். இருக்கும். பின்ன இம்புட்டுத் தண்ணியும் எங்க போய்ச் சேர முடியும்?''

''கடல நீ பாத்திருக்கியா?''

''சமுத்தரத்த யாரு கண்டா?''

''எப்பிடி இருக்கும்?''

''சமுத்திரத்த யாரு பாத்தாங்க?''

"கடலும் சமுத்திரமும் ஒண்ணா?"

"அய்யோ பொயிதாவுது! எயிந்திரு, எயிந்திரு!"

ஆரோக்கியம் அவசரப்படுத்தினாள். சவுரியையும் பீட்டரையும் தூக்கச் சொல்லி விட்டுக்கட்டிவிட்டாள். நீர் அதிகமாகத் தேங்க ஆரம்பித்தது. மண்வெட்டியை மணலில் போட முடியவில்லை. நீரை வடிகட்டி வடிகட்டி மணலைக் கூடையில் கொட்டித் தூக்கிவிட்டாள். இடையிடையே பீட்டரை உற்சாகப்படுத்த மனம் போனபடி கதை சொன்னாள். நல்ல பையன், கெட்டிக்காரன், புத்திசாலி, என்றெல்லாம் சொன்னாள். சவுரி மௌனமாக இருந்தான்.

பொழுது கிடுகிடுவென்று மேலே ஏற, வெயில் உக்கிரமாக அடிக்க ஆரம்பித்தது. வாழைத்தண்டை எங்கு வெட்டினாலும் நீர் சர்ரென்று பீச்சிக்கொண்டு வருவதுபோல், மண்வெட்டியை எந்த இடத்தில் போட்டாலும் சலசலவென நீர் ஊற்றெடுத்தது. கணுக்கால் அளவுக்கு நீர் தேங்கிக் குட்டையாக நின்றது. அதில் நின்றுகொண்டுதான் ஆரோக்கியம் மணல் கட்டிவிட்டாள். இனிமேல் பல மாதங்களுக்கு வெள்ளம் வராது. மழையும் இருக்காது. ஆகையால் இந்த முறை குட்டையை ஆழமாகவும் அகலமாகவும் போட வேண்டியிருந்தது. வருஷத்திற்கு நாலு ஐந்து முறை இந்த மாதிரி மணலை அள்ள வேண்டும். அதோடு மாடு, ஆடு மேய்க்கும் சிறுவர்கள் இந்தக் குட்டையில் தண்ணீர் கட்டும்போது சரிந்துவிடும். அதையும் அவ்வப்போது அள்ள வேண்டும். ஆரோக்கியத் தினாலும் முடியவில்லை. புதிதாக இப்போது வெள்ளம் வந்ததால் மேலேயே நீர் இருந் தது. நாளடைவில் கீழே போய்க்கொண்டே இருக்கும். அப்போதும் மணலை அள்ள வேண்டும். மணல் சரியச் சரிய அள்ளித்தான் ஆக வேண்டும். மணல் எப்போது சரியாமல் இருக்கப்போகிறது?

சவுரிதான் சொன்னான். "இந்தக் காலத்தில் விழும் துணிகளுக்கு இதுவே போதும்" என்று. பீட்டரும் "நிஜம்தான்" என்றான். முன்பெல்லாம் ஒரு ஆள் ஆழத்திற்காவது தோண்ட வேண்டும். ஆறு மூட்டைக்கும் குறையாத துணிகளை அலச வேண்டும். அவ் வளவு துணி இப்போது பொங்கலுக்கும் திருவிழாவிற்கும்தான் விழுகிறது. இருந்தாலும் ஆரோக்கியம் சிறிது நேரம் அள்ளுவோமே என்று அள்ளிக்கொண்டிருந்தாள். அவளுக்கும் இது போதுமென்று பட்டாலும் விடவில்லை. தினம்தினம் படுவதைக் காட்டிலும் ஒரே நாளில் படுவோமே என்பது அவள் எண்ணம். மணல் சரியாமல் இருக்குமா? காற்று அடித்தாலே போதும் அதற்கு.

கரடுமுரடாக நிற்கும் மரங்களின் இடுக்குகளின் வழியே சூரியனின் கதிர்கள் சிதறிச்சிதறி மண்ணில், ஓடைக்கரையின் மணற்பரப்பில் தடித்தும் மெலிந்தும் குட்டையாகவும் நெட்டையாகவும் சதுரமாகவும் வட்டமாகவும் ஒழுங்கற்ற வடிவ மாகவும் மேகத்தின் நிழல்போல் விழுந்துகொண்டிருந்தன. தாழம்பூவின் வாசனை, ஓடை முழுக்கக் காற்றில் நிறைந்திருந்தது. அரளிப் பூ, மஞ்சளாகச் சூரிய ஒளியில் மினு மினுவென்று மின்னிக்கொண்டிருந்தது. பூமி இன்னும் உலரவில்லை. ஈர மண்ணின் மணம், ரொம்ப நாட்களுக்குப்பின். உஷ்ணம் கூடக்கூட, பறவைகள், குருவிகள், வண்டுகள், பூச்சிகள் சூரிய ஒளியில் வெளியில் பறந்தன. மழை நின்றுவிட்டதும் அவை எக்காளமிட்டன. மரத்தில் வெள்ளத்தின் அழுக்கு நுரைகள், தூசுகள் படிந்திருந்தவை உதிர ஆரம்பித்தன. இரு கரைகளிலும் அலைஅலையாக அழுக்குப் படிந்திருந்தது. இப்போது அது உலர ஆரம்பித்தது. ஓடையே தளதளவென்று பசுமை போர்த்திக்கொண்டு மிளிர்ந்தது. பனைமரத்தைத் தவிர மற்ற எல்லாமே பசுமையாக இருந்தது. மழைதான். எல்லாவற்றுக்குமே மழை வேண்டும். இன்னும் கொஞ்ச

காலத்தில் இந்தப் பசுமை போன இடம் தெரியாது. பொட்டல்காடாகிவிடும். பூமி பிளந்து கிடக்கும். ஒரு துளி மழைக்காக ஏங்கும்.

பீட்டர் பசிக்கிறது என்று அடம்பிடித்துக் கத்த ஆரம்பித்துவிட்டான். சவுரியும் போதும்போதுமென்று நச்சரிக்க ஆரம்பித்திருந்தான். இடுப்பு அளவிற்கு இருபது அடி அகலத்திற்கு எடுப்பதற்குள் உயிர் போவதுபோலாகிவிட்டது. தண்ணீரும் கடகட வென்று ஊற ஆரம்பித்துவிட்டது. ஆரோக்கியத்திற்கு நீரிலேயே நின்று, நின்று கால் ஊறி மரத்துவிட்டது. வெள்ளை வெளேரென்று மாறிவிட்டது. மண்வெட்டியைப் போட்டுவிட்டு ஓரம் சுற்றிச் சரிந்துவிடாமல் இருக்கப் பக்குவமாகக் கைகளால் அணைத்துத் தட்டிவிட்டாள். ஒத்தடம் கொடுப்பதுபோல் இரு கைகளையும் மணலில் வைத்துவைத்து எடுத்தாள். குழந்தையைக் குளிக்க வைக்கையில் உருவியும் தடவியும் விடுவதுபோல் செய்தாள். நோயாளியை உடம்பில் அங்கங்கே தொட்டுப் பிடித்து விடுவது போலத் தொடர்ந்து செய்துகொண்டிருந்தாள். சில இடங்களில் சிறிது சரிந்தது. அதைத் தண்ணீருடன் கலந்து அள்ளி வெளியே கொட்டினாள்.

ஆரோக்கியம் சுற்றிச்சுற்றிவந்து தட்டினாள். அதிகமாக மணல் இருக்கும் இடத்தில் கைகளால் அள்ளிக் கொட்டினாள். ஏறி இறங்கப் படிபோல் மணலைச் சரித்துச் சரி செய்தாள். பீட்டர் கழுத்தளவு தண்ணீரில் குதித்துக் கும்மாளம் போட்டுக் குளித்தான். சவுரியும் குளித்துக் கரையேறி பாறைமேல் உட்கார்ந்து சூடு காய்ந்தான். அவனுக்குப் பசி கண்களை இருட்டிக்கொண்டுவந்தது. தாமதம் செய்யும் ஆரோக்கியம்மேல் கோபம் கொண்டான். ஆனால் எதுவும் சொல்லவில்லை.

குட்டை சதுரமாகவும் அழகாகவும் இருந்தது. ஆரோக்கியம் பூரித்துப்போனாள். நேரமாகநேரமாக மேலும் நீர் ஊற ஆரம்பித்தது. ஆரோக்கியமும் குளித்துவிட்டுக் கரையேறினாள். ஆசை தீரக் குளிக்க வேண்டும் அவளுக்கு. பசி, களைப்பு எல்லாம் குளித்ததும் போன இடம் தெரியவில்லை.

பீட்டரிடம் ஒரு முனையைக் கொடுத்துப் பிடிக்கச் சொல்லி, ஒரு சுற்றுச் சேலையுடன் நின்று சேலையைக் காய வைத்தாள். கண்ணுக்கு எட்டிய தூரம், ஓடையின் இரு கரையிலும் நிற்கும் மரங்களையும் செடிகளையும் பூக்களையும் பார்த்துப் பிரமித்து நின்றாள். ஆங்காங்கே சிறுசிறு பள்ளம் கண்ட இடங்களில் நீர் தேங்கிக் குட்டையாக நிற்பதையும், காற்றில் சிறுசிறு அலைஅலையாக ஆடுவதையும் கண்டு மகிழ்ந்தாள். தாழம்பூ வாசனைதான் எங்கும். சேலையைச் சுற்றிக் கட்டிக்கொண்டாள். சவுரி முன்னால் நடந்தான், பீட்டர் வீட்டிற்கு ஓட்டமாக முன்னே ஓடினான்.

''ஏசுவே கர்த்தாவே.''

''சூரிய பகவானே.''

''சந்திர பகவானே,''

''வாயு பகவானே.''

''பூமா தேவியே,''

''அந்தோணியாரே,''

ஆரோக்கியம் தரையில் விழுந்து கும்பிட்டாள். பிறகு சூரியனைப் பார்த்துக் கும்பிட்டாள். மீண்டும் ஒரு முறை புதிதாகப் போடப்பட்ட குட்டையையும், ஓடை நெடுகவும் ஒவ்வொன்றையும் ஆராய்வதுபோல் பார்த்தாள். வீட்டிற்குப் போக மனம் வரவில்லை. ஆவாரம் தழையை அரைத்துத் தலையில் தேய்த்துக் குளித்ததால் தலை குளிர்ச்சியாக இருந்தது. உடலில் ஒரு வாசனையும் வந்தது. முடியை இழை பிரிப்பதுபோல் சூரிய ஒளியில் எடுத்துக் காட்டினாள்.

மழைக்கு முன்பு அடைப்பில் மறைத்து வைத்த மூன்று மொடாக்களும் உடையாமல் இருக்கின்றனவா என்று அடைப்பில் நுழைந்து பார்த்தாள். இரண்டு மொடாக்கள் உடைந்து தூளாகிக் கிடந்தது கண்டு அதிர்ச்சியுற்றாள். மாடு, ஆடு மேய்க்கும் பையன்களோ, ராத்திரியில், முயல், நரி வேட்டைக்கு வந்த குறவர்களோ உடைத்திருக்க வேண்டும். 'இனி ரண்டு மொடாக்கு எங்கே போவேன் கடவுளே' என்று ஆரோக்கியம் அப்படியே மலைத்து நின்றாள். பிறகு ஒரு மொடாவை வேறு ஒரு இடத்தில் வைத்து அதன்மேல் தழைகளை ஒடித்துப் போட்டு மறைத்து வைத்தாள். உடைந்த மண் சில்லுகளைப் பொறுக்கி, ஓடை மணலில் வீசியெறிந்தாள். அவை மேலும் சிறுசிறு சில்லுகளாகச் சிதறி விழுந்தன.

அடுப்புக்குக் குச்சி வேண்டுமே என்ற கவலை வந்ததுமே அடைப்பில் சாய்ந்திருந்த, மக்கிய குச்சிகளைப் பிடித்திழுத்தாள். ஒடித்து வைத்தாள். இரண்டு நாளுக்காவது வேண்டுமே என்பதால் ஓடை நெடுகக் காய்ந்த முள் தேடி அலைந்தாள். ஒரு குட்டையின் அருகில் செல்லும்போது வளையிலிருந்து நண்டு ஒன்று எட்டிப்பார்த்தது. குச்சி பொறுக்குவதை விட்டுவிட்டு நண்டு பிடிக்க ஆரம்பித்தாள். அவள் இளம் பெண்ணாக இருக்கும்போதே நண்டு பிடிப்பதில் கெட்டிக்காரியாகத்தான் இருந்தாள். எவ்வளவு பெரிய நண்டாகயிருந்தாலும் அதன் கொடுக்குகள் அவள் கையை ஒன்றும் செய்யாது. கடித்தாலும் அவளுக்கு அழுகை வராது. மழைவிட்ட சில நாட்களில் துணி வெளுத்துக் காயப்போட்டதும் நண்டு பிடிக்கக் கிளம்பிவிடுவாள். அவற்றின் முதுகு ஓட்டைத் தடவித்தடவிப் பார்ப்பாள். கொடுக்குகளின் முனையிலிருக்கும் பற்கள் போன்றதில் ஆள்காட்டி விரலை வைத்துத் தடவிப் பார்த்துச் சிரிப்பாள்.

மழை பெய்ய ஆரம்பித்ததோ இல்லையோ நண்டுகள் பெருத்துவிட்டன. ஆரோக்கியம் தரையில் படுத்து ஒரு கையை வளையில் விட்டு எடுத்தாள். கடிப்பதை அவள் கவனிக்கவில்லை. சந்தோசம்தான். நண்டுகளைப் பார்க்கப்பார்க்கச் சந்தோசம் பொங்க, ஆர்வம் மேலிட, குழந்தைபோல் சிரித்துக்கொண்டு, அவை கடித்தாலும் விடாமல் ஒவ்வொன்றாகப் பிடித்து மடியில் போட்டுக்கொண்டாள். அடுத்த வளை, அடுத்த வளை என்று இருபது நண்டுகளுக்குமேல் பிடித்தாள். குஞ்சுகளை வளையில், அல்லது நீரிலேயே விட்டுவிட்டாள். உடல், சேலை, முகமெங்கும் திட்டுத்திட்டாகச் சேறு ஒட்டிக் காய்ந்திருந்தது. நண்டுகள் வேறு மொளமொளவென்று வயிற்றில் ஊற ஆரம்பித்து, வலி உண்டாக்கின. அவற்றின் பிராண்டலால் சிலிர்த்தது. தொல்லை தாங்க முடியாமல் தனியாக ஒரு துணியில் எல்லாவற்றையும் போட்டுச் சிறு மூட்டையாகக் கட்டி மண்வெட்டி இருந்த வெட்டிக் கூடையில் வைத்து, கக்கத்தில் கூடையை வைத்துக்கொண்டாள். குச்சிகளைக் கட்டித் தலையில் வைத்துக்கொண்டு வீடு நோக்கி நடக்கும்போது, பொழுது மேற்கே சாய்ந்துவிட்டது. பசி, களைப்பு எல்லாம் மறந்து 'நண்டு ரசம்' சீக்கிரம் வைத்துக் குடிக்க வேண்டுமென்ற ஆர்வத்தில் எட்டி நடையைப் போட்டாள்.

''அந்தப் பயலக் கண்டியா?''

''...''

''காதுல பஞ்சடச்சிப் போச்சா?''

''என்ன என்னடி பண்ணச் சொல்ற? வெங்கப் பய மவள.''

''தொரப்பாட்டுலயிருந்து முன்ன வந்த பயலக் காணோமே! எங்க போயிருப் பான்?''

''நானா கண்டன்?''

''செத்த தேடிப் பாத்துட்டு வாயன். உனக்குப் புண்ணியமாப் போவுது.''

“நீ போ!”

“எங்கதான் அப்பிடிப் போயிருப்பான்? ஏசுவே கர்த்தாவே.”

ஒரு நாளுக்குள் சித்துச்சித்தாகப் பத்துமுறை சோறு தின்பவன். காலையிலிருந்து சாப்பிடவில்லை. குண்டானில் வைத்துவிட்டுப் போன சோறு குறையவில்லை. வைத்ததுபோலவே இருக்கிறது. தொரப்பாட்டிலிருந்து முதலில் வந்தவன்தான். சாப்பிடக்கூட முடியாமல் அப்படி என்னதான் வேலை? ஆடுமாடு மேய்க்கும் பையன்களுடன் காட்டில் எங்காவது சுற்றப் போய்விட்டானா என்று கவலைப்பட்டாள். நண்டு ரசம் சூடாக இருந்தது. அவள் விரும்பி, ஆசையாகப் பிடித்துக் கொண்டுவந்து வைத்த ரசம். சவுரி சாப்பிட்டான். ஜோசப், மேரி பீட்டர் ஒருவரும் இல்லையாதலால், அவளால் சாப்பிட முடியவில்லை.

ஆரோக்கியம் தெருவில் இரண்டு முறை போய் வந்தாள். இல்லை. ராத்திரி சோறு எடுக்கப்போகும்வரை வரவில்லை. பையன்களிடம், தெரிந்தவர்களிடம், மீனாட்சி, சுசீலா எல்லாரிடமும் கேட்டாள். ஊரில் தேடாத இடமில்லை. கேட்காத நபர்களில்லை. பெரியவர்கள், கிழவர்கள், பையன்கள், பெண்கள் என்று.

“அந்தப் பயலக் கண்டீங்களா?”

“யாரு?”

“பீட்டரு.”

“இல்ல.”

“சாமியோவ், எங்கனாச்சும் தெம்புட்டானா?”

“இல்ல.”

“எசமாங்களே!”

“இல்ல.”

“தம்பி?”

“இல்ல.”

“அக்காவோவ்.”

“பாக்கல.”

“ஆயாவோவ்”

“கண்ணுல தெம்படல.”

“மாமா?”

“இல்ல, ஆரோக்கியம்.”

“பாப்பா!...”

“நேத்துக் கண்டதுதான்.”

“அந்தோணியாரே...”

“ஏசுவே கர்த்தாவே, என் வாயில மண்ணப் போட்டுட்டானே.”

“நான் வாங்குன வரமா இது.”

“நான் பாவி.”

“துணிய வெலக்கிப் பாக்கறாப்ல என்னத் தனியாளாக்கிப் பாக்கறாங்களே.”

“கடவுளே!”

“அந்தோணியாரோ!”

“என்ன நிர்முண்டமா ஆக்கிட்டாங்களே.”

எந்தத் தகவலும் இல்லை. “அங்க கண்டேன், இங்க கண்டேன்” எதுவுமே இல்லை. மாரியம்மன் கோவிலினுள் பையன்களை விட்டுத் தேடினாள். கருவ முள்ளினுள் நுழைந்து தேடினாள். குட்டையில் விழுந்து செத்துவிட்டானோ?

கிணறு எதிலுமில்லை. பாம்பு கடித்து எங்காவது? ஒவ்வொரு அடி வைக்கும்போதும் மேல்நாரியப்பனூர் அந்தோணியரைக் குரல் விட்டு அழைத்தாள். விடியவிடிய விளக்கு வைத்துக்கொண்டு வருகிறானா என்று தூங்காமல் இருந்தாள். ஆள் வரவில்லை. விடிந்ததுமே மீண்டும் ஒவ்வொரு கிணறாகத் தேடினாள், இருட்டில் ராத்திரி தெரியாமல் இருந்திருக்கலாமென்று. ராத்திரி இருட்டில் நின்று கத்தியது இல்லாமல் விடிந்ததும், ஒவ்வொரு கிணற்று மேட்டிலும் கரும்புத் தோட்டத்திலும் ஓடையிலும் கத்தினாள்.

''பீட்டரு!...''

''ஏ பீட்டரு...''

''தம்பி பீட்டரு...''

''அந்தோணியாரே.''

எதிரொலிகளைத் தவிர பீட்டரைக் காணவில்லை. மதியம்வரை தேடிவிட்டு வந்து படுத்தவள்தான். நண்டு ரசத்தை நாய் உருட்டிவிட்டிருந்தது.

13

பெரியான் இறந்துபோன துக்கத்தில், எழவு வீட்டிலேயே அன்று முழுவதும் சவுரி உட்கார்ந்திருந்தான். பத்து நாள் எழுந்திருக்கவில்லை. உடம்பு பாதியாகிவிட்டிருந்தது. சவரம் செய்து மாதக் கணக்காக இருக்கும். எந்தக் கவலையும் அவனிடமில்லை என்பதுபோல் இருந்தான். ஆவியுலகத் தொடர்புகொண்டவன்போல் இருந்தான். அவனிடம் எந்த ஒரு எதிர்வினையும் இல்லை.

ஜோசப்புக்கு, மேரிக்குத் தகவல் கொடுக்க சவுரி விரும்பினான். ஆரோக்கியம்தான் தடுத்துவிட்டாள். அவன் ஒருவன் மட்டுமே தினமும் தொரப்பாட்டுக்கும், இதர காரியங்களுக்கும் போக வேண்டியிருந்தது. இதனால் ஆரோக்கியம் மறுத்துவிட்டாள். இன்றுதான் பீட்டரிடமிருந்து கடிதம் வந்தது. ஆரோக்கியம் பேரில். அந்தக் குடும்பத்துக்கே முதன்முதலாக வந்த கடிதம் அதுதான். அதனால் தொரப்பாட்டுக்கு இன்று போகவே இல்லை. ஊரில் படிக்கத் தெரிந்த எல்லாரிடமும் காட்டினாள். எதிரில், வீட்டில் இருந்தவர்களையும் கூப்பிட்டு, பீட்டர் லெட்டர் போட்டிருக்கும் விசயம் சொன்னாள். சவுரி அசட்டையாக இருந்தது கண்டு, சண்டைபிடித்தாள். எங்கிருந்தாலும் உயிரோடு இருக்கிறானே என்று அந்தோணியாரைக் கும்பிட்டாள். லெட்டரை மடியில் வைத்துக்கொண்டு வாசறப்படியில் அமர்ந்து மௌனமாக ஆரோக்கியம் அழுதாள். ஆர்வத்துடன் கண்களைச் சுழற்றிச்சுழற்றிக் கடிதத்தைப் பார்த்துக்கொண்டிருந்தாள். இந்த நான்கு மாதத்தில் அவனுக்காக அவள் அழாத நேரமே இல்லை. நொடிக்கு நொடி, ''பீட்டரு, பீட்டரு'' என்பாள்.

''எம் மவனே!''

''தேசாந்திரம் போயிட்டானே!''

''அவனாலதானே இந்தக் கட்டயிலெ உசுரு வச்சியிருந்தன்.''

''தெடமான பயலா இருக்கான்னு தெம்பா இருந்தனே.''

''அந்தோணியாரே!''

அவ்வப்போது கிடைத்த தவசத்தையெல்லாம் வரகு, சோளம், கேழ்வரகு, நெல், துவரை என்று எல்லாவற்றையும் விற்று, பிறக்கப்போகும் ஜோசப் மகனுக்கு வெள்ளி அர்ணாக்கொடி வாங்க வேண்டுமென்று வைத்திருந்தாள். அந்தப் பணத்தை எடுத்துக் கொண்டுதான் ஆறுமுகத்துடன் பீட்டர் சென்னைக்கு ஓடிவிட்டான். அப்போது பணம்

போய்விட்டதே என்றுகூட ஆரோக்கியம் வருத்தப்படவில்லை. தகவல் வேண்டுமே என்று கவலைப்பட்டாள். இப்போது உயிரோடிருக்கிறான் என்பதால் நிம்மதியாக மூச்சு விட்டாள். இனி அவளால் நடக்க முடியும். தொரப்பாட்டுக்குப் போக முடியும். தொரப்பாட்டுக்குப் போகாதது சாப்பிடாததுபோல் இருந்தது. காற்றில் பறக்கும் சருகுபோல்தான் ஆரோக்கியம் இருந்தாள்.

''பத்துக் காணி நஞ்ச பிஞ்ச இங்க இருக்க, பண்ருட்டிக்கிப் போனானாம் ஒண்ணுக்கு இருக்க'' என்று சொல்லிச் சிரித்தாள். அவள் முகமெல்லாம், உடம்பெல்லாம் இளமை கொண்டுவிட்டதுபோல் புதிதாகக் குதூகலம் கொண்டாள்.

மலையாளத்தானும் அய்யரும் சொன்னதுபோல், இது ஏதோ கிரகக் கோளாறுதான் என்று நினைத்தாள். பீட்டரைப் பார்க்க வேண்டும்போல் இருந்தது. ஜோசப் மகனுக்கு வெள்ளி அர்ணாக்கொடி எடுப்பதெல்லாம் மறந்து பீட்டரின் லெட்டரை மடியில் வைத்துத் தொட்டுத்தொட்டுப் பார்த்து அழுதுகொண்டிருந்தாள். அவளுக்கு அழ வேண்டும் போல் இருந்தது. சந்தோசத்தின் மிகுதியில் அழுதாள்.

ஆரோக்கியத்தின்மேல் உக்கிரமான வெயில் அடிப்பதையும் பொழுது ஏறிக்கொண்டிருப்பதையும் கவனிக்காமல், அவள் அழுதுகொண்டிருந்தபோதுதான் சின்ன சாமி வந்தான். ரொம்பவும் சோர்வாக, களைத்து வந்தான். துண்டால் முகம், கழுத்து உடல் என்று எங்கும் வியர்வையைத் துடைத்துவிட்டுக்கொண்டான். அவன் தயங்கி, வெட்கப்பட்டு நிற்பதைக் கண்டு ஆரோக்கியம்தான் கேட்டாள்:

''என்ன சாமி விசயம்?''

''சும்மாதான், ஊடுமுட்டும் வந்துட்டு வாயன்!''

''எதுக்கு சாமி?''

''ஒரு விசயம்...''

''வெக்கம் வாண்டாம் சாமியோவ்.''

''அவளுக்கு மாருகட்டிக்கிச்சி.''

''நீங்க ஒரு அடி முன்ன போங்க. இந்தா ஒரு எட்டுல வந்துடறன் சாமி.''

''அந்தோணியாரே. இன்னிக்கு எல்லாம் நல்ல செய்தியாவே இருக்கு?''

சின்னசாமி தயங்கி நின்று, பிறகு நடந்தான். ஒரு நிமிடம் என்ன செய்யலாமென எண்ணி நின்றாள். கடிதத்தைக் கூரையில் செருகப்போனவள் சுசீலாவுக்குத்தான் படிக்கத் தெரியுமே, மீண்டும் அவளையும் படிக்கச் சொல்லிக் கேட்கலாமென்று மடியில் வைத்துக்கொண்டாள். படலைச் சாத்திவிட்டு நடந்தாள். அவளுக்கு ஒரே சிரிப்பு. நாலு அடியாகக் குழந்தைபோல் எழுச்சியுடன் குதித்தோடி சுசீலா வீட்டுக்குள் நுழைந்தாள்.

சுசீலா மர உரலில் கண்மூடி, களைத்து, வியர்த்துச் சாய்ந்து உட்கார்ந்திருந்தாள். அவள் முகம் மேலும் வலியால் கோணலாகிக் கன்றிச் சிவந்திருந்தது. ஆரோக்கியம் பதட்டமடைந்துவிட்டாள். அவளைத் தூக்கி முகத்திலிருக்கும் வியர்வையைத் துடைத்துவிட்டாள் தன் முந்தானையால். ஆரோக்கியத்தைக் கண்டதும் ஊமையாக இருந்த அழுகை வெடித்துக் கிளம்பியது சுசீலாவுக்கு. கட்டிப்பிடித்துக்கொண்டு அழுதாள். குழந்தையை விட்டுக் காட்டுக்கு அல்லது வெளியூர் பயணம் போகும் அம்மாவைப் பார்த்து ஏங்கி, காலைக் கட்டிப்பிடித்துக் கதறி அழும் அழுகை. சின்ன சாமிக்கு வேலை ஏதும் இருந்தால் பார்த்துவிட்டு வரும்படி ஆரோக்கியம் கூறவே, அவனும் பதிலேதும் கூறாமல் வெயிலுக்குத் துண்டைத் தலைக்குப் போட்டுக்கொண்டு படியிறங்கி வெளியே எங்கோ போனான். தொண்டிக்கட்டை போட்ட மாடுகள்

நிலத்தை வெறித்துக் கால்கள் ஒன்றுடன் ஒன்று இடிக்க நடப்பது போன்றிருந்தது, அவனுடைய நடை.

ஆரோக்கியம் ஒரு அடிகூட சுசீலாவைத் தோள்பட்டையில் அடித்துவிட்டாள். ''நான் என்ன பாவம் செய்தனோ இந்த கெதிக்கு ஆளானன். பச்சப்புள்ளெக்காரிய அடிச்சிட்டனே!'' என்று ஆடிப்போய்விட்டாள். அவளுக்குக் கண்கள் கலங்கிவிட்டன. சுசீலாவின் வேதனைதான் அவளை அப்படிச் செய்யவைத்தது.

மேல்சட்டையைக் கழற்ற மறுக்கிறாள். ஆரோக்கியத்திற்கு மூச்சு வாங்கிப்போனது. சுசீலாவின் திமிறலை ஆரோக்கியத்தால் அடக்க முடியவில்லை. முன்பெல்லாம் எவ்வளவு தான் முரட்டுச் சரீரமான பெண்ணாக இருந்தாலும் இவளிடம் அடங்கிவிடுவாள். எல்லாம் அந்தக் காலம் என்று எண்ணிக்கொண்டாள். தர்க்கம் செய்தாள். கதை சொன்னாள். பாட்டுப் பாடினாள்.

பாடப் பாட வலி மறந்து சுசீலா அவளைப் பார்க்கும்போது படீர் என்று ஆரோக்கியம் பட்டன்களைப் பிய்த்தெறிந்தாள். பிறகு சிரித்துக்கொண்டே சட்டையைக் கழற்றினாள். அவளுக்குத் தெரியும். பசலை படர்ந்து, பச்சை கண்டுவிட்டது. மார்பகங்கள் இரண்டும் மேலும் கனத்துப் பெருத்து, கெட்டிதட்டி, விறைப்பாக இருந்தன. மணலூற்றுப்போல் ஜிலுஜிலுப்பாக இருந்தன. கைகளுக்குள் அடங்கவில்லை. பாவம், இளம் பெண் என்று எண்ணினாள். பச்சையான மெல்லிய நரம்புகள் விடைத்துக்கொண்டு நின்றன. அக்குள்களில் கோலிக் குண்டளவிற்கு நெரிகட்டியிருந்தது.

சுசீலா கண்களை மூடி, பல்லைக் கடித்தாள். அவள் கைகள் ஆரோக்கியத்தை முரட்டுத்தனமாக விலங்குத் தன்மையுடன் நெட்டித் தள்ளின. அடித்தாலும் உதைத்தாலும் மறைத்துக்கொண்டாலும் விலகி ஓடினாலும் திட்டினாலும் ஆரோக்கியம் நிதானத்தை இழக்க மாட்டாள். விளையாட்டுக் காட்டும் பொம்மையைப் பார்த்துச் சிரிப்பதுபோலச் சிரிப்பாள். புதிதாக வாங்கிவந்த பொருளை மீண்டும்மீண்டும் பார்ப்பதுபோலப் பார்ப்பாள்.

பிறகு தன்னிஷ்டமாகச் செய்வாள். முதலில் மார்பில் சாய்த்துக்கொண்டு, தூங்கும் குழந்தையைத் தடவிப்பார்ப்பதுபோல் மெல்ல ஒவ்வொரு விரலாக வைத்துக் கோடு கிழிப்பதுபோல மேலிருந்து கீழாக அழுத்தியெடுப்பாள். அடிபட்ட இடத்தில் ஒத்தடம் கொடுப்பதுபோலப் பிடித்துப்பிடித்து விடுவாள். தன் மார்பில் அணைத்துச் சுசீலாவின் கழுத்தில் ஆரம்பித்து லேசாகத் தடவிக்கொடுத்தாள். மேலிருந்து கீழே மெல்ல அழுத்திக்கொண்டே வந்தாள். எழுந்து இரு மார்பிலும் இரண்டு கையை வைத்துச் சறுக்கல் விடுவதுபோல் அழுத்தினாள். மேலும்கீழும், நாலாபக்கமும் திருப்பித்திருப்பிப் பிடித்து இரு கைகளாலும் ஒவ்வொன்றாக, உருவிவிட்டாள். நீவினாள். தட்டிக்கொடுத்தாள். மெல்லமெல்ல வேகம் கொடுத்து, அழுத்தம் கொடுத்து அமுக்கிவிட்டாள். லேசாகத் தளர்ந்தது. தொடர்ந்து தட்டியும் பிடித்துவிட்டும் அவ்வப்போது மனதில் தோன்றியதைச் சொல்லிக்கொண்டும் இருந்தாள்.

இரண்டு நாளாகப்போகிறது, மாரில் பிள்ளை வாய் வைத்துப் பால் குடித்து. பிள்ளை பிறந்து இன்றோடு சரியாக இருபத்தியிரண்டு நாள்தான் முடியப்போகிறது. பால் சிறிது கூட வெளிவரவில்லை. முலைக் காம்பு விறைத்துக்கொண்டு காய்ந்து ஈரப்பசையே இல்லாமல் இருக்கிறது. கசிவே கிடையாது. நாளாகவே மூச்சுவிட முடியாமல் மார்பு அடைத்துக்கொண்டுவிட்டது. பிள்ளை கத்தக்கத்த, சுசீலா மூலையில் படுத்த பிறகுதான் ஆரோக்கியத்திடம் சின்னசாமி வந்து சொன்னான். அவனுக்கு சுசீலா இன்றுதான்

சொன்னாள். வெட்கம் அவளுக்கு. அவளால் ஆரோக்கியத்தைத் தேடிப் போக முடியவில்லை.

சுசீலாவை மல்லாக்கப் படுக்கவைத்து முன்னும், பின்னும் ஒவ்வொரு மார்பிலும் மத்துக் குச்சியால் உருட்டினாள். இறுக்கம் சற்று மேலும் தளர்ந்திருந்தது. இனி உயிருக்கு ஒன்றும் ஆபத்தில்லை. ‘வெக்கப்பட்டா முடியுமா? இன்னும் ஒரு நாளானால் மூச்சே நின்னிருக்குமே! எதெதுக்குத்தான் வெக்கப்படுறதுன்னு இல்லாமப் போயிடுச்சி’ என்று நினைத்துப் பெருமூச்சுவிட்டு நிமிர்ந்தாள் ஆரோக்கியம். அவளுக்கு மூச்சுவாங்கியது. உடலில் சிறிதும் தெம்பில்லை. காய்ச்சலில் கிடந்த உடம்பு வேறு. அதோடு சுசீலாவின் முனகலான வேதனை நெஞ்சில் என்னவோ செய்தது.

‘‘பொறு. இந்தா ஆச்சிடி அம்மா!’’

‘‘கடவுளே! கடவுளே! நான் என்னா செய்வன், கடவுளே.’’

‘‘நீ இப்படி இருந்தா புள்ளெ பால் குடிக்காம செத்துத்தான் போவும். நீயும் மாருகட்டிச் செத்துடுவியே, எம் மவள.’’

‘‘கடவுளே.’’

‘‘இதாண்டியம்மா. முடிஞ்சிபோச்சி. செத்த படு.’’

‘‘அந்தோணியாரே.’’

பால் கசிய ஆரம்பித்ததும், நன்றாகத் தேய்த்துவிட்டு, பின் தன் மார்புத் துணியால் துடைத்துச் சுசீலாவைப் படுக்கவைத்தாள். இடுப்புச் சேலையைச் சரிசெய்தாள். பிணம்போல் கிடந்தாள் சுசீலா. தொடர்ந்து அதிகமாக வியர்வை வழியவே ஒரு முறத்தையெடுத்து ஆரோக்கியம் விசிறிவிட்டாள். ஆரோக்கியத்திற்கும் வியர்வை வழிந்தது. சுசீலாவுக்குத் தாங்க முடியாத வலி. முன்பு மார்பகங்கள் மட்டும்தான் வலித்தன. இப்போது உடலில் வலி இல்லாத இடமே இல்லை.

குழந்தையுடன் ஆரோக்கியம் விளையாடிக்கொண்டிருந்தாள் சிறிது நேரம். பிறகு சுசீலாவிடம் விட்டாள். சுசீலா குழந்தையைத் தூக்கிப் பால் கொடுத்தாள். அது மற்றொரு மார்பை ஒரு கையால் பிசைந்துகொண்டே சத்தமின்றிப் பால் குடித்தது. இளம் தலை முடியைக் கையால் கோதிவிட்டாள். அவள் கண்ணில் நீர் இறங்கியது.

மேரி, ஜோசப், பீட்டர் பற்றியெல்லாம் சுசீலா விசாரித்தாள். குடும்பம், தொழில்பற்றியெல்லாம்கூட. அதுவரை சந்தோஷமாக இருந்த ஆரோக்கியம் பட்டென்று மனம் கலங்கி அழுதாள். பீட்டர் போட்ட கடிதத்தைக் கொடுத்தாள். சுசீலா படித்துக் காண்பித்தாள். ‘‘இவன் இப்படிச் செய்வான் என்று தெரிந்திருந்தால் சாமியாரிடமே அனுப்பியிருக்கலாமே’’ என்று எண்ணி வருத்தப்பட்டாள். ‘‘இங்கயும் மின்னமாரி இல்லம்மா. விவரம் தெரிஞ்ச காலமாப் போச்சு. தான்யத்த ரவ பிசுறவுட மாட்டேங்கீதுங்க சனங்க. நனஞ்ச கையக்கூடக் காட்ட மாட்டங்கீதுங்க. எப்பிடிப் பொயக்குறதும்மா’’ என்று ‘ஓ’வென்று அழுதாள். பழைய வருத்தம், சோகமெல்லாம் மீண்டும் இப்போது வந்துவிட்டது. சுசீலாவால் ஆறுதலாகச் சில வார்த்தைகள்தான் சொல்ல முடிந்தது. உடம்பு வலியால் அதிகம் பேச இயலவில்லை.

சுசீலா எழுந்து சென்று ஒரு வெண்கலப் படி நிறைய வரகு அரிசியும் புளியும் கொஞ்சம் மிளகாய், பருப்பும் கொண்டுவந்து கொடுத்தாள். உடம்பையும் குழந்தையையும் கவன மாகப் பார்த்துக்கொள் என்றாள் ஆரோக்கியம். என்ன நினைத்தாளோ திடீரென்று கத்திவிட்டு நடந்தாள்:

‘‘அம்மாடியோவ் புள்ளெ பத்தரம்...’’

‘‘பத்தரம்... ஜாக்கரத...’’

‘‘நான் வந்து நாளைக்கிப் பாக்குறன்.’’

ஆரோக்கியம் மனம் எண்ணாததையெல்லம் எண்ணிஎண்ணிக் கலங்கிற்று. ஊர்ப் பெண்களுக்கும் குழந்தைகளுக்கும் நல்லதும் கெட்டதும் பார்த்து, பீயும் மூத்திரமும் அலசும் தனக்குத் தன் மகனுக்கும் மகளுக்கும் ஏதும் செய்ய முடியவில்லையே என்று வருந்தினாள். பீட்டருக்காக ரொம்பவும் அழுதாள்.

சவுரி முன்னமேயே வீட்டுக்கு வந்திருந்தான். இவ்வளவு நேரமும் எங்கு போனாய் என்ன செய்தாய் என்பதுபோல் முறைத்துப் பார்த்துவிட்டு, மூஞ்சியை மறுபுறம் திருப்பிக்கொண்டான். ஆரோக்கியம் புரிந்துகொண்டாள். பழைய சோற்றைப் பிழிந்து போட்டு, புதிய தண்ணீர் ஊற்றிக் கொண்டுவந்து அவன்முன் வைத்தாள். சுசீலா கொடுத்த மிளகாயில் நான்கு எடுத்து வைத்தாள். முறைத்துப் பார்த்துவிட்டு, பின் சாப்பிட ஆரம்பித்தான். பார்வை சரியில்லை. அது பழைய சவுரியின் பார்வையாக இல்லை.

''தோப்புக்கு ஏன் வல்ல?''

''வரல. இப்ப அதுக்கென்னா?''

''என்னா செஞ்ச?''

''ஹும். தெருவுல மண்ணுக்கூட்டி விளயாண்டுக்கிட்டு இருந்தன்.''

''உனக்கு சூத்துல பீ முட்டுறத, நெணம் முட்டுதுன்னு நினச்சிக்கிட்டு இருக்க. பின்னால எல்லாம் தெரியும்.''

''பாடெயில போறவனே! நீ நல்லா இருப்பியா? நாசமாப் போவியா? என்னெப் பாத்து இப்பிடிக் கேக்கிறியே! நீ மல்லாந்து போவ. மாக்குன்னு போவ.''

''அந்தோணியாரே, இதக் கேக்க உனக்கு வாய் இல்லியே.''

''இதப் பாக்க உனக்குக் கண்ணு இல்லியே.''

காலையில் கருமாதித் தோப்புக்குச் சவுரி ஆரோக்கியத்தைக் கூப்பிட்டான்.

''சரி கிளம்பு போவம்.''

''எங்க அப்படி கூப்புடுறவன்?''

''கருமாதி நடக்கிற எடத்துக்குப் போனா ரண்டு ரூவா பணமும், ஒரு முயத் துண்டும் கெடக்குமே!''

''நான் எதுக்கு?''

''நான் தனியாளாப் போவுல!''

''முவத்துல மீச எதுக்கு? நான் வரல. நீ போ.''

''வெள்ளிப் பணம் கேட்டவருக்கு
அள்ளிஅள்ளிக் கொடுத்த கையால்
கொள்ளிக் காசு வாங்கலானேனே என் தலைவிதியால்
கொள்ளிக் காசு வாங்கலானேனே.''

அரிச்சந்திரன் பாடும் இந்தப் பாட்டு அவளுக்கு எக்காரணத்தினாலோ நினைவுக்கு வந்தது. அதோடு 'பீட்டர் லெட்டர் போட்டிருக்கான்' என்று அவள் காட்டியபோது சவுரி மௌனமாக இருந்ததால் அவளுக்குக் கோபம். கடிதத்தைப் பார்த்துப்பார்த்து சந்தோசம் கொள்ள விரும்பினாள். ஆனால் சுசீலா புருசன் வந்து அழைத்துப்போய்விட்டான். கரு மாதியில் காசு வாங்க இன்று அவளுக்குப் பிடிக்கவில்லை.

சவுரி வேறுபுறம் முகம் திருப்பி உட்கார்ந்திருந்தான். ''பாப்பாத்தி மாரி இருந்தன். வெள்ளாச்சியாட்டம் வாயிந்தன். இப்பிடி என்னக் கொண்டாந்து பறக் கோலத்தில வுட்டியேடா பாவி! பீச்சக் கையாலகூட ஒரு பொருளத் தொட்டு வேல செஞ்சது கெட

யாது. உங்கிட்ட வந்த நாளா நான் என்னாத்தக் கண்டன்? நாலு நல்ல சேலயக் கட்டிப் பாத்திருப்பனா? நாட்டுல இருக்கிற பொம்மனாட்டிங்கமாரி, ஊருக்கு, செய்திக்குன்னு நாலு இடத்த, ஊரெ, நாட்டப் பாத்திருப்பனா? உன்னால என் ஆண்ட, பாண்ட, பாத்திரம் அத்தனயும் தோத்தனே.''

''மூனு புள்ளெயத்தான் கொடுத்த. தொரப்பாட்டத்தான் காட்டுன. வேறென்ன எனக்குச் செஞ்சிருக்க பாதகா? கொலகாரா, வேதியில போவ.''

''நீ வெக்கயில போவ.''

ஆரோக்கியம் ரொம்ப நாட்களுக்குப் பின் ரொம்ப நேரம் அழுதாள். சவுரி தலைகுனிந்தவன்தான். சக்கிலியக்குடிப் பெரியான் செத்த தினத்திலிருந்து அவன் எரிந்துவிழுவான் அல்லது இப்படி மௌனமாக இருப்பான். ஆரோக்கியம் எல்லாக் குறைகளையும் சொல்லி அழுது ஓய்ந்தாள். பீட்டர் லெட்டர் கிடைத்ததிலிருந்து அவனையாவது, மேரி, ஜோசப் யாரையாவது பார்த்தேயாக வேண்டும்போல் அவளுக்கு இருந்தது. சவுரியை அவள் எப்போதும் குறை சொன்னதில்லை. இன்று என்னவோ மனசு சரியில்லாமல் இருந்தது.

கருமாதித் தோப்பிற்குக் கிளம்பும்போது, சுசீலா புருசன் வந்து அழைத்துப்போனதை, யாருக்கோ சொல்வதுபோல் காற்றில் சொன்னாள். அழுது கண் துடைத்து, முகம் துடைத்து, களைப்புத் தீர நீர் குடித்துவிட்டு, வாசலில் உட்கார்ந்து சவுரியிடம் கேட்டாள்:

''கயித செமக்கறாப்ல துணிய செமந்துசெமந்து என்னா கண்டது?''

''ஆசக்கி ஒரு பொட்டப்புள்ளெ, அது வாயும்வவுறுமா இருக்கிறதப் போய் எட்டிப் பாக்க வயி இல்ல.''

''ஆவாரம் பூவும் அவசரத்துக்கு உதவும். பொட்டச்சியாயிருந்தா போயிப் பாக்கக் கூடாதா?''

ஆரோக்கியம் புலம்பிக்கொண்டிருந்தாள். சவுரி அவளருகில்தான் இருந்தான். அவன் காதில் ஒன்றுமே விழாதது போல் அம்பாயிரம் வீட்டை நோக்கிப் பார்த்தபடி இருந்தான்.

''நான் ஒரு எட்டுப் போயிப் பாத்து வரட்டா?''

''பொயப்பக் கெடுக்காதடி.''

''அடேயப்பா! அவ்வளவு பெருசா ஓம் பொயப்பு?''

''ஓம் பொயப்புல நாற வண்ணாத்தி சாண்ட வாக்க. பொயப்பப் பாரு, பொயப்ப.''

ஆரோக்கியம் சவுரியைக் கோணங்கி காட்டிவிட்டு முனகல் குரலில் மேரியை நினைத்துப் புலம்பி அழுதாள். அவளால் சதா நேரமும் அழ முடியும். பேச முடியும். வேலை செய்ய முடியும்.

எழவு சொல்லப்போன சவுரிதான் மேரி உண்டாகி நாலு மாசமாக இருக்கிறாள் என்று வந்து சொன்னான். அன்றிலிருந்து போகப்பார்க்கிறாள், முடியவில்லை. சவுரியை ஒரு நாள்கூடத் தனியாக விட்டு அவள் வெளியூர் போனதில்லை. வேலைகள் கிடந்துவிடும். சவுரிதான் எங்கும் போய்வருவான். அவன்தான் கல்யாணம், கருமாதி, சாவு, எழவு என்று வேலைகளையும் பார்க்க வேண்டும். துணி வெளுக்க வேண்டும். அதனால் போகாமல் இருப்பதா என்று கேட்டுக்கொண்டே இருந்தாள். கடிதம் கிடைத்த பிறகு அதே பேச்சுதான். அவளுக்கு வேறு நினைவே இல்லை. அவர்களைக் காண முடியவில்லையே என்ற கோபத்தில் ஜோசப், மேரி, பீட்டர், யாரையாவது

திட்டித்தீர்ப்பாள். அவள் வாயில் எந்தப் பெயர் முதலில் வருகிறதோ அவர்களைத் திட்டியபடியே இருப்பாள். பிறகு அவர்களுக்காக அழுவாள்.

மாப்பிள்ளையையும் பெண்ணையும் கோயிலிலிருந்து ஜோசப்பும் சகாயமும் சின்ன சேலத்துக்கு அழைத்துக்கொண்டுபோய், இரண்டு நாள் கழித்து திரவியராஜினுடைய ஊரில் கொண்டுபோய் விட்டு வந்த பிறகு சவுரிதான் இரண்டு முறை போய் வந்தான். ஆடிப் பதினெட்டுக்கும், தீபாவளிக்கும் சீர் வரிசை கொடுக்க. ஒரு சீசாவில் கடலை எண்ணெயும், எட்டு வாழைக்காயும், ஒரு கோலம் போட்ட மண் மொடா நிறைய நெல் லும், பத்து ரூபாய் ரொக்கமும் கொடுத்துவிட்டு வந்தான். மேரி நன்றாக இருப்பதாகத்தான் சவுரி சொன்னான்.

ஆரோக்கியம் ஒருமுறை நினைப்பாள்; பிறகு, தானாகவே சொல்லிக்கொள்வாள்: 'பாவம் ஒண்டிக்காரி, மவ எப்படித்தான் காலம் தள்ளுறாளோ!' பிறகு தானே சமாதானம் கொள்வாள். ஒருமுறைகூட இதுவரை மேரி வீட்டுக்குப் போனதில்லை. இப்போதுகூட 'போ'வென்று சொல்ல மாட்டேனென்கிறானே என்று சவுரிமேல் அவளுக்குக் கோபம். அவளுக்கென்று அவன் இதுவரை எதுவும் செய்ததில்லை. அவளும் கேட்டதில்லை. அவளுக்கு விருப்பம் என்பதே முன்பு இருந்ததில்லை.

நான்கு மாதத்திற்கு முன்புதான் சகாயத்திற்கு ஆண்பிள்ளை பிறந்தது. மேரியும் திரவியராஜும் போய்ப் பார்த்தார்களாம். அப்போது பீட்டரும் இருந்தான். சவுரி யும் அவனும் ஆரோக்கியத்தைத் தொரப்பாட்டுக்கு அனுப்பிவிட்டுப் போய் தர்ம ஆஸ்பத்திரியில் சின்னசேலத்தில் பார்த்துவிட்டு வந்தார்கள். சகாயத்திற்காக இல்லா விட்டாலும் குழந்தைக்காகப் போக வேண்டுமென்று துடித்தாள். சவுரி மட்டும் போய் வரும்போதெல்லாம் வெள்ளையாகத் துண்டும் வேட்டியும் கட்டிக்கொண்டு வருவான்.

''உன்ன வரச் சொன்னாங்க!'' என்பான். ஆனால் அனுப்ப மாட்டான். அவனை முறைத்துப் பார்ப்பாள். சவுரி தூரப் போய்விடுவான். ஜோசப்பைப் பார்த்து எவ்வளவு நாளாகிறது!

''குடும்பத்தோட வந்துடச் சொல்றாங்களா?''

''ஆமாங்கறன்!''

''நிசமாவா?''

''ம்''

''சத்தியமா?''

''மேரிப் புள்ளெகூட அதத்தான் சொன்னுது.''

''...''

எல்லாம் சொன்னான். ஆனால் அனுப்ப மறுக்கிறானே. பிறந்த பிள்ளையை வந்து கூடப் பார்க்கவில்லை என்று சகாயம் கோபமாக இருப்பாள் என்று நினைத்தாள். யாரையாவது பார்த்தேயாக வேண்டுமென்று நினைத்தாள். அவளால் சமாதானம் கொள்ள முடியவில்லை. மனதில் வேதனை.

''யாருமில்லாத அனாதயாயிட்டனா கடவுளே'' என்று சொல்லி அழ ஆரம்பித்தாள். சவுரி, பெரியான் அடிக்கடி பாடும் பாட்டை வாய்க்குள் பாடிக்கொண்டிருந்தான்:

''எட்டுக்கால் நடந்து வரும்
ரெண்டுகால் நீட்டியிருக்கும்
சட்டியிலே நெருப்பு வரும்
சாதி சனம் கூட வரும்

கொட்டு மெளம் கொட்டி வரும்
கோடி சனம் கூட வரும்
மற்றவர்கள் மனம் கலங்கி
மவுன மாலை போட்டு வரும்
எட்டுக்கால் நடந்து வரும்
ரெண்டுகால் நீட்டியிருக்கும்.''

14

மார்கழித் தொடக்கத்திலிருந்தே வேலை அதிகம். பொங்கலுக்கு இன்னும் ஒரே வாரம்தான் இருக்கிறது. போட்டியிட்டுக் களம் தூற்ற யாரும் கூப்பிடவில்லை. கவுண்டர்களுக்கும் உடையார்களுக்கும் அவர்கள் களம் தூற்றப் போக வேண்டுமென்பதால் அவசரத்தில் தாங்களாகவே தூற்றிக்கொண்டார்கள். ஆண் இல்லாத ஒன்றிரண்டு குடும்பங்களுக்கு மட்டுமே சவுரி தூற்றப் போனான். அதுவும் இப்போது சவுரி தூற்றுவது சரியில்லை என்றும், அவனுக்குக் கண் சரியாகத் தெரியவில்லை என்றும் குறை கூறினார்கள். சவுரி ஒன்றும் அதற்காக வருத்தப்படவில்லை. பொங்கல் என்பதால் துணி அதிகம் விழுந்தது. ஆரோக்கியம்தான் பொங்கிப்பொங்கி அழுதாள். அவள் முயற்சிகள் தோல்வியுற்றன. சனங்கள் அலட்சியம் செய்வதை அவளால் ஜீரணிக்க, ஏற்றுக்கொள்ள முடியவில்லை. எல்லாமே தலைகீழாக மாறிவிட்டன. மனிதர்கள் என்னவோபோல் நடந்துகொண்டனர்.

சவுரியும் ஆரோக்கியமும் வீடு வந்து சேருவதற்குள் உச்சிப்பொழுதாகிவிட்டது. வந்ததுமே இருவரும் கஞ்சி குடித்தனர். காய்ந்த மிளகாயை மறுக்குமறுக்கென்று கடித்து நாலைந்து மிளகாயைத்தின்றான் சவுரி. நாக்குச் செத்து விட்டதாக எண்ணினான். ஆரோக்கியமும் அப்படித்தான் எண்ணினாள். உயிர்ப்புடன் நாக்கு இருந்தால் மிளகாயைக் கடித்து மென்று தின்றதற்கு இறைப்பு வாங்கும் நாய்க்குத் தொங்குவதுபோல், நாக்கு வெளியே நீர் ஒழுக விடும்.

''இப்படியே போனா நம்ப காலம் என்னவாகும்?''

''கையில இருக்கிற சட்டிய யாரும் புடுங்கிக்க முடியாது. அந்தச் சொத்து ஒண்ணு இருந்தாப் போதும் நமக்குன்னு.''

''ஏசுவே, கர்த்தாவே. மொவத்தப் பாக்கவே சனங்க கூசுறாங்களே...''

சவுரி போகணியைத் தூக்கிக் கவிழ்த்துக் கடகடவென்று கஞ்சியைக் குடித்து முடித்தான். ஆரோக்கியம் கையை விட்டு அலசிக்கொண்டே இருந்தாள். அவளையறியாமலேயே சிந்தனையிலாழ்ந்துபோயிருந்தாள். சாதாரண உணர்வு நிலையில்கூட அவளில்லை. நாளை என்ற எதிர்காலம் குறித்து முதல் தடவையாக பயம்கொண்டாள். இதுவரை யாருமறியாத, ஆனால் எல்லாரும் அஞ்சுகிற, அனைவரும் பயத்துடன் சொல்கிற பேய், பூதத்தின் உருவமாக அவள் மனதில் அது படிந்தது.

''பருக்க கடக்கான்னு தேடுறவுங்க அரப் பட்டினிதான். மண்ணோ மசுரோ கண்ண மூடிக்கிட்டு உள்ள போட்டாத்தான் உடம்பு திம்ன்னு இருக்கும். நறுக்குத் தீனி தேடுனா எங்கிருந்து ஆப்புடும்?'' என்றான் சவுரி. அவனுக்கும் வருத்தமாகத்தான் இருந்தது. ஆரோக்கியத்தின் பழைய உடம்பில் பாதிகூட இப்போது இல்லையே.

சவுரி காதில் சொருகியிருந்த விளக்குமாற்றுக் குச்சியை எடுத்துப் பல் குத்தினான். ஆரோக்கியம் வெள்ளை உரச் சாக்கிலும் சிமிட்டிச் சாக்கிலும் இருந்த தானியங்களை

ஒரே சாக்கில் போட்டுக் கட்டினாள். ஒரு மூட்டை வரகு, கால் மூட்டை சோளம் அவ்வளவுதான். இன்னும் ஒரு தெருதான் பாக்கி. அதில் சாயங்காலம் வாங்க வேண்டும். தானியம் ஒன்றும் அதிகமில்லை. ரொம்பக் குறைவு. இதுவரை இப்படிப் பஞ்ச காலத்திலும் இருந்தது கிடையாது.

இந்த நான்கு நாட்களாகவே ஆரோக்கியமும் சவுரியும் ஒவ்வொரு வீடாக நின்று தானியம் வாங்கி வந்தார்கள். சோளம் உள்ளவர்கள் சோளமும், வரகு உள்ளவர்கள் வரகும் படியாகக் கொடுத்தார்கள். ஆரோக்கியம் முதன்முதலாகத் தெருவில் வந்து படி வாங்கும்போது வரகு எட்டு மரக்கால், சோளமென்றால் ஆறு மரக்கால் கொடுப்பார்கள். ஆனால் இன்று எது கொடுத்தாலும் ஒரு மரக்கால்தான். களம் தூற்றியதில் மொத்தமாக ஒரு மூட்டை வரகுதான் கிடைத்தது. பாக்கியிருக்கும் ஒரு தெருவில் ஒன்றும் அதிகம் கிடைத்துவிடாது. இந்த இரண்டு மூட்டை வரகை வைத்து இந்த ஆண்டுப் பிழைப்பை எப்படி நடத்துவது என்ற எண்ணத்தில் ஆரோக்கியம் ஆழ்ந்திருந்தாள்.

இந்த வருசத்தில் கிடைக்கும் படியை விற்று மேரிக்குப் பிறந்த குழந்தைக்கும், ஜோசப் மகனுக்கும் வெள்ளி அர்ணாக்கொடி எடுத்துவிட வேண்டுமென்று நினைத்தாள். ஆனால் படி, களம் தூற்றியது இரண்டையுமே விற்றாலும் ஒரு கொடிகூட எடுக்க முடியாதே என்று எண்ணினாள். இப்போது தானியங்கள் அரை விலைக்குத்தான் போகும். பஞ்ச காலத்தில்தான் அதற்கு கிராக்கி. அதுவரை சோற்றுக்குக்கூடக் காணாதே! காலத்தை எப்படிக் கழிப்பதென்ற கவலை அவளுக்கு. அவள் நிறைய தானியம் வருமென்றுதான் திட்டம் போட்டிருந்தாள்.

போன ஆண்டுகூட நன்றாக இருந்தது. ஓரளவு களம் தூற்ற முடிந்தது. படியும் பரவாயில்லை. இந்த வருஷம் கிடைத்திருக்கும் தானியத்தில் மூன்று நான்கு மாதம்தான் கழிக்க முடியும். பிறகு, மற்ற நாட்களை எப்படிக் கழிப்பது? சோறும் போடுவதில்லை. ஒன்றிரண்டு குடும்பங்கள்தான் ஏதோ செய்கின்றன. சுசீலா, மீனாட்சி போன்றவர்கள்தான் வாய் வார்த்தை நின்று பேசுகிறார்கள்.

சனங்கள் ஏன்தான் இப்படி இருக்கிறார்களோ? முன்பெல்லாம் ஒரு பெரிய குடும்பத்துக்காரன் வீட்டில் இருக்கும் தானியத்தைவிட அதிகமாக ஆரோக்கியம் வீட்டிலிருக்கும். இரண்டு, மூன்று வருடத்திய தானியங்கள்கூட அப்படியே இருக்கும். விதைப்பதற்குக்கூட வாங்கிப்போவார்கள். பழைய தானியம் நன்றாக விளையுமென்று. அப்படியும் குதிர் நிறைந்து இருக்கும். என்றைக்கும் சவுரி வீட்டில் பஞ்சம் இருந்ததில்லை. எங்கு பார்த்தாலும் மூட்டையும் முடிச்சுகளுமாக இருக்கும். உட்கார, படுக்க வீட்டில் இடம் இருக்காது. எல்லாம் மாறிவிட்டது.

ஆரோக்கியம் குடும்பப் பொறுப்பை ஏற்றுக்கொண்ட காலத்தில் களம் தூற்றுவதில் பத்துக் கலத்திற்கும் குறையாது கிடைக்கும். படியும் சேர்ந்தால் ஐம்பது, அறுபது கலம் தேறும். எல்லாவற்றையும் குதிரில் கொட்டி மூடி, மண் பூசி வைத்துவிடுவாள். ஊரில் தினமும் கிடைக்கும் சோற்றைக் கொண்டே ஆரோக்கியம் காலத்தைத் தள்ளிவிடுவாள். கிடைக்கிற சோற்றைச் சாப்பிட்டே தீராது. இப்போதெல்லாம் தெருவில் சோறு எடுக்கப் போகும்போதோ எடுக்கும்போதோ அல்லது எடுத்துக்கொண்டு வரும்போதோ இப் படிச் சொல்வாள்: "அந்தக் காலத்தில பொம்மனாட்டிங்க ஆக்குன சோறு, குழம்புபோல இப்போ யார் ஆக்குறாங்க?" இப்போதெல்லாம் ஊர்ச் சோற்றை சவுரி மட்டும்தான் சாப்பிடுகிறான். ஆரோக்கியம் வாங்கி வருவதோடு சரி. சிறிது சோறு பொங்குவாள். சில நாட்களில் சும்மாவே இருந்துவிடுவாள். அவளுக்குப் பிடித்தமானவர்கள் ஏதாவது சாப்பிட, தின்பதற்குக் கொடுத்தால் போதும் அவளுக்கு.

காலையில் படி வாங்கிக்கொண்டு வரும்போது மேற்குத் தெரு அஞ்சலத்துக்கும் ஆரோக்கியத்துக்கும் பெரும் சண்டையாகிவிட்டது. ஒரு மரக்காலுக்குமேல் ஒரு தானியம் போட முடியாதென்று அஞ்சலம் கூறிவிட்டாள். அந்தப் பெண் ஏன் அவ்வளவு குறைபட்டுக்கொண்டாள் என்று ஆரோக்கியத்துக்குப் புரியவே இல்லை. அஞ்சலம் மட்டமான முறையில் திட்டித்தீர்த்தாள். அவள் வாய் கடைசிவரை ஓயவே இல்லை.

சவுரி உட்கார்ந்துகொண்டே தூங்கினான். ஆரோக்கியம் தலையில் விரல்களை நுழைத்துப் பேன் தேடியெடுத்துக் குத்திக்கொண்டிருந்தாள்.

இப்போது கிடைத்திருக்கிற தானியத்தை வைத்துக்கொண்டு என்ன செய்ய முடியும்? மொத்தத் தானியத்தை விற்றாலும் இரண்டு கொடி வாங்க முடியாது. ஒன்றுதான் எடுக்க முடியும். ஒன்றை எடுத்து என்ன செய்வது? ஒருவருக்குப் போட்டு, மற்றொருவரை விட முடியாது. ஆகையால் இரண்டு பேருக்கும் கொலுசு எடுத்துவிடலாம் என்று ஆரோக்கியம் திட்டமிட்டாள்.

பெரியானின் பேத்தி கோசலை ஆடுகளை மேய்ச்சலிலிருந்து ஓட்டிக்கொண்டு வந்து கட்டினாள். பிறகு, நேரே ஆரோக்கியத்திடம் வந்து உட்கார்ந்துகொண்டாள். வீட்டின் உள்ளே சென்று தண்ணீர் குடித்துவிட்டு வந்தாள். அதற்குச் சிரித்துக்கொண்டே அவளிடம் ஆரோக்கியம் கேட்டாள்.

''ஏன்டி உங்க ஊட்டுல குடிச்சா என்னாடி? தண்ணி எடுக்கக்கூடத்தான் இங்க ஆள் இல்லியே.''

''நான் இனிமே எடுத்தாரன்.''

''அடியன் ராசாத்தி. இந்த வாத்த ஒண்ணு போதும்டியம்மா, மத்தது வாண்டாம்டி.''

''இன்னிக்கி என்னா சோறு ஆயாவ்?''

''ஹூம். கெடக்கிறத வவுத்துல போட்டுக்க வேண்டியதுதான். நமக்கு என்னா, ஆத்தூர்ல அம்பது காணியும், பாசார்ல பத்துக் காணியுமா இருக்கு? வகவகயாக் காலாட்டிக்கிட்டுச் சாப்புடுறதுக்கு!''

''வரவு சோறாக்கி, புளிச்சக் கீர கடஞ்சி, சோத்தப் போட்டு பிசஞ்சி வச்சி, காலயில தின்னா அம்புட்டு நல்லா இருக்கும். வாயப் பட்டயாட்டம்.''

''இந்தக் காலத்துல புளிச்சக் கீரக்கி எங்கடி போறது?''

''புளிச்சக் கீர, வரவு சோறுன்னா மேரி அக்கா நல்லாத் திங்கும்.''

''அதுக்கென்னடி பண்றது?''

''ஏதோ பண்ணு.''

சவுரி பேச்சுக் குரல் கேட்டுத் தூக்கம் கலைந்து கேட்டான்: ''ஏ குட்டி, உனக்கென்னடி புள்ளெத்தாச்சிமாரி புளிச்சக் கீர மேல பிரியம் வந்துடுச்சி?''

''ஆயாவ், புள்ளெத்தாச்சிங்கிறாரு பாரு!''

''அதான? வளர்ற புள்ளெயப் பாத்துப் பேசுற பேச்சா இது?''

''என்னடி குட்டி ராங்கி காட்டுறவ?''

''ஆயாவ்... ஹூம்... ஹூம்...''

''நீ விடு.''

கோசலை ஆரோக்கியம் கழுத்தைக் கட்டிப்பிடித்துக்கொண்டு அழுவதுபோல் செல்லமாகச் சிணுங்கினாள். சவுரி விடாமல் அவளைக் கேலி செய்தான். அவன் இன்று எதனாலோ உற்சாகமாக இருந்தான். திடீரென்று மௌனமாகவோ உற்சாகமாகவோ இருப்பது இப்போது அவன் இயல்பாகிவிட்டது.

''ஏ குட்டி! என்னக் கண்ணாலம் கட்டிக்கடி. எருது கெயமானாலும் உயவு நயமாயிருக்கும்!''

''ஆயாவ்...ம்... ஹும்...''

''நீ சும்மா இருடி. இவரு எப்பிடி உயுவார்ன்னு எனக்கில்ல தெரியும். கெயக் குதிர.''

''ஹாஹாஹா...''

''என்னடி குட்டி ஹீ...ஹீ...ஹீ...ஹீ... மூணு அடிச்சித் தள்ளியிருக்கன் பாத்தியா?''

''ஹுக்கும். எல்லாம் பாத்துத்தான் கடக்கு. சாக்க எடு, போவணும்.''

''ஆமாண்டியோவ்...''

ஆரோக்கியமும் சவுரியும் உரச் சாக்கையும் சிமிட்டிச் சாக்கையும் எடுத்துக் கக்கத்தில் வைத்துக்கொண்டு வாசல் படலைச் சாத்திவிட்டு நடந்தனர். கோசலை, அவள் வீட்டுக்கு ஓடினாள். சீக்கிரம் வந்துவிடும்படி அவள் போட்ட உத்தரவை ஆரோக்கியம் ஏற்றுக்கொண்டாள்.

வீட்டுக்குத் திரும்பும் உற்சாகத்துடன் சிறுவர்களும் கிழவர்களும் ஆடு, மாடுகளை வேகமாகக் கட்டுத்தறிக்கு ஓட்டி வந்துகொண்டு இருந்தனர். சில பெண்கள் நடுத்தெருவில் பன்றிகளுக்குத் தண்ணீர் வைத்தனர். இன்னும் சிலர் மர உரலில் ஏதோ குத்திக்கொண்டிருந்தனர். சிலர் தண்ணீர் எடுத்துவந்த வண்ணமிருந்தனர். கோவிலின்முன் கட்டையில் அமர்ந்து பையன்கள் பீடி குடித்துக்கொண்டு, சினிமா பற்றிப் பேசிக்கொண்டிருந்தனர். குண்டானில் நீர் வைத்துச் சிலர் மேலுக்கு விட்டுக் கழுவியபடி இருந்தனர். இளம் பெண்கள் குழந்தைகளை வெந்நீரில் குளிப்பாட்டினார்கள். தெரு அழுக்கு நீரில் அடைந்திருக்கும் பன்றிகளின் வால்களைப் பிடிக்கச் சிறுவர்கள் முயன்றனர். சிலர் வாய்க்கால் வெட்டினார்கள். சிலர் விளக்குக் கம்பத்தின் கீழ் 'பாறி' விளையாடிக்கொண்டிருந்தார்கள். வாசல்முன் சோறாக்கச் சட்டிகளைக் கழுவிக்கொண்டிருந்தனர் பெண்கள். கறுப்பாக நீர் ஓடியது. எல்லாருமே ஏதோ ஒரு வகையில் வேலை என்ற பெயரில் இயங்கிக்கொண்டுதான் இருந்தார்கள்.

ஆரோக்கியம் முன்னே நடக்க, சவுரி பின்னாலேயே நகர்ந்து வந்தான். காலையில் ரொம்பவும் நேரமாகிவிட்டதாலும், வீடுகளில் ஆட்கள் குறைவாக இருந்ததாலும் இந்த ஒரு தெருவை விட்டுவிட்டு வந்துவிட்டாள். வழி நெடுகப் பிரார்த்தனை செய்துகொண்டேயிருந்தாள்.

''அந்தோணியார! ஏசுநாதரே!'' அவள் மனதில் இரண்டு வெள்ளி அர்ணாக் கொடி அல்லது கொலுசாவது எடுக்க வேண்டுமே என்ற எண்ணம் மட்டும்தான். அந்தக் கவலையில் வாய் திறக்கும்போதெல்லாம் வேண்டிக்கொண்டாள்:

''அந்தோணியார! ஏசுநாதரே!''

''சாமி, ஆரக்கியம்...''

''என்ன வண்ணாத்தி மவள, ஆளு கண்ணுலியே தெம்படல?''

''இங்கதான் சாமி கெடக்குறன். வேறெங்க போவப் போறன்?''

''ஏ, இவள...''

''அம்மோவ்...''

''சாமியோவ் வண்ணாத்தி வந்திருக்கங்கோ.''

''ஊட்டுக்கார மனுசன் ஊர்த் தெருவுக்குப் போயிருக்காரு. வர நேரமாவும். நீ காலயில வாயன்டி.''

''நாளக்கி வெள்ளிக்கியம சாமி.''

''அதனாலென்ன, குடியப் பிரிச்சிக்கிட்டா போய்டப் போறம்? மறு நாளக்கி வாங்கிக்கிறது.''

''அதுவும் செரிதான் சாமி.''

ஆரோக்கியமும் சவுரியும் அடுத்த வீட்டில் சென்று நின்றனர். அம்மை போட்டிருக்கு. அடுத்த வாரமென்றனர். உள்ளே சென்று அம்மை கண்ட குழந்தையைப் பார்த்துவிட்டு, நன்றாகக் கவனித்துகொள்ளும்படியும், ''ஆம்ப்ள, பொம்ப்ள சேருமானம் வாண்டாம்'' என்று கூறிவிட்டும் வெளியே வந்தாள். அடுத்த வீட்டுக்கு நகர்ந்துகொண்டே கத்தினாள்: ''வேப்பல அதிகம் போட்டுச் சுடுதண்ணி ஊத்துங்கோ.''

''சாமியோவ்...''

''ஆரு?''

''நான்தாங்க சாமி ஆரோக்கியம். வண்ணாத்தி மவ.''

''பொயிது போனா வரவர இன்னார் இன்னார்ன்னு புரிய மாட்டேங்கது.''

''வயசாகுதுங்களே எசமான்.''

''என்ன விசயம்?''

''அதான் சாமி. சோத்துப்பாட்டுக்கு ஒண்ணுமில்ல. படி கேக்கலாம்னு வந்த னுங்க.''

''அது செரி. குடுத்துட வேண்டியதுதான். அப்பறம் நீ பொக்கயால போச்சி பொறி மாவும்ப. ஏ, குட்டி சிதம்பரத்தா!''

அவர் கூப்பிட்டும், காதில் விழாதவள்போல் அன்னப்பூ அம்மியில் அப்போதுதான் மிளகாயை வேகமாக அரைத்துக்கொண்டிருந்தாள். ஆரோக்கியத்தைக் காணவே, மிள காய்ச் சாந்துக் கையுடன் வெளியேவந்து கேட்டாள்:

''என்னாடி ஆரக்கியம்?''

''சோத்துக்கு வாங்கலாமுன்னு வந்தன் சாமி.''

''என்னடி அப்பிடிச் சொல்ற? பஞ்ச காலத்துலகூட திருடன் திருடக் குடியானவன் ஊட்டுக்குப் போவாம, வண்ணான் ஊட்டுக்குத்தான் போவம்பாங்க. அது பொய்யாடி ஆரக்கியம்?''

''அதெல்லாம் எந்தக் காலத்துப் பேச்சுங்க?''

''செத்த நில்லு. வாறன்.''

அன்னப்பூ மீண்டும் மிளகாய் அரைக்கப் போய்விட்டாள். ஆரோக்கியமும் சவுரியும் வாசலில், இருட்டில் ஒதுங்கி உட்கார்ந்தனர். எல்லாக் கைவேலைகளையும் முடித்துக் கொண்டு வந்தாள். சோளம் கொடுத்தாள். மேரி, ஜோசப், பீட்டர் பற்றியெல்லாம் கேட்டாள்.

ஆரோக்கியமும் சவுரியும் அடுத்தவீட்டு வாசல்முன் நிற்கும்போது குப்பன் சொன்னது காதில் கேட்டது; குன்றிப்போனாள் ஆரோக்கியம்.

''முன்னமாரி வண்ணாத்தி மவ எங்க துணி வெளுக்குறா? வருசத்துக்கு, பொங்க, தீவாளி, பதனெட்டுன்னு துணி எடுக்கிறா. அதக்கூட உய மண்ணுப் போட்டு வெளுக்காம, பச்சத்தண்ணியில நனச்சி, முறுக்கிக் கொண்டாறா. ஆனா சோத்துக்கும் படிக்கும் நடயா நடக்கறா. தெருவு தேய்றமாரி.''

''சாமி?''

''செத்த நில்லு, பன்னிக்குத் தண்ணிய ஊத்திடுறன்.''

''நல்லது சாமி.''

''இந்த வருசம் நெல்லுதான். அதுவும் சொவமில்ல. காலத்த எப்படித் தள்ளுறது? மானம் இருக்கஇருக்க மேல ஏறிக்கிட்டே போவுது.'' பதிலுக்குக் குடும்பம், விளைச்சல்,

கல்யாணம் காட்சி உண்டா என்றெல்லாம் ஆரோக்கியமும் அக்கறையுடன் கேட்டாள்.

''சாமி'' என்றாள் ஆரோக்கியம் அடுத்த வீட்டில்.

''அம்மோவ்.''

பன்றியும் நாயும் சண்டையிட்டபடி இருந்தன. பின்கட்டில் நின்ற ஆடு கத்தியது. குழந்தை வீறிட்டு அழுதது. ஊரின் கூரைகள்மேல் ஈரித்த புகையின் சுழலலை வட்ட மடித்துக்கொண்டிருந்தது. வெளிச்சமே இல்லை. இருளில் முகம் தெரியவில்லை. இருளில் வாயடித்தபடி தெருவில் சாப்பிட உட்கார்ந்துவிட்டது சனங்கள்.

''இவ பெரிய ராங்கிக்காரி. சொன்னா மொல்லுன்னு சண்டைக்கு வருவா. விளக்கு வக்கிறதுக்குள்ள வந்தா இல்லன்னா சொல்றோம்?''

''சாமியோவ்...''

''வண்ணாத்தி சாமி.''

''படிங்க சாமி.''

''சாமியோவ்...''

''வண்ணாத்தி மவங்க.''

ஆரோக்கியமும் சவுரியும், சேர்ந்ததைத் தூக்கியபடி ஒவ்வொரு வீட்டிலும் நின்று வாங்கிக்கொண்டு நடந்தார்கள். அடுத்த வீடு, அடுத்தடுத்த வீடுகள், எதிர் வீடுகள். சிலர் விளக்கு ஏற்றியதாகக் கூறிவிட்டார்கள். வெள்ளி அர்ணாக்கொடி போய், வெள்ளிக் கொலுசுபற்றிய நினைவுதான் ஆரோக்கியத்திடம். அதுவும் நடக்காது என்றே எண்ணியவள், சேர்ந்த தானியத்தை வீட்டுக்குத் தூக்கி வந்தாள். சவுரியை அவசரப் படுத்தினாள். மீண்டும் ராச்சோறு எடுக்க இந்த இருட்டில் வர வேண்டும் என்று கூறி வேகமாக நடந்தாள். சவுரி தன் கூன் முதுகை மேலும் கூனாக்கிக்கொண்டு அவளைத் தொடர்ந்தான்.

மூட்டைகளை வைத்துவிட்டு ஆரோக்கியம் சோறு எடுக்கக் குண்டான்களை எடுத்துக்கொண்டு வெளியே நடந்தாள். அப்போது சவுரி சொன்னதும் கேட்டது. இருந்தாலும் அவள் போனாள்.

''இவ ஒருத்தி கெடந்துக்கிட்டு கெட்டமாடு ஓட்டுறா. எவ அங்க குத்துக்குத்தா அள்ளிப்போட நிக்கிறா? பேசாம வுட்டுட்டுப் போறத வுட்டுட்டு அலயுறா.''

''நான் யாருக்கு புத்தி சொல்றது? இதென்ன சாதாரணமான காலமா?''

சவுரி சொன்னதுபோல் ஒரு ஆளுக்குப் பற்றாத சோறுதான் கிடைத்தது. அதுவும் சுடுசோறு, தண்ணியில் கிடந்த பழையது, சோளச் சோறு, வரகுச் சோறு என்று நாலு வித மும் கலந்துதான் கிடைத்தது. அதைச் சவுரியிடம் கொடுத்தாள். அவன் சோறாக்கச் சொன்னான். அவனுக்கு அது போதும், தனக்குச் சோறு தேவையில்லை என்று ஆரோக்கியம் கூறிவிட்டாள். சவுரி சாப்பிட்டுவிட்டு, பெரியானும் அவனும் தினமும் அமர்ந்து பேசும் இடத்தில் சென்று உட்கார்ந்தான்.

ஆரோக்கியத்திற்குப் பொங்கல் நெருங்கி வருவதால் பல்வேறு எண்ணங்கள் மனதில் தோன்றின. ஊரில் பெண்கள் எல்லாம் பொங்கலுக்காக வீட்டை வெள்ளை அடித்துக்கொண்டிருந்தார்கள்.

இரண்டு பொங்கலுக்கு முன் பீட்டராவது இருந்தான். இப்போது யாருமே இல்லையே என்று வருந்தினாள். மேரி கல்யாணம் கட்டிக்கொண்டு போவதற்குமுன் ஒவ்வொரு பொங்கலுக்கும் குடித்தனக்காரப் பெண்கள்போல் மேரியும் சுண்ணாம்பு

மண் வெட்டிவந்து சுவர் தீற்றுவாள். கையில் கொப்புளம் ஒவ்வொரு பொங்கலுக்கும் போட்டுவிடும் அவளுக்கு. சுசீலாவிடம் கோலம் வேறு கற்றிருந்தாள். வெள்ளையடித்துக் கோலம்போட்டு வீட்டையே வேறாக மாற்றிவிடுவாள். போன பொங்கலின்போது இருந்த கிழக்கு மூலைச் சுவரும் கடந்த கார்த்திகை மாதத்து அடைமழையில் விழுந்துவிட்டது.

''இந்த வருஷம் பொங்கலுக்கு எம் புள்ளெ இல்லியே.''

ஆரோக்கியம் அழுதாள். போன நான்கு பொங்கலுக்கும் ஜோசப் இல்லை. ஆனால் அந்த வருஷத்து தீபாவளிக்கு இருந்தான். அந்த வருஷத்தின் தீபாவளிக்கு எல்லாரும் இருந்தார்கள். ஆனால் மழை. தீபாவளியாகத் தெரியவில்லை. தீபாவளிக்கு முதல் நாள் ஆரம்பித்து, தொடர்ந்து நான்கு நாள் பெய்தது. சாக்குக் கித்தான் போட்டுக்கொண்டு ஆரோக்கியம்தான் தெருவில் சென்று இட்லி, பணியாரம், கொழுக்கட்டை எல்லாம் வாங்கிவந்தாள். சோளப் பணியாரம் நாலு தின்றான் சவுரி. பிறகு, கறிதான். இட்லி, அரிசிப் பணியாரம் கொழுக்கட்டையெல்லாம் அப்படியே கிடந்தது.

மேரிக்கு அரிசிப் பணியாரம்தான் பிடிக்கும். வடையாக இருந்தால்தான் சகாயம் தொடுவாள். சோளப் பணியாரம்தான் ஜோசப்புக்கு. மீந்துபோன பணியாரங் களையெல்லாம் ஒன்றாகப் புட்டுப் போட்டு ஊசையடிக்காமல் அடுப்பில் வைத்துச் சூடு பண்ணி வைப்பாள் மேரி. இரண்டு, மூன்று நாளைக்குப் பணியாரமும் கறியும் இருக்கும். இந்த வருஷம் கிடைக்கும் பணியாரத்தையும் சோற்றையும் கறியையும் யார் தின்பார்கள்? ஒருவரும் இல்லையே என்று ஆரோக்கியம் கலங்கி அழுதாள். எல்லாருக்குமே செய்தி சொல்ல வேண்டும். அழைத்துக்கொண்டு வர வேண்டுமென்று எண்ணினாள்.

மேரி, பிரசவத்துக்கு இங்குவந்து இரண்டு மாதமிருந்தாள். ஜோசப்பும் சகாயமும், பிள்ளையைத் தூக்கிக்கொண்டு மேரியைப் பார்க்க வந்திருந்தார்கள். ஜோசப் ஆரோக்கியத்தின் மடியில் விழுந்து மாடு கதறுவதுபோல் கதறி அழுதான். இளைத்துவிட்டதாகச் சொன்னான். குழந்தையைக் கொடுத்து சகாயமும் இதையே தான் சொன்னாள். மேரி, திரவியராஜ் எல்லாம் சொன்னார்கள். ஆரோக்கியம்தான் இளைத்துத்தான்விட்டோமோ என்று முதன்முதலாக எண்ணினாள். தலைமுடியை எடுத்துப்பார்த்தாள். ஒரே வெள்ளைக் கற்றையாக இருந்தது. இருந்தாலும் அவள் நம்பவில்லை. எல்லாவற்றையும்விட அவள் ஜோசப்பையேதான் பார்த்துக் கொண்டிருந்தாள். பாளையக்காரன் மாதிரி, மீசை, சட்டை, வேட்டி எவ்வளவு மாறி விட்டான்! சகாயம் அப்படியேதான் இருக்கிறாள். மேரிதான் மெலிந்து ஓட்டடைக் குச்சி போலாகிவிட்டாள். அவளுக்கு எதையோ பறிகொடுத்த மாதிரி மனதுக்குள் ஒரு கவலை. ஆரோக்கியம்பற்றிய எண்ணம் அவளுக்கு அதிகம்.

ஜோசப்பை ஊருக்கு வந்துவிடு என்று ஆரோக்கியம் சொல்லவே, எல்லாருமாகச் சேர்ந்துகொண்டார்கள். நொட்டச் சொல்லு சொன்னார்கள். தினமும் வெறும் குண்டா னாக வருகிறது. ஒரு வாரத்துக்கு ஒரு முறை தொரப்பாட்டுக்குப் போக வேண்டும். வேறு வருமானம் இல்லை. சோற்றுக்குக் கஷ்டம். 'நான் சிறிது மிச்சமாக இருக்கிறேன். குழந் தையை வைத்துக்கொண்டு இரு' என்று ஜோசப் சொல்லவே, மேரி 'என் பிள்ளை என்னாவது? என்னுடன் இருக்கட்டும்' என்று போட்டியிட்டாள். தங்களுடன் இருப்பதுதான் முறை என்று சகாயம் வாதம் செய்தாள். யார் பேச்சையும் அவள் கேட்கவில்லை. பின்னால் சொல்கிறேன் என்று கூறிவிட்டாள். இரண்டு குழந்தைகளையும் இரண்டு தொடையிலும் உட்கார வைத்து, ''உங்க ரெண்டு பேருக்கும் நான் உசுரோட இருக்கும்போதே ஒரு கண்ணாலம் பண்ணிப் பார்க்கணும்னு ஆசயா இருக்கு'' என்று கொஞ்

சிக்கொண்டே இருந்தாள். பிள்ளைகளை இரண்டு இடுப்பிலும் தொடையிலுமே உட்கார்த்திக்கொண்டு பேசிக்கொண்டிருந்தாள். பொழுது போனதே அவளுக்குத் தெரியவில்லை. கவலையற்றிருந்தாள்.

அப்போது அவளுக்கு ஆள் வந்தது. எல்லாவற்றையும் மறந்துவிட்டு, சவுரியிடம் சொல்லி, வீட்டின் படலைச் சாத்திவிட்டுப் பிரசவ வீட்டுக்கு ஓட்டமும் நடையுமாக மூச்சுவாங்க ஓடினாள்.

''இந்தாடியம்மா வந்துட்டா ஆரக்கியம்.''

''அவளுக்குத்தான் தெரியும் எல்லாமும்.''

''வண்ணாத்திக்குத் தெரியாததா? ஊரு ஒலகத்துக்கே புள்ளெப் பொறவுப் பாக்கறவளாச்சே!''

''அட ஆமாங்கறன்.''

''இவ கை வச்சா நல்லாப்பூடும்.''

''கைராசிக்காரி.''

''இவ ஒருத்தி இல்லன்னாலும், நம்ப கதி! பொணமாச் சாவ வேண்டியதுதான்.''

''நெசம் அக்கா.''

''இவ ஒருத்தி ஊருல இருக்காங்கிறதுனாலதான் மனசுல தெம்பிருக்கு.''

கூட்டமாய் வாசலிலும் தெருவிலும் திண்ணையிலும் சித்ரா இருந்த இடத்திலும் பெண்கள் நின்றவாறும், உட்கார்ந்தவாறும் தங்களுக்குள்ளாகவே பேசிக்கொண்டிருந்தனர். ஆரோக்கியம் ''நவுருங்க, நவுருங்க'' என்று கூறியபடி நேரே வீட்டுக்குள் நுழைந்துவிட்டாள். எல்லாப் பெண்களுக்கும் நம்பிக்கை வந்து, முகம் மலர்ந்தது. ஆரோக்கியம் கைவைத்துப் பார்த்த பிறகு குழந்தை பிறக்காமல் இருப்பதாவது! எல்லாரும் அவளையே கூர்ந்து பார்த்தவாறு நின்றனர். எல்லாருக்கும் ஆரோக்கியத்தின்மேல் அன்பும், மரியாதையும் உண்டு. அவளுக்கும் அன்பும் மரியாதையும் எல்லார்மீதும் உண்டுதான்.

விட்டத்தில் தொங்கும் கயிற்றைப் பிடித்துக்கொண்டு 'ஓ, ஓ'வென்னு உயிர்போவதுபோல் கத்திக்கொண்டிருந்தாள் சித்ரா. ஊர்ப் பெண்கள் கூறும் ஆறுதல் வார்த்தைகள் ஒன்றும் அவள் காதில் விழவேயில்லை. அவள் கத்தியது தெருவே கேட்குமளவிற்கு இருந்தது. வாய்விட்டே அழுதாள். கத்தினாள். இளம் பெண் வலியின் வேதனையால் கூக்குரல் எழுப்பித் துடித்துக்கொண்டிருந்தாள்.

''காத்த வுடுங்க. காத்த வுடுங்க பாவிங்களா!'' என்று ஆரோக்கியம் கத்தினாள். ஓரளவு உள்ளே காற்று நுழையுமாறு நகர்ந்து பெண்கள் உட்கார்ந்துகொண்டனர். தொடர்ந்து பேசிக்கொண்டே இருந்தார்கள். சில புருஷன்மார்கள் வந்து, தங்கள் மனைவிகளை அழைத்துப்போயினர். சிறுவர்களை அருகில் விடாமல் சுசீலா விரட்டிக்கொண்டிருந்தாள். மீனாட்சி மட்டும்தான் ஆரோக்கியத்துடன் இருந்து சித்ராவைக் கவனித்துக்கொண்டிருந்தாள். ஊர்ப் பெண்கள் பயந்தனர். சித்ராவுக்கு முன்பே நோஞ்சான் உடம்பு, ஏதாவது நடந்துவிடலாம்.

சாதாரணமாகவே சித்ராவுக்கு மார்பகங்கள் இரண்டும் சற்றுப் பெருத்து இருக்கும். அவளால் இந்த இரண்டு மாதங்களில் சட்டையின் கீழிரண்டு கொக்கிகளையும் போட முடியவில்லை. பால் சுரந்து கனத்திருந்தது. ஆரோக்கியம் சிரமப்பட்டுச் சட்டையையும் சேலையையும் உருவியெடுத்தாள். ஆரோக்கியத்திற்குத் தன் முதல் பிள்ளையான ஜோசப்பைப் பெற்றெடுத்தபோது ஏற்பட்ட வலியும் களைப்பும் இப்போது உண்டாயிற்று, உள்பாவாடையை உருவியெடுக்கும்போது. முதல் பிரசவத்தின்போது ஊரிலிருக்கும் எல்லாப் பெண்களுமே இப்படித்தான் ஆரோக்கியத்தைக்

களைப்படையச் செய்துவிடுகிறார்கள். அந்தத் தருணத்தில் ஆரோக்கியத்தை யாரும் ஒரு பெண்ணாக எண்ணுவதில்லை. அடிப்பார்கள். உதைப்பார்கள். நெட்டித்தள்ளுவார்கள். ஆனால், ஆரோக்கியம் சிரிப்பாள்.

வேடிக்கை பார்த்துவிட்டு, தூங்கப்போகக் கிளம்பிய சில பெண்கள் மீண்டும் ஒரு முறை உள்ளே வந்து சித்ராவைப் பார்த்துவிட்டு, தங்களுக்கு, மகள், மருமகப் பெண் களுக்கு ஏற்பட்ட அவஸ்தைகளையெல்லாம் விவரமாகப் பேசிக்கொண்டே போனார்கள். உட்கார்ந்திருந்தவர்களும் சளைக்காமல் பேசிக்கொண்டேயிருந்தனர். தங்கள் கவலைகளைப் பரிமாறிக்கொண்டிருந்தனர். சித்ராவின் காட்டுக் கூச்சல் எந்நிலையிலும் அவர்களின் பேச்சைத் தடை செய்யவில்லை.

''அறுத்துத்தான் எடுத்தாங்க?''

''ரெண்டாவது புள்ளெயுமா?

''ஆமாங்கறன்.''

''அட கருமத்தே!''

''அப்படியுமா நடக்கும்? அதிசயமாயிருக்கே.''

''உலகம் இப்படியே போனா என்னாகும்?''

''அழிஞ்சிதான் போகும்.''

''கடவுள்ன்னு ஒருத்தன் எதுக்கு இருக்கான்?''

நெஞ்சில் கை வைத்து, கீழ் முகமாக, கோபுரமாக உப்பியிருந்த வயிற்றை உருவி விட்டுக்கொண்டிருந்த ஆரோக்கியம் வெளியே பார்த்தாள். தங்களை அவள் பார்க்கிறாள் என்றுணர்ந்த கறுப்பாயியும் அஞ்சலமும் பேச்சைச் சட்டென்று நிறுத்திக் கொண்டனர். ஆனால் வாசற்படியில் நின்று இருட்டில் பேசிக்கொண்டிருந்த பெண்கள் மட்டும் பேச்சை நிறுத்தவில்லை. அவர்கள் உற்சாகமாகப் பேசினார்கள். அவர்களின் பேச்சு முடிவற்று நீண்டுகொண்டிருந்தது. இதுபோல் வாய்ப்புக் கிடைக்கும் இடங்களில்தான் பெண்கள் ஒன்றுகூடி அதிகமாகப் பேச முடியும்.

''நல்லபடியா ஆயிப்போச்சி.''

''வண்ணாத்தி மவளா பார்த்தா?''

''பின்ன யாரு? அவதான்.''

''அவளுக்கிருந்த வவுத்தப் பாத்து ரெட்டப் புள்ளெதான்னு நான் நெனச்சன். ஆனா பாரு, முட்டச்சாவியாக் கலஞ்சிபோயிடிச்சி.''

''இதக் கேளுடியம்மா. அவளுக்கு ஒவ்வொரு புள்ளெக்குமே இப்பிடித்தான். கத்தியே ஊரக் கூட்டிப்புடுவாங்கறன்!''

''நிசந்தான்.''

''யாரு இல்லன்னா, நிசந்தான்.''

''அய்யோ அவளா! அசவூடு தெரியாமப் பெத்துடுவா.''

''வாட்டச்சாரி உடம்பாச்சே. நம்பளமாரியா எலும்பாவா கடக்குறா?''

''சில பேரோட ஒடலு வாவு அப்பிடி!''

''பொறக்கிற மாசம்தான் எம் மவளுக்கு, கடவுளு எப்படி வுட்டுயிருக்கானோ தெரியல.''

''உம் மக மனசுக்கு நல்லபடியா முடிஞ்சுடும்.''

மதியம் சிறிது கஞ்சிதான் ஆரோக்கியம் குடித்திருந்தாள். பசிக் களைப்பு, தலையைச் சுற்றுவது போலிருந்தது. முகத்தை அழுத்தித் துடைத்துக்கொண்டாள். சித்ரா சிலுப்புகிற சிலுப்பில் ஒரு மாகாணி அரிசிச் சோறு தின்றாலும் களைப்புத்

தீராது. உடம்பு வலி இரண்டு நாட்களுக்கு இருக்கும். கத்திக்கொண்டிருக்கும் சித்ராவைச் சமாதானப்படுத்திக்கொண்டே ஒவ்வொரு உபாயமாகக் கையாண்டு கொண்டிருந்தாள்.

''ஓடு. ஓடு. சீக்கிரம்.''

''அதையடுத்தா... இது இல்ல...ம் அது...''

''வாங்கியாந்தியா? இம்புட்டு எதுக்கு? செரி, குடும்பத்துல இருக்கிறது நல்லதுதான் மிச்சம் பிச்சமா.''

''முடிஞ்சதா, இவ்வளவு நேரமா? கண்ணாலமே செய்திருக்கலாமே இந்த நேரத்துக்கு.''

கோழியும் கூவிவிட்டது. சுசீலா மனம் தளர்ந்துபோனாள். மீனாட்சிதான் குழந்தை பிறந்துவிடும் என்று ஆரோக்கியத்துடன் உறுதியாகச் சொல்லிக்கொண்டிருந்தாள். மாதம் மாற்றிச் சொல்லவில்லை. இது சும்மா வலியுமில்லை. சித்ராவுக்கு வயது பதினாலுதான் ஆகிறது. சதை இறுக்கமாக இருப்பதால்தான் குழந்தை பிறக்கத் தாமதமாகிறது என்று ஆரோக்கியம் சொல்லிக்கொண்டிருந்தாள். சித்ரா பெரிய மனுஷியாகி ஒரு வருஷம்தான் இருக்கும். அழுக்குத் துணியெல்லாம் ஆரோக்கியம்தான் அலசினாள். ரொம்பவும் சிறு பெண் என்று எண்ணிக்கொண்டாள்.

வெள்ளி கிழக்கே முளைத்தபோதுதான் வழியுண்டானது. மிருகத்தனமாக ஆரோக்கியம் சித்ராவின் மேல்வயிற்றைப் பிடித்தழுத்தினாள். அப்போதுதான் சிசு வெளியே தெரிந்தது. மந்திரம் செய்யப்பட்டவள்போல் விளக்கெண்ணையை முழங்கைவரை தடவிக்கொண்டு மெல்லமெல்லக் கையை உள்ளே விட்டாள். மீனாட்சி, சுசீலா ஆளுக்கொருவராகக் கையையும் காலையும் பிடித்து அழுத்திக்கொண்டிருந்தனர். மெல்ல வழவழவென்று ஆரோக்கியம் உருவியெடுத்தாள். பெண்பிள்ளை. மாலை சுற்றிப் பிறந்திருந்தது. சித்ரா மயக்கமாக வைக்கோலில் துவண்டு கிடந்தாள். உடைந்த சட்டியிலிருந்து மடமடவென்று நீர் இறங்கி ஓடுவதுபோல், அவள் தொடைகளின் வழியே உதிரம் கட்டிகட்டியாகவும், சிறுசிறு துண்டுகளாகவும், நீராகவும், கரும் ஊதா நிறத்தில் இறங்கியது.

நினைவு தெளிந்ததும் 'தண்ணி தண்ணி' என்று சித்ரா பறந்தாள். ஆரோக்கியம் காரமாக இருந்த ரசத்தைக் குடிக்கக் கொடுத்தாள். சுடு ரசத்தை ஆரோக்கியத்தின்மேல் சித்ரா ஊற்றிவிட்டு, முகம் கவிழ்த்து அழுதாள். ஒரு நிமிஷம் தன்னை மறந்துபோன ஆரோக்கியம் சுதாரித்துக்கொண்டு சிரித்தபடி, ''புள்ளெப் பெத்த பொம்பளெ அய்வக் கூடாது'' என்று ஆறுதல் கூறி இரண்டு கிளாஸ் ரசம் கொடுத்தாள். ஆரோக்கியமும் ஒரு கிளாஸ் ரசம் குடித்தாள். அப்படியும் அவள் களைப்புக் குறையவில்லை. பிள்ளை பெற்றவளைவிட ஆரோக்கியத்துக்குத்தான் அதிகம் வலி.

சித்ராவை வீட்டுக்குப் பின்புறம் நடத்திக்கொண்டுபோய்த் துணியில்லாமல் நிற்கவைத்து வெதவெதவென்றிருந்த தண்ணீரைக் கழுத்துவரை, சித்ரா துடிக்கத் துடிக்க ஆரோக்கியம் ஊற்றினாள். இடுப்பைச் சுற்றியே ஒரு மொடா நீரையும் ஊற்றியபோது சித்ரா தன் பலம்கொண்ட மட்டும் கத்தி, ஆரோக்கியத்தைக் கெட்ட வார்த்தைகளால் திட்டித்தீர்த்தாள். தொடைகளில், வயிற்றில், கைகளில், தலைமுடியில் ஒட்டிக் காய்ந்துபோயிருந்த உதிரத்தையெல்லாம் ஆரோக்கியம் சுத்தப்படுத்திக் கழுவியெடுத்தாள். பிறகு மாற்றுச்சேலை கொடுத்துக் கட்டச் சொன்னாள். சித்ரா மீண்டும் தண்ணீர் கேட்டபோது, சுடுரசம் கொடுத்தாள். பிறகு காயச் சாமான்கள், உருண்டைஉருண்டையாகக் கோலிக்குண்டு அளவிற்கு இருந்ததைச் சித்ராவின்

வாயில் போட்டுக்கொண்டேயிருந்தாள். சித்ரா உமட்டினாள், ஆரோக்கியம் விடவில்லை. முழுவதையும் உள்ளுக்குக் கொடுத்தாள். படுக்க வைத்துத் தூங்கச் சொன்னாள். பிள்ளைக்குப் பால் கொடுக்கச் சொன்னாள். பால் கொடுத்துவிட்டு, சித்ரா தூங்கும்வரை ஆரோக்கியம் அந்த இடத்திலேயே இருந்தாள்.

சிறுநீராலும் உதிரத்தாலும் கதகதவென்று ஊறிப்போயிருந்த வைக்கோலை யாருக்கும் தெரியாத முள் காட்டில் போட்டுவிட்டு வந்தாள். அந்த இடத்தைச் சாணம் கரைத்து மெழுகினாள். பிறகு அவளுடைய அழுக்குத் துணிகளையெல்லாம் எடுத்து மூட்டை கட்டிக்கொண்டு மீனாட்சி, சுசீலாவிடம் சொல்லிக்கொண்டு வீட்டுக்கு நடந்தபோது பொழுது விடிந்திருந்தது. செய்தியறிந்த பெண்கள் சித்ராவைப் பார்க்க வந்தவர்கள், எதிரில் தென்பட்டனர். ஆரோக்கியத்தைவிட வேறு யாராலும் இக்காரியத்தைச் சாதாரணமாக, இவ்வளவு எளிதாகச் செய்திருக்க முடியாதெனக் கூறியபடி நடந்தனர்.

ஆரோக்கியத்திற்குத் தூக்கம், உடல் வலியெல்லாம் மறந்துபோயிற்று.

15

பொங்கல் முடிந்து பத்து நாளுக்கு மேலாகிவிட்டது. சவுரி என்னவோபோல் மௌனமாக உட்கார்ந்திருந்தான். பொங்கலுக்குப் பத்துத் தலைகளுக்குமேல் கிடைத்தது. பணியாரம், பொங்கச் சோறு எல்லாமும் கிடைத்தது. ஆரோக்கியத்திற்கு எதுவுமே பிடிக்கவில்லை. கறியை ஆக்கி, சவுரியிடம் ஜோசப்புக்கும் மேரி வீட்டுக்கும் கொடுத்தனுப்பினாள். எல்லாருமே சின்னசேலம் வந்துவிடச் சொல்லி வற்புறுத்தினார்கள். சவுரி வந்து சொன்னான். ஆரோக்கியம் அதற்குப் பேசாமல் இருந்துவிட்டாள். போவது குறித்து சவுரி நச்சரித்தான். ஆனால் அங்கேயே தங்காவிட்டாலும் போய்ப் பார்த்துவிட்டு வரலாமே என்று ஆரோக்கியம் பிரயாசைப்பட்டாள். சவுரியும் இன்னும் இரண்டு நாளில் போகலாமென்றான். அந்தச் சந்தோசத்தில் இன்று காலையிலேயே துணியெடுக்கப் போனாள்.

"அம்மோவ், துணி போடுங்கோ."

"சமக்காளத்த ஒண்டியும் போடு. மத்ததெல்லாம் வாண்டாம். மெலிசு துணி. சலவயில போட்டுக்கிறலாம். இவகிட்டப் போட்டா, டார்டாரா கல்லுல போட்டு அடிச்சிக் கியிச்சிடுவா."

"வண்ணாத்தி மவ வந்திருக்கங்கோ."

"ஒண்ணும் இல்லடியம்மா. என்னாடி, வரவர தெருவே உனக்கு மறந்துடும்போல இருக்கு?"

"உங்கள வுட்டுட்டு நான் எங்க போவ முடியும் சாமி?"

ஆரோக்கியம் அடுத்த தெருவுக்குள் போனாள். போர்வைகளும் உள்பாவாடை களும்தான் விழுந்தன. கட்டித் தூக்கிக்கொண்டு அடுத்தடுத்த தெருக்களுக்குப் போனாள்.

"வண்ணாத்தியோவ் சாமி."

"சாமியோவ் துணி..."

"துணி போடுங்கோ..."

ஒரு சின்ன மூட்டைத் துணி சேர்ந்திருந்தது. அதைத் தோளில் கட்டித் தொங்க விட்டுக்கொண்டாள். வீடு வருவதற்குள் வெயிலேறிவிட்டது. சவுரி

மாறிக்கூட உட்காராமல் அப்படியே இருந்தான். துணி மூட்டையை வாசலில் போட்டுவிட்டு, மண் எடுத்துப் பல் தீத்தினாள். கோசலையும் வந்து அவளுடன் பல் தீத்தினாள். ஆரோக்கியம் வாய் கொப்பளித்துக்கொண்டு உள்ளே போனாள். சவுரிக்கு ஒரு குண்டானில் சோறு போட்டுக் கொடுத்தனுப்பினாள். சவுரி போர்த்தியிருந்த போர்வையில் கைகளைத் தேய்த்துக்கொண்டு சாப்பிட ஆரம்பித்தான். வாசலில் உட்கார்ந்து ஆரோக்கியத்திடமிருந்து கோசலை கையில் சோறு வாங்கித் தின்றுகொண்டிருந்தாள். ஒவ்வொரு சாப்பாட்டு வேளையிலும் தவறாமல் கோசலை வந்து சேர்ந்துகொள்வாள்.

சிறிது நேரத்திற்குள் ஆரோக்கியம் வீடு தாண்டி, அம்பாயிரம் வீட்டுப் பின்புறம் ஐந்தாறு போலீஸ்காரர்கள் போனார்கள்.

ஆரோக்கியம் குலைநடுங்கிப்போனாள். ஜோசப் அல்லது பீட்டர் ஏதாவது செய்திருப்பார்களோ? அவர்கள்தான் டவுனில் இருக்கிறார்களே. 'அல்லது மேரி வீட்டில்' என்று ஒரு நொடி நினைத்தாள். 'அந்தோணியாரே!' என்று வேண்டிக்கொண்டாள். அவர்கள் கருவேல முள் காட்டில் நுழைந்த பிறகுதான் அவளுக்கு உயிர் வந்தது. சவுரி திண்ணைக்கு ஓடிப் போய் உட்கார்ந்தவன்தான். ராணுவத்திற்கு ஆள் பிடிக்கத்தான் வந்துவிட்டார்கள் என்று நினைத்துக்கொண்டான். சவுரி சின்னப் பிள்ளையாக இருந்தபோது 'ஒலவத்துல சண்ட ஆரம்பிச்சிக்கிச்சி' என்று மீசை முளைக்காத, படிக்கத் தெரியாதவர்களையெல்லாம் இழுத்துப் போனார்கள். அதுபோல்தான் இப்போதும் சண்டை வந்துவிட்டதோ என்று கதிகலங்கிப்போய் அமர்ந்திருந்தான். அவன் எப்போதாவது உலகச் சண்டைபற்றி நினைப்பான்.

'இந்த ஊருக்கு வெளுக்க ஆள் இல்லாமல் பூடுமே!' என்று வருந்துவான். அதோடு எங்கே, எப்படிச் சண்டை போடுவது? அவனுக்கு யாரும் பகை இல்லை. விரோதிகள் யாருமில்லை. பின் ஏன் சண்டை போட வேண்டும்?

கொஞ்ச நேரத்துக்குள் தங்கராசு தலையில் சாராய கேனை வைத்து நடத்திவந்தார்கள். அவனுடன் மேலும் நாலு பேர்களைக் கொண்டுவந்தார்கள். ஆரோக்கியம் வீட்டின்முன் நின்ற கும்பல் போலீஸ் போனதும் கலைய ஆரம்பித்தது. இதுவரை ஆரோக்கியத்திற்குத் தெரிந்து, காலனிக்குள் போலீஸ் வந்தது கிடையாது. இதுதான் முதல்முறை. பிறகுதான் தெரிந்தது ஊர்த் தெருவில் இப்போது போலீஸ் ஸ்டேஷன் கட்டிக்கொண்டிருக்கிறார்கள் என்று. ஊர்த் தெருவில் என்னவெல்லாமோ நடக்கிறது. அவளுக்கு அங்கு என்ன வேலை? மேரியோ பீட்டரோ இருந்தால் செய்தி தெரியும்.

இதெல்லாம் பொன்னுசாமி வேலைதான் என்று எல்லாரும் பேசிக்கொண்டார்கள். தங்கராசு, ராமசாமி ஆள். சின்னய்யன் கவுண்டருக்கு நாட்டுச் சாராயம் விற்றான். அரசாங்கமே கடை ஏலம்விட்ட பிறகு கள்ளச் சாராயம் விற்கக் கூடாதென்பது பொன்னுசாமியின் வாதம். போன தேர்தலிலும் சின்னய்யன் கவுண்டரின் கட்சி தோற்றுப்போய்விட்டது. பொன்னுசாமி கட்சி இப்போது இரண்டு மூன்று முறையாக ஆள்கிறது. ஆகையால் அவன் யார் யாரையோ பிடித்து என்னஎன்ன காரியமெல்லாமோ செய்தான். அவனால்தான் இந்த ஊரே சில வருஷத்தில் டவுனாக மாறிக்கொண்டுவருகிறது. ஊரில் அவனுக்குப் பெரும் மரியாதை.

ஆரோக்கியம்கூடப் பொன்னுசாமி கட்சிதான். முதன்முதலாக அவன்தான் ஓட்டுப் போட சவுரிக்கு அரை ரூபாய்க்கு இட்லி போட்டான். அதிலிருந்து ஆரோக்கியமும் அதே கட்சியாகிவிட்டாள். எப்போதும் சவுரி குடும்பம் அந்தக் கட்சிதான். ஒவ்வொரு முறையும் பொன்னுசாமி இட்லி போட்ட கதையைச் சொல்லிச் சவுரி சிரிப்பான். போன

முறை ஓட்டுப் போடப் போனபோது, அந்த கட்சித் துண்டு ஒன்றை சவுரிக்கு அவன் கொடுத்தான்.

''நான் வவுத்துக் கச்சிதான்'' என்பாள் ஆரோக்கியம்.

''நான் அப்பன் கச்சிதான்'' ஜோசப்.

''நானும்தான்'' மேரி.

''நான் பொறந்ததிலிருந்தே அந்தக் கச்சிதான்'' என்பான் பீட்டர்.

''ஆளுக்கொரு கச்சி. ஆனா ஆளுக்கொரு வவுறு இருக்கிறத மறக்காதடா ஜோசப்பு'' என்பாள் ஆரோக்கியம்.

''நீ என் கச்சிதானே!'' ஜோசப்.

''பின்னே, உன் கச்சியில்லாம வேற என்ன?''

ஆரோக்கியம் நான்காவது முறையாக ஓட்டுப் போட்டுவிட்டாள். முதன்முதலாக ஓட்டுப் போடப்போனபோது, அவள் வீட்டுக்கு வெளியூர் ஆட்கள் மூன்று பேரும், குடித்தெரு பெருமாள் கோனாரும், கணேசன் உடையாரும் வந்தார்கள். அதற்கடுத்து வெளியூர் ஆட்களும், உள்ளூர் ஆட்களும் காரில் வந்திறங்கினார்கள். பிறகு அடுத்து வந்த தேர்தலுக்கு மூன்று கார்கள் நிறைய வந்துபோனார்கள். போன முறை வேன்கள், கார்கள், ஆட்டோக்கள் என்று பதின்மூன்று வந்தது. திருவிழாக் கூட்டமாக ஆண்கள் திரண்டு வந்திருந்தனர்.

போன முறை ஓட்டுப் போட சகாயமும் மேரியும்தான் ஆரோக்கியத்தை இழுத் துப்போனார்கள். பீட்டர் விளக்குமாற்றுக் குச்சியில் பேப்பர் கொடியை ஓட்டிப் பிடித்துக்கொண்டு பிள்ளைகளுடன் தெருதெருவாகக் கத்திக்கொண்டு ஓடினான். மீனாட்சியும் துணி, சோறு எடுக்கப் போகும்போதெல்லாம் சொன்னாள்:

''மறந்துடாதடி ஆரக்கியம். மானத்தப் பாத்துக்க.''

''நான் புள்ளெயாப் பொறந்ததிலிருந்து எஜமாங்க சொன்ன கச்சிதான் சாமி.''

சின்னய்யன், ராமசாமி எல்லாம் வந்து சொன்னார்கள்: ''மரத்தப் பாரு, நெயலு வாண்டாமா? நெனவு இருக்கட்டும் வண்ணாத்தி மவள.''

''எஜமாங்க சொல்லி மாத்தம் உண்டுங்களா?''

''அதான், மறக்காத!''

''உத்தரவு சாமி.''

சீட்டுக் கொண்டுவந்து வீடுவீடாகப் பொன்னுசாமி பெரிய கும்பலுடன் வந்து கொடுத்தான். அப்போது சொன்னான்:

''இது பூரா நம்ப ஓட்டு.''

''அப்படியா?''

''நம்புங்க.''

''அண்ணே! நீங்க சொன்ன பிறகு என்ன? அம்மோவ் வணக்கம்.''

''மறந்துடாத. பேரு கேப்பாங்க. டாண்ணு சொல்லனும்.''

''செரிங்க சாமி.''

''செத்துப்போனாளே செட்டிச்சி அமராவதி. அவ பேருதான் உம் பேருன்னு சொல்லணும்.''

''செரி சாமி.''

''மேரி நீ, உம் பேரு என்னான்னு கேட்டா கோகிலான்னு சொல்லு. எந்தத் தெரு வுன்னா கோனார்னு மெதுவாச் சொல்லு.''

''செரி சாமி.''

''சின்னசேலத்துப் புள்ளெ, நீ வா. நீ வெள்ளாய ஆச்சி புஷ்பவல்லின்னு சொல்லணும். மறந்துடக் கூடாது. சவுரியும் ஜோசப்பும் எங்க?''

''போயிட்டாங்க சாமி.''

''அவங்களுக்கும் சொல்லியிருக்கன். செய்வானுங்க. நீங்க பாத்துப் போடுங்க.''

சவுரி குடும்பம் எந்தச் சாதியை சேர்ந்தவர்களின் பெயரைச் சொல்லி ஓட்டுப்போட்டாலும் யாரும் எதுவும் சொல்ல மாட்டார்கள். இதற்குக் காரணம் ஒவ்வொரு கட்சியினரும் சவுரி குடும்பம் தங்களுடைய கட்சிக்கே ஓட்டுப் போடுவதாக எண்ணியிருந்தார்கள். ஒவ்வொரு கட்சியினர் கேட்கும்போதும், சீட்டுக் கொடுக்கும் போதும், பணம் கொடுக்கும்போதும், சவுரியின் குடும்பம் அக்கட்சியினருக்கே சத்தியம் செய்துகொடுக்கும்.

அன்று முழுக்க ஆரோக்கியத்தை சகாயமும் மேரியும் 'செட்டிச்சி, செட்டிச்சி' என்று கிண்டல் செய்தார்கள். ஓட்டுப் போட்ட பிறகு பொன்னுசாமி வீட்டுக்குப் போனார்கள். மீனாட்சி மூவருக்கும் மூன்று மாகாணி சோளம் கொடுத்தாள். சவுரியும் ஜோசப்பும் கவுண்டர்களின் பெயரில் ஓட்டுப் போட்டுவிட்டுப் பொன்னுசாமியிடம் மட்டும் பத்து ரூபாய் வாங்கிக்கொண்டார்கள். அன்று சவுரி சாராயம் போட்டான்.

இனியாவது பெயரைச் சேர்க்க வேண்டுமென்று சகாயம் சொன்னாள். ஓட்டில் பேர் சேர்ப்பவர்கள் சக்கிலியக்குடிப் பெரியான் குடும்பத்தையும், ஆரோக்கியம் வீட்டையும் இதுவரை விட்டுவிட்டுப் போய்விட்டார்கள். இங்கு இரண்டு வீடு இருப்பதாக யாரும் அவர்களிடம் கூறவில்லை. காலனி முடிந்ததும் அவர்களும் போய்விடுவார்கள்.

பிரமை பிடித்தவள்போல் ஆரோக்கியம் வாசலில் உட்கார்ந்தாள். அவள் கொசுவச் சேலையைப் பிடித்துக்கொண்டு கோசலையும் உட்கார்ந்துகொண்டாள்.

''ஒரே அசதியாக இருக்கு ஆயாவ்!''

''அட ஆமாங்கறன்.''

''இனிமே சாராயம் விக்காதா ஆயாவ்.''

''சாராயம் விக்கிறது நின்னுட்டா, அன்னிக்கே ஒலகம் இல்லன்னு பூடும்டி.''

உட்கார்ந்த இடத்திலேயே ஆரோக்கியம் தலையில் கோசலை பேன் பார்த்துக்கொண்டிருந்தாள். திண்ணையில் உட்கார்ந்தபடியே சவுரி தூங்கிக் கொண்டிருந்தான்.

''தொரப்பாட்டுக்குப் போவுலியா ஆயாவ்?''

''எங்கடி போறது? காலயில புடிச்ச கிலி இன்னும் உடம்ப வுட்டுப் போவல. அத வுடு, துணி எங்க மேலுது, கீழ்தா கெடக்கு?''

''புள்ளெப் பெத்த வீட்டுல விழுற துணிதான் இன்னிக்கு ஊரு முச்சூடுமே ஆப்புட்டுச்சி.''

''மேரியக்கா எப்ப வரும்?''

''வருவாடி.''

''அவளுக்கு எம்மேல கோவம்போல இருக்கு.''

பொழுதிருக்கவே தண்ணீர் எடுக்கத் தெருவுக்கு ஆரோக்கியம் போனாள். 'ஆயா, நானும்' என்று கோசலையும் குண்டு ஒன்றைத் தூக்கிக்கொண்டு, பெரிய மனுஷிபோல் வருவதைக் கண்ட ஆரோக்கியம் மலைத்துப்போய் நின்றுவிட்டாள். சிரித்துக் கொண்டே சொன்னாள்:

''அடியம்மா என்ன மினுக்குமினுக்குறா? ரவ குட்டி! பெரிய மனுஷியா இருந்தா எட்டு ஊரு இவ ஒருத்திக்கிப் பத்தாதுபோல இருக்கு.''

‘‘போ ஆயாவ்.’’

‘‘நிசந்தான்டியம்மா, சின்ன வயசுல உன்ன மாதிரிதான் மேரியும் இருப்பா. பாவி மவ.’’

இருவரும் கிணற்றுக்கு நடந்தனர். பெரிய மனுஷிபோல் கோசலை ஆரோக்கியத்துடன் பேசிக்கொண்டே வந்தாள். ஆரோக்கியமும் அசந்துபோய், கோசலையின் முகத்தை உருவிவிட்டு, நெட்டி முறித்து திருஷ்டி கழித்துச் சொன்னாள்:

‘‘என் ராசாத்தி.’’

‘‘என் கண்ணு.’’

‘‘என் தங்கம்.’’

‘‘மேரியாட்டமே பேசுறா பாரன்.’’

‘‘அவள மாதிரியே இருக்கு எல்லாம். அட அந்தோணியாரே.’’

இப்போதெல்லாம் இரவுப் பொழுதுகளில் திடீர்திடீரென்று விழித்துக்கொள்கிறாள். எலிகள் ஓடுவது, அவை சண்டையிடும் சத்தம், பூனையின் குரல் கேட்டால்கூட விழிப்பாகிவிடுகிறது. காற்று சற்று வேகமாக அடித்தாலே போதும். வீட்டைச் சுற்றி நிற்கும் கருவேல மரம் வழக்கத்திற்கு மாறாகச் சிறிது கூடுதலாக அசைந்தால், சிறு சலசலப்புக்கூட இடிபோல அவளைப் பதறச்செய்துவிடுகிறது. கண்ணில் தூக்கம் நிற்பதில்லை. அசை போடும் மாடு போலத்தான், சூரியன் கருவேல முள்புதரைக் கடந்து அவள் வாசல் வரும்வரை.

கிணற்றிலிருந்து எடுப்பதுபோல, எல்லாவற்றையும் ஒவ்வொன்றாக மறுபடியும்மறு படியும் நினைத்து எண்ணிப் பார்ப்பாள். மதியப்போதில் அண்ணாந்து சூரியனைப் பார்த்துவிட்டுப் பூமியை நோக்கினால் தெரியுமே, குழப்பமான கருமை நிறைந்த ஊதா நிறம்போல மங்கலாக, அதுபோல எதுவுமே தனித்துத் தெரியாது.

தூங்க வேண்டுமென்பதற்காக, வயிறு கொள்வதைவிட அதிகம் சாப்பிட எண்ணு வாள். தட்டில் அதிகம் போட்டுக்கொள்ளவும் செய்வாள். மாவு பிசைவதுபோல் பிசைந்தபடியே இருந்துவிட்டு, கோசலையிடமோ சவுரியிடமோ உருண்டைகளாகப் பிடித்துக் கொடுத்துவிடுவாள்.

‘‘கன்னி என் பேரு
கவலையின் பூந்தேரு
பயணமில்லா மண்தேரு.’’

ஆரோக்கியம் நடுச்சாமத்தில் எழுந்து உட்கார்ந்து ஒப்பாரிவைத்தாள். முதலில் ஜோசப்பற்றி. பிறகு மேரி, பீட்டர் என்று அழுதாள். பாடினாள். சலவைக் கடைக்கார னையும், தையல்காரனையும் திட்டினாள். அவர்களால்தான் குடும்பம் ஒன்றுமில்லா மல் சிதறிச் சீர்குலைந்துபோய்விட்டதென்று அழுதாள். ஊர்ச் சனங்களையும் குறைசொன்னாள். கடைசியில் சகாயத்தின் குழந்தையையும் மேரியையும் அவள் குழந்தையையும்கூடச் சென்று பார்க்க விடவில்லையே என்று சவுரியைக் குறை சொல்லி அழுதாள். விடிந்துவிட்டது.

விடிந்ததும் விடியாததுமாகக் கோசலையின் அம்மா வந்து சண்டை போட்டுவிட்டுப் போனாள்:

‘‘ராம்டியும் அயிதுஅயிது என்னா பண்ணப்போற? எறகு முளச்சா அதெது போவத்தான செய்யும்! வுடும்மா. அய்வய வுடு. பொட்டச்சி அயிது என்னாத்துக்கு ஆவப் போவுது?’’

''நம்மால ஆவப்போறது என்ன இருக்கு? எல்லாத்துக்கும் கடவுள் ஒருத்தன் இருக்கான்.''

''உறவின்னு சொன்னாங்க
உசுருன்னு சொன்னாங்க
சொந்தமின்னு சொன்னாங்க
பந்தமின்னு சொன்னாங்க
பாடெயில விழுந்தப்பப் பாழும்
எழவுன்னு அழுதாங்க.''

ஆரோக்கியம் கடைசியாக ஒப்பாரியையும் அழுகையையும் முடிக்கும்போது சூரிய வெளிச்சம் நடுவாசலுக்கு வந்துவிட்டது. அப்போதுதான் எழுந்து, முகம் துடைத்துக் கொண்டு தெருவில் சாணம் போட்டாள். சவுரி போர்வையைப் போர்த்தியபடி கோசலையுடன் மூட்டம் காய்ந்துகொண்டிருந்தான்.

தொரப்பாட்டுக்குப் போக எண்ணித் துணி மூட்டைகளைத் தூக்கியபோது அதிலிருந்த தேள் கொட்டிவிட்டது. ஆரோக்கியம் துடியாய்த் துடித்தாள். பித்த உடம்பு, அதனால்தான் இவ்வளவு வலி இருக்கிறது என்று எண்ணினாள். இதுவரை அவள் பிள்ளையாகப் பிறந்த நாளிலிருந்து ஒரு பூச்சி, பொடுவு அவளைத் தொட்டது கிடையாது. இப்போது தேள் கொட்டிவிட்டது. அவள் கத்துவதைப் பொறுக்க முடியாமல் சவுரி ஒரு அடி கூட வைத்துவிட்டான். அவள் 'கொலைகார சண்டாளா' என்று கத்தினாள். அழுவதை நிறுத்தவில்லை. வேறு வழியில்லாமல் மந்திரிக்க தட்சிணாமூர்த்தி அய்யரிடம் நடத்தி அழைத்துக்கொண்டு போனான்.

ஆரோக்கியம் புலம்பிக்கொண்டேயிருந்தாள்:

''ஆண்டவரே! ஏசுநாதரே!!''

''அந்தோணியாரே, என்னக் காப்பாத்து'

''எந்த ஊராயீ கண்ணு வச்சாளோ'

''உசுரே நின்னுடும்போல இருக்கே! ஏசுவே கர்த்தாவே.''

தட்சிணாமூர்த்தி அய்யர் ஜோசியம் பார்த்துக்கொண்டிருந்தார். கவுண்டர் குடும்பம் ஒன்று ஜோசியம் பார்த்துக்கொண்டிருந்தது. மாடு ஒன்று காணாமல்போனதுபற்றி ஆருடம் கேட்க வந்திருந்தனர். ஊர்த் தெரு அய்யர், கோவில் படைப்பதோடு சரி. ஜோசியம் தெரியாது. கவுண்டர்களும் மற்றவர்களும் காலனிக்குள் காரணம் இல்லாமல் சும்மா வர மாட்டார்கள். இரு சாதிப் பஞ்சாயத்து, அடிமைப் பண்ணைக்காரர்கள் அமர்த்துவதற்கு, அவர்களின் குடும்ப விசேஷங்களுக்கு அல்லது கூலி ஆட்கள் கூப்பிட, பிறகு ஜோசியம் பார்க்க. காலனியில்தான் மூன்று ஜோசியர்கள் இருக்கிறார்கள். இவர்கள் எப்போது ஜோசியம் பார்க்கக் கற்றுக்கொண்டார்கள் என்பதுபற்றியெல்லாம் ஆரோக்கியத்துக்கோ ஊரிலுள்ளவர்களுக்கோ எதுவும் தெரியாது. அதேபோல் அய்யர் என்ற பெயரையும் எப்போது, எதனால் தங்கள் பெயர்களுடன் சேர்த்துக்கொண்டார்கள் என்பதும் யாருக்கும் தெரியாது. கிழவர்கள், இவர்களை 'ஆண்டிப் பயல்கள்' என்று சொல்ல ஆரோக்கியம் கேட்டிருக்கிறாள். இவர்கள்தான் காலனியிலுள்ள மாரியம்மன் கோவிலுக்குப் படையல் செய்வார்கள். அதேபோல் காலனியில் நடக்கும் கல்யாணத்திலும், மற்ற விசேஷங்களிலும் முக்கியமான காரியங்களைச் செய்வார்கள். இவர்கள் கூலிவேலைக்கு எப்போதுமே போக மாட்டார்கள். இவர்களுக்குப் படியென்று ஒவ்வொரு குடும்பமும் தை மாதத்தில் தானியம் கொடுக்கும். இதற்காக

இவர்கள் ஒவ்வொரு குடும்பத்திலுள்ளவர்களுக்கும் ஜாதகம் எழுதிக்கொடுப்பார்கள். இவர்கள் ஒவ்வொரு வீட்டின் நல்லதிலும் கெட்டதிலும் இருந்தாலும் யாருடைய வீட்டுக்குள்ளும் போக மாட்டார்கள். தண்ணீர்கூடக் குடிக்க மாட்டார்கள்.

எல்லாருக்கும் நல்லதைச் சொல்லும் இந்த அய்யர், தனக்கொரு நல்லதைச் சொல்ல மாட்டேன் என்கிறாரே என்று ஆரோக்கியம் நினைப்பாள். துணியெடுக்க, சோறு எடுக்கப் போகும்போது எதிர்ப்பட்டால், அப்போதெல்லாம் ஏதாவதொன்று கேட்பாள். அவரும் சிரித்துக்கொண்டே சொல்வார்:

''சாமியோவ், இப்பிடியே எங்க குடும்பம் அயிஞ்சிக்கிட்டே இருக்க வேண்டியது தானா?''

''என்னடி புள்ளெ அப்பிடிச் சொல்ற? எல்லா ஊட்டுச் சோறும், காட்டுல இருக்கிற தவசமும் உன்னுதுதானே! அப்புறமென்ன உனக்குக் கொற?''

''எல்லாம் என்னுதுதான். ஆனா எனக்குன்னு எதுவுமில்ல. நான் எப்பிடிக் குடும்பம் பண்ணுறது சொல்லுங்க பாப்பம்?''

வெற்றிலைக் காவிப் பல் தெரிய, கடகடவென்று அஞ்சு நிமிஷம் சிரிப்பார். ஆரோக்கியத்திற்குக்கூடச் சிரிப்பு வந்துவிடும்.

''சாமியோவ், வார்த்த என்னாமோ ருசிக்கிது. வவுறு நெறயலயே சாமி! மின்ன காலம் மாரி இல்லிங்க சாமி.''

''இப்ப எப்பிடிடியம்மா இருக்கு?''

''நாய் வாலப் புடுச்சிக்கிட்டுப் போறாப்பலதான் இருக்கு சாமி.''

''வாஸ்தவம்தாண்டியம்மா...''

''என் குடும்பம் எப்பிடி நடக்கும் சாமி?''

''ஊருக்கே உன் குடும்பம்தான் பெரிசு. சந்தேகமென்ன?''

''நீங்க ஒண்ணு சாமி. கால நிலவரமெல்லாம் எப்படி இருக்கு?''

''ஜோரா இருக்குடி புள்ளெ.''

சிரித்துக்கொண்டே அய்யர் போய்விடுவார். குடும்ப நிலவரம்பற்றி விவரமாகக் கேட்க மறந்து போய்விடுவாள். வேலைகள் நின்றுவிடுமே என்று அவரைப் பார்க்கும்போதெல்லாம் நிதானமாக ஒருநாள் உட்கார்ந்து பார்க்க வேண்டும் என்று எண்ணுவாள். பின் அந்த நினைவே அவளிடமிருக்காது.

மாடு போன திக்கு சொல்லி, கவுண்டர் குடும்பத்தை அனுப்பிவிட்டு, இடது கையைப் பிடித்துகொண்டு முனகும் ஆரோக்கியத்தைப் பார்த்தார்.

ஆரோக்கியம் நகர்ந்து மரியாதையாக உட்கார்ந்து இடது கை நடுவிரலை மட்டும் அய்யரிடம் நீட்டினாள். நடுவிரல் விறைத்து, லேசாக வீங்கி, வியர்த்திருந்தது. மேலும் சிவந்து தூக்கிக்கொண்டு நின்றது. ஏதோ வாய்க்குள்ளாகவே முணுமுணுவென்று மந்திரம் சொல்லிக்கொண்டு, தெருக் கூட்டும் தென்னங்கீற்று விளக்குமாற்றுக் குச்சி மூன்றைக் கொண்டுவரச்சொல்லிக் குச்சியைத் தேள் கடித்த இடத்திலிருந்து தடவிக்கொண்டே வந்து, தரையில் தட்டுவார். மீண்டும்மீண்டும் மந்திரம் சொல்வதும், குச்சியால் தடவித் தரையில் தட்டுவதுமாக இருந்தார். ஆரோக்கியம் சவுரியின் அரைஞாண் கயிற்றை முழங்கையில் கட்டியிருந்தாள். அதை அவிழ்க்கச் சொன்னார். தேள் கடித்த இடத்தில் திருநீறு பூசினார். அவள் நெற்றியிலும் பூசினார். சவுரி குனிந்து தன் நெற்றியைக் காட்டினான். ஆரோக்கியம் வலி குறைவதுபோல் உணர்ந்தாள். மனதில் தெம்புவந்தது. வியர்வையைத் துடைத்தெடுத்தாள்.

''கொட்டுவான் எங்கிருந்துச்சி?''

''இந்தச் சண்டாளனாலதான் சாமி'' என்று ஆத்திரமாகக் கத்தினாள். சவுரி மௌனமாக இருந்தான். அய்யர் வெற்றிலை போட ஆரம்பித்தார். அவர் வெற்றிலையில் சுண்ணாம்பை வெகு நேரம் தடவித்தடவி வாயில் போட்டு மென்றார். பன்றிபோல் 'சப்சப்' என்ற ஓசை கிளம்பத் தின்றார்.

''ஏன்டியம்மா, பொழப்பெல்லாம் எப்பிடி இருக்கு? தொரப்பாட்டுக்கு இன்னிக்குப் போவுலியா?''

''அதெ யாங் கேக்கிறிங்க சாமி? எல்லாம் தலகீயப் போச்சீங்கோ.''

''என்னா அப்பிடிச் சொல்றவ?''

''இப்பல்லாம் சோத்துக் குண்டான் நெறயவே மாட்டேங்கீது சாமி. மின்னமாரி களம், காடு தூத்தறதலியும் ஒண்ணும் சொவமில்லிங்க. கண்ணாலம், காச்சியிலேயும் புண்ணியமில்ல. சாவு, வாவிலியும் யாருங்க வண்ணானத் தேடுறாங்க? அவுங்களே பாத்துகிறாங்க. ஊரு இருக்கிற நெலவரத்துல சட்டியெடுத்தாலும் ஆச்சரியமில்லீங்க. என்னமோ காலமும் ஓடுது. நாங்க எதுக்கு இருக்கணும் சாமி?''

ஆரோக்கியம் தன் விதியைச் சொல்லி அழுதாள். முன்பெல்லாம் 'வண்ணான் பொழப்பு, சீமான் பொழப்பு' என்பார்கள். இப்போது தலைகீழாய் மாறிவிட்டது. சலவைக் கடையையும் தையல் கடையையும் ஒரு நொடி மனதில் நினைத்தாள். தேள் கடி வலியை மறந்துபோனாள். உடலே பற்றியெரிவது போலிருந்தது. தேள் கடித்த இடத்தில் மட்டும் இப்போது 'சுரீர், சுரீர்' என்று வலித்துக்கொண்டிருந்தது. அய்யர் மந்திரித்துப் பாடம் போட்டாலும் தேள் கடித்த நேரம் நாளைக்கு வரும்வரை, இந்த 'சுரீர்' என்ற வலி இருந்துகொண்டே இருக்கும். தேள் கடிபட்டவர்கள் பட்ட பாட்டையெல்லாம் அவள் கண்ணால் பார்த்திருக்கிறாள். ஆறுதல்கூடச் சிலருக்குச் சொல்லியிருக்கிறாள்.

தட்சிணாமூர்த்தி அய்யரிடம் கேட்கலாமென்று யோசித்தாள். 'அடக் கடவுளே, குடும்பமே அயிஞ்சாலும் அது மட்டும் வேண்டாம்' என்று எண்ணிக்கொண்டாள். குடும்பத்தைக் காலி செய்துவிட்டுச் சின்னசேலம் வந்துவிடு என்று ஜோசப், சகாயம், மேரி எல்லாரும் சொன்னார்கள். இந்த ஊரை விட்டு எப்படிப் போவது என்ற கவலையில் சீட்டுக் கட்டிவிடலாமா என்று எண்ணினாள். பிறகு அவளாகவே அது வேண்டாமென்று சொல்லிக் கொண்டாள்.

ஆரோக்கியம் எப்போதாவது மன வருத்தமாக இருந்தால் வந்து ஆருடம் கேட்பாள். அய்யரும் மறுப்பேதும் சொல்லாமல் ஏதாவதொரு மாதத்தின் பெயர், ஒரு கிழமையின் பெயர், ஒரு பூவின் பெயர், தானியத்தின் பெயர் ஒன்று கேட்பார். அல்லது ஏதாவதொரு விரலை நீட்டச் சொல்லுவார், ஒரு திசையைச் சொல்லச் சொல்லுவார். அதை வைத்துக்கொண்டே பலன் சொல்லிவிடுவார். எல்லாமே வந்தவர்களிடமே அறிந்து, அதையே தன் வாயால் சொல்வார். எல்லாருக்கும் மனம்கொள்ளா நிறைவும் அமைதியும் உண்டாகும்.

''சாமி ஜோசப்ங்கற பேரு நாமத்துக்குப் பாருங்க.''

''மேரி பேருக்கு எப்பிடி இருக்கு சாமி?''

''சகாயத்துக்கும் செத்த சாமி.''

''வாயோட வாயா, திரவியராஜிங்கிற பேரு நாமத்துக்கும் சாமி.''

''பீட்டருப் பயலுக்கும் சாமி? இதக் கொஞ்சம் பாத்துச் சொல்லுங்க. பெரிய பயலாவது ஒரு கன்னிய கயிஞ்சிட்டான். இந்தப் பய கெதிதான் ஆயா வாணாம், அப்பன் வாணாமுன்னு தேசாந்திரமா ஓடி எங்கியோ கெடக்கறான்.''

''ஒரு செய்தியும் பின்னால தெரியல. அந்தோணியார் புண்ணியமிருந்தாப் போதும்.''

''இவ ஒருத்தி கிடந்துக்கிட்டு கெட்டமாடு ஓட்டுறா?''

''இருக்கட்டும்டா சவுரி, இருக்கட்டும். பீட்டருக்கு இன்னும் நாலு மாசம் போவணும். பெறவு அவனாவே இங்க வந்துடுவான். அவன் ஊட்டுலியே இருந்திருந்தா, ஊட்டுல இந்நாரம் ஒரு கரும காரியமும் நடந்திருக்கணும். கண்டம் தப்பிடுச்சி. குரு ஆறுக்கு குடும்ப ஸ்தானத்து வரார், இன்னும் அறுவது நாளெக்குள்ள.''

''அட கடவுள, கரும காரியம் நடந்திருக்குமா? உசுருக்கு ஒண்ணும் பயிது இல்லியே சாமி?''

''இல்ல. சேமமா இருப்பான்.''

''வந்துடுவானுங்களா?''

''நான் சொன்னனு பாரு எண்ணி ரண்டு மாசத்தில டாண்ணு வந்து நிக்கிறானா இல்லியான்னு.''

''நல்லது சாமி.''

''உங்க வாக்கு பலிதமாகும் சாமி.''

''கண்ணால பாத்துட்டாப் போதும் சாமி.''

ஆரோக்கியம் சிறிது நேரம் மௌனமாக விசும்பி அழுதாள். சவுரி, வீட்டுக்குப் போக வேண்டும் என்று அவள் பின்புறம் நிமிண்டிக்கொண்டிருந்தான். திரும்பிப் பார்க்காமல் நிலத்தை வெறித்து, குனிந்து அழுதபடியே இருந்தாள். அய்யருக்குச் சங்கடமாகிவிடவே அவளைச் செல்லமாகத் திட்டிச் சமாதானம் சொன்னார். சவுரி முனகிக்கொண்டு இருப்பதைக் கவனிக்காமல் கேட்டாள்:

''அந்தோணிசாமிங்கற பேரு நாமம் சாமி.''

''யாரு பேரு?''

''அதாங்க சாமி, உங்க வண்ணான், ஜோசப் மவனுங்க.''

''அடேடே, பரவாயில்லியே, எப்பப் பொறந்தான்?''

''அது நாலு அஞ்சு வருஷம் ஆயிருச்சுங்க. மேரிக்கும் பொட்டக் கொயந்த பொறந்திருக்கு சாமி. வேளாங்கண்ணிங்க பேரு. எம் மவ வச்சிருக்கா''

''ரெண்டு பேருக்குமே பேஷா இருக்கு.''

''நல்லா இருக்குமா? ரண்டும் மண்ணுல பொயச்சி நிக்குமா சாமி?''

''சேமமா இருக்கும். ஒண்ணும் பயிது இல்ல.''

ஜோசியம் கேட்க இரண்டு ஆட்கள் வந்தனர். ஓய்வாக இருக்கும்போது வரச் சொல்லி விட்டு அய்யர் வந்தவர்களிடம் பேச ஆரம்பித்தார்.

''உத்தரவு சாமி.''

''போயிட்டு வாடியம்மா ஆரக்கியம். மனச வுட்டுடாத. அதான் நான் உனக்குச் சொல்றது.''

''சாமி மனசு வையுங்க. நான் தெம்பா நடப்பன்.''

''நீங்கதான் எனக்கு. இந்த ஊரைவுட்டா, போக இடமேது சாமி?''

ஆரோக்கியமும் சவுரியும் வீடு வந்து சேரும்போது பொழுது சாய்ந்து, நிழல் கிழக்கே விழுந்துவிட்டது. சவுரி அவசரப்பட்டான். இன்று அமாவாசை. எல்லோர் வீட்டிலும் நிச்சயமாக நெல் சோறும் காய்க் குழம்பும் இருக்கும். ஒவ்வொரு வீட்டிலும் விரதம் இருப்பார்கள். இந்த மாதிரி நாட்களில் இரண்டு வேளை சோறு எடுக்க ஆரோக்கியம் போவாள். வீட்டுக்கு வந்ததுமே குண்டான்களைக் கொடுத்துப் போகச் சொன்னான். அவள் முடியாது என்று கூறவே சவுரியே கிளம்பினான். சாதாரணமாகத் தினமும் காலிக்

குண்டானாகத் திரும்பினாலும் விசேஷ தினம் இன்று நிறையச் சோறு கிடைக்குமென்று எண்ணினான். குண்டான்களை எடுத்துக்கொண்டு வேகமாகப் போனான்.

சவுரி சில நேரங்களில் சொல்வான்: ''ஊருச் சோறு ரெண்டு வா வாயில போடாம நாக்கே சப்புன்னு செத்துப்போச்சு''

''எந்த மகராசியும் கையக் காட்டாம இருக்கப் போறதில்ல.''

''நூறு கையில, ஒரு கை நீளும். அதுதான் நம்ப கை. நமக்குத் தெய்வம்.''

சவுரி சோறு, குழம்புக் குண்டான்களுடன் வீட்டுக்குள் நுழையும்போது, அவளைத் தாண்டி இடித்துவிட்டுப் போனபோதுதான் நினைவுக்கு வந்தாள். முகம் வீங்கி இருந்தது. அவள் கை வைத்துப் படுத்திருந்த இடத்தில் தரை வட்டமாக ஒரு ரூபாய் அளவுக்கு ஊறி, மேடிட்டிருந்தது. சாணித் தரை, சின்ன ஈரம் பட்டாலே பொம்மிக்கொண்டுவரும். அதோடு மெழுகாத பள்ளமும் மேடுமாக இருந்தது.

''அம்மாளுக்கு என்ன, பவல்லியே தூக்கம்?''

''உனக்குப் பொறுக்கலியாடாப்பா? உங் கண்ண அடுப்புல வைக்க.''

''வச்சி வச்சித்தான்டி எம்மவள கெடக்கு!''

''அவன் மொவரையப் பாரு. கெயக் குதிர.''

கால்களை நீட்டிப்போட்டு உட்கார்ந்திருக்கும் ஆரோக்கியத்தின் தொடையில் சவுரி செல்லமாக ஒரு கிள்ளு கிள்ளினான். 'ஓ'வென்று கத்தி, பொய்க் கோபத்தில் சவுரியின் முகத்தில் புறங்கையால் இடித்துவிட்டுச் சொன்னாள்:

''அட கொலகாரச் சண்டாளா, பாவி, ரத்தம் வராப்ல கிள்ளூறியே, நீ நல்லா இருப்பியா? உங்கையில புத்து வெக்க.''

''நீ என்ன வயசுக் குட்டின்னு நெனச்சியா?'' சவுரி ஓகோகோவென்று சிரித்தான்.

16

ஒரு நாள்போல் வருஷங்கள் ஓடிவிட்டன. இப்போதெல்லாம் ஆரோக்கியம் முன்னிரவில் சிறிது தூங்குகிறாள். பிறகு அது கண்ணில் நிற்பதில்லை. இருட்டுக்குள்ளிருக்கும் வாசல் நடையில் ஆரோக்கியம் கால்களை நீட்டிப்போட்டு உட்கார்ந்திருப்பாள். கண்களை அகல விரித்து, விரித்த பார்வையுடன் தன்னையும் இருட்டினுள் மேலும்மேலும் நுழைத்துக்கொள்ள முயல்வாள். இருளில் துழாவிப் பார்க்கப் பழகிவிட்டாள். இப்படி இருட்டினுள் பார்வையைப் பதிய வைக்க எண்ணும்போதே கூச்சம்போல் ஒரு உணர்வு உண்டாகும். வானத்தில் எப்போதாவது பறக்கும் பறவையின் சிறகசைவின் காற்றொலி குழாய்க்குள் ஊதிய காற்றாகக் கேட்கும். எதிரில் நிற்கும் கருவேல முள்புதரிலிருந்து ஓயாமல் வெளிப்படும் பூச்சிகளின் இரைச்சல், காலனியில் அழும் பெண்ணின் ஒற்றைக் குரலொலி காற்றின் அதிர்வால் தேய்ந்து மங்கலாய்க் கேட்கும். ஆரோக்கியம் அழத் தொடங்குவாள். அழுகுரலை இருட்டினூடாகக் கலக்க விடுவாள்.

பிறந்தது, வளர்ந்தது, சவுரியுடன் வந்தது, அப்போது வீட்டிலிருந்த கும்பல்கள், என்று ஆரம்பிப்பாள். பிள்ளைகளால், உறவுக்காரர்களால் உண்டான தொல்லைகள், கவலைகள் என்று உரைப்பாட்டாக நீளும். ஊரார்களின் விநோதப் போக்குகள், சகாயத்துடன் ஜோசப் போனது, மேரி கல்யாணம், பீட்டர் ஆறுமுகத்துடன் ஓடிப்போனது, ஒவ்வொருவரும் ஒவ்வொரு வழியாய் இருப்பதையும், இவள் குடும்பத்திற்கெதிரான கிரகக் கோளாறுகள்பற்றி அய்யர் சொன்னதுவரை சொல்லி அழுவாள். பாட்டாக,

கதையாக, கூத்தாக இதுவரை யாருமறியாத, மனதின் உள்ளொலி இசையில் நிகழ்த்திக் காட்டுவாள், இருளின் உள் சாளரங்களுக்குள்.

நேற்றுவரையிலான வாழ்வின் சகலத்தையும் தொண்டையின் ஒலியால் பிரித்தெடுக்க முயல்வாள். அவை விடிகையில் உருச்சிதைந்த, சொல்லவராத, ஒலி அலைகளில் அடங்காத கனவுகளாயிருக்கும். முகம் வீங்கி இருக்கும். தொண்டை கரகரப்பாக இருக்கும். வெளிச்சத்தில் காறிக்காறி உமிழ்வாள். அன்றைய நாளில் இருள்படியும்வரை கோபம் தணியாது.

''என் சீரு போச்சி.''

''பவுரு போச்சி.''

''அந்துசு போச்சி.''

''பொக மறையுறாப்ல எல்லாம் மாயமா மறஞ்சி போச்சி.''

''ஒரு கொற இல்லியே.''

''குத்தமில்ல.''

''புளியமரமாயிருந்தன்.''

''ராணிமாரியிருந்தன்.''

''ராஜாத்தியாட்டம்ல...''

''பூசக்கார வெள்ளாச்சி கெட்டா.''

''மணியக்காரன் மவமாரிதான்.''

''பீ தொடச்ச கல்லாப் போயிட்டனே.''

''வண்ணான் பீ கொளத்தோட போனா என்ன? ஆத்தோட போனா என்னன்னு இருக்கிறதா?''

''நெயலாத் திரிஞ்சன்.''

''இந்த ஊரு சனங்க காலடியில காலடி வச்சி நடந்தன்.''

''எங் கண்ணப் பொட்டயா ஆக்கிப்புட்டியே கடவுளே.''

''கீய்ப்பட்ட சாதிக்கிக் கீய்ப்பட்ட சாதியாப் பொறப்புச்சிப்புட்டியே அந்தோணியாரே!''

''வாவுக்கும் அஞ்சவில்ல
சாவுக்கும் அஞ்சவில்ல
சமாதிக்கும் அஞ்சவில்ல பாயிம்
சனங்களுக்கு அஞ்சுனனே!''

''கேப்பாரத்துப் போனன்.''

''வாவாத்தக்கி ஆளில்லாமப் போனன்.''

''ஒதுங்கி நிக்க நெய இல்லாமா ஆயிட்டன்.''

''ஒவ்வொரு நாளுப் பொயிதயும் அக்னியத் தாண்டுறாப்பலத் தாண்டித்தான் வந்தன்.''

''ஆடுயிருக்க எடயனுக்குப் பஞ்சமான்னு இருந்திட்டனே!''

''இப்பலாம் ஆருதான் புளியேப்பம் விடுறாங்க?''

''எல்லாம் வெறும் ஏப்பம்தான்.''

''கொட்டாவியாட்டம்...''

''வெறும் ஏப்பக்காரனுக்கு ராத்திரியில கண்ணு எப்பிடி மூடும்?''

ஆரோக்கியம் வழக்கமாக அறுவடைக் காலத்தை நோக்கி நாட்களையும் மாதங்களையும் எண்ணிக்கொண்டிருப்பாள். கிடைக்கவிருக்கும் வருமானம் குறித்துக்

கணக்குப் போடுவாள். அவற்றை வைத்துச் செய்ய வேண்டிய காரியங்களையும் யோசிப்பாள்.

அந்த ஆண்டு முடிந்ததுமே, அடுத்த கோடை வருமானம்பற்றி யோசிக்க ஆரம்பித்துவிடுவாள். முடிந்துபோன வருமான காலத்தையும் அதில் கிடைத்தது கிடைக் காததுபற்றியெல்லாம் எண்ணுவாள். வரும் வருமான காலத்தில் எல்லாம் சரியாகிவிடும், சரியாகணும் என்று நம்புவாள். மேரி வயிற்றிலிருந்த வருஷம் சவுரியுடன் அவள் படி வாங்கத் தெருவுக்குள் நுழைந்த வருமான காலத்திலிருந்து ஒவ்வொரு வருஷமும் இப்படியே நம்பிவந்திருக்கிறாள்.

மழை எப்போது பெய்யும்?

எப்போது விதைப்பார்கள்?

களையெடுக்க இன்னும் அதிக நாள் இல்லை.

அறுவடைக்கு எத்தனை மாதம் இன்னும் இருக்கிறது, அதிகமில்லை. ஒரு நாள்போல் ஓடிவிடும் ஆரோக்கியம் ஒவ்வொரு கோடைகாலத்தின் கடைசியிலேயே நாட்களையும், மாதங்களையும் கர்ப்பமாக இருக்கும் பெண்ணைப்போல் எண்ணியெண்ணிக் காத் திருக்கத் தொடங்கிவிடுவாள்.

திருவிழா என்றால் ஆரோக்கியத்தால் நேரத்தில் வீடு திரும்ப முடியாது. பிணை யடிக்கப் போன மாடுபோல்தான். வரும் நேரந்தான் கணக்கு. காரியக்காரர்கள் கூறும் ஒவ்வொரு சொல்லையும் ஒவ்வாதிருந்தாலும் தெருத்தெருவாக ஒவ்வொரு வாசல் முன்னும் தமுக்கடிப்பதுபோல் ஊக்கொலியுடன் கத்திச் சொல்வாள். முக்கியமானவர்களை அழைத்துவர மீண்டும்மீண்டும் அனுப்பப்படும்போதெல்லாம், உயிர் வலியில்லாமல் வாழ்கிற உயிரினமாக நகர்வாள்.

தேருக்குத் துணி கட்ட வேண்டும். அது பழுதுபட்டிருந்தால் ஒட்டுப்போட்டுத் தைக்க வேண்டும். திருவிழாவுக்குக் காப்புக் கட்டும் அன்றே தேர்ச்சீலையைச் சரிசெய்யும் வேலையைத் தொடங்குவாள். அது சவுரியின் அப்பன் ஊர்ப் பெரிய வர்கள் மூலம் கும்பகோணத்தில் வாங்கிவந்தது. ஆரோக்கியம் அதில் ஒட்டுப் போட்டிருக்கிறாள். சேர்த்திருக்கிறாள். ஒவ்வொரு திருவிழாவின்போதும் தேர் சிறிதுசிறிதாகப் பெரிதாகிக்கொண்டே இருக்கிறது. ஒவ்வொரு திருவிழாவின்போதும் ஆரோக்கியம் கலர்கலரான பலவகைத் துணிகள் வாங்கி பொம்மைகள் வரைந்து இணைத்துக்கொண்டேயிருப்பாள்.

திருவிழாவின்போது சிறுவர்களுக்கு ஆரோக்கியத்தால் பதில் சொல்லி முடியாது. நடக்கத் தெம்பு கிடைத்து நடக்கத் தொடங்கிவிட்ட குழந்தைகள்கூட விட மாட்டார்கள். ஒவ்வொருவரும் தங்கள் வீட்டுக்கு முதலில் வர வேண்டுமென்று கூவுவார்கள். அதற்காக ஆரோக்கியத்திடம் சண்டையும் போடுவார்கள். கூப்பிடுபவர்கள் ஒருவருக்கொருவர் சண்டைக்காரர்களாக இருந்தால் ஆரோக்கியத்தின் நிலை மோசமாகிவிடும். இரண்டு வீட்டுக்காரர்களும் சண்டைக்கு வருவார்கள். சண்டைபிடித்துக்கொள்வார்கள். வீட்டிலுள்ளவர்கள் அவர்களின் துணிகளை மறந்து போடாமல் விட்டிருந்தால் போதும், அவற்றை எடுத்துக்கொண்டு ஆரோக்கியத்தைத் தேடித் தெருத்தெருவாகச் சுற்றுவார்கள். வீட்டுக்கு வருவார்கள். தொரப்பாட்டுக்கும் வருவார்கள்.

''ஏ வண்ணாத்தி மவள, என் சட்டய மறந்துட்டியா?''

''வெள்ளைவெளேர்னு வெளுத்துக் கொண்டா.''

''உய மண்ணு நல்லாப் போடு.''

''தண்ணியில காட்டி சும்மா எடுத்தாந்துடாத.''

''எந்துணிதான் மொதல்ல வரணும்.''

''ஏ வண்ணாத்தி.''

''ஆரோக்கியம்''

''வண்ணாத்தி மவளே''

''வண்ணாத்தி''

ஆரோக்கியம் இளமையாகவும் செழிப்பாகவும் குருவியைப்போல் இருந்த காலத்தில் அவளுடைய கால்கள் நிலைத்து நிற்காது. அவள் வீட்டுக்கும் காலனிக்கும் இடையில் இருக்கும் ஒரு பர்லாங் தூரத்தை ஒரு மூச்சாக நடந்துவிடுவாள். ஒரு நாளுக்கு நூறு தடவைக்குமேல் நடந்தாலும் சிறுபிள்ளைகளைப்போல் அலுப்பில்லாமல் ஓடுவாள்.

ஆறு தெருக்கள். தெருவென்று பெயர் இருந்தாலும் எதுவும் தெருவாக இருக்காது. ஒவ்வொரு வீடும் அதற்கேயுண்டான தனித்தனியான அமைப்பினுள்தான் இருக்கும். ஒரு ஒழுங்கமைவினுள் அடங்கி இருக்காது.

ஒவ்வொரு தெருவுக்கும் இடையில் ஆறடி இடைவெளிகூட இருக்காது. அந்த இடைவெளியும் பாம்புப் பாதைபோல் இருக்கும். மழைக்காலமென்றால் தெருவில் நடப்பது, வயலில் சேறடிக்கும் நிலைதான். கால்கள் கூசும். நசநசவென்று மக்கல் நாற்றமடிக்கும். சேறும் சகதியும் எங்கு பார்த்தாலும் தேங்கி நிற்கும். தண்ணீர் வெளியேற வழி இல்லை. சுவர்கள் ஒரு கஜ உயரத்துக்கு ஓதம்காத்து வெளிறிய கருமை நிறத்துடன் நின்றிருக்கும். பச்சை படர்ந்திருக்கும். வீட்டின் பின்புறச் சுவர்களுக்கிடையில் இருக்கும் ஒரு அடி இடைவெளியிலும் பன்றிகள், முடிகள் குளிரில் குத்தீட்டிகள்போல் விறைத்து நிற்க நாள் கணக்கில் நீரில் நின்றிருக்கும். அவை ஒன்றுடன் ஒன்று உறுமிக்கொண்டுமிருக்கும். வேர்க்கடலை நிலம்போல் கூரைகளின்மேல் அம்மாக்காய்ச் செடி முளைத்துச் செழுமையாகப் படர்ந்திருக்கும். ஒரு வீட்டிலிருந்து மற்றொரு வீட்டுக்குப் போக வேண்டுமென்றால் தழையை வயலில் போட்டு மிதிப்பவர்கள் கால்களை தூக்கித்தூக்கி வைப்பதுபோல்தான் நடந்து போக வேண்டும். காலைத் தூக்கி வைக்கும் ஒவ்வொரு முறையும் சேற்றில் அமர்ந்திருந்த கொசுக்கள் ஒத்திசைப்பு ஒலியெழுப்பிப் பறக்கும். ஒவ்வொரு வீட்டின் வாசல் நடையிலும் கந்தல் சாக்கு, ஈரச் சேற்றுக் கால்களைத் துடைப்பதற்காக விரித்துப் போடப்பட்டிருக்கும்.

அடைமழையின்போது, சில வீடுகளின் சுவர்கள் தேங்கி நிற்கும் மழை நீரில் ஊறிச் சரியும், அல்லது அப்படியே உட்கார்ந்துவிடும். விட்டங்கள், பக்கவாட்டு இணைப்புக் கழிகள் உளுத்துப்போயிருந்தால், மழைக்காலங்களில், கூரை ஊறிவிடுவதால், கனம் தாங்காமல் முறிந்துவிடும். நடு வீடு வானம் பார்த்த பூமிபோல் தெரியும். கூரை சரிந்தவர்கள், வீடு சரிந்தவர்கள் தங்களுடையதோ, பிறருடையதோ மாட்டுக் கொட்டகைகளில் குடித்தனம் செய்வார்கள். மாடுகள், ஆடுகளை மரத்தின் வேர்களில் கட்டிவிடுவார்கள். மழையிலும் குளிரிலும் தோலையும், அதிலிருக்கும் முடிகளையும் விறைப்பாக்கிச் சேற்றில் கால்களை மாற்றிமாற்றி வைத்து அவை கத்திக்கொண்டிருக்கும்.

மழைக்காகச் சாக்குக் கித்தான்கள், தென்னை மட்டையால் செய்த 'சம்மங்கூடு' ஆகியவற்றை மாட்டிக்கொண்டு சனங்கள் திரிவார்கள். பின்னால் வெகு தொலைவிலிருந்து அவர்களைப் பார்த்தால் மிரட்டும் வகையில் புதிதாகத் தோன்றிய இருளாகத் தெரிவார்கள்.

காலனியிலிருப்பது சற்றுச் சாய்வான பள்ளமான பகுதியில். ஆரோக்கியத்தின் வீடு, அதைவிடப் பள்ளமான பகுதியில். ஆனால் நீர் வெளியேற சாய்கால் கொண்ட இடம். குடித்தெரு அவ்வளவு மேட்டுப் பகுதியில் இல்லையென்றாலும் மேடான

இடத்தில்தான் இருந்தது. இந்த மேடான பகுதிகளிலிருந்து வரும் தண்ணீர் இரண்டு மூன்று பர்லாங் தூரம் கடந்து வந்து காலனியில் நுழையும். குடித்தெருத் தண்ணீர், காலனி நீருடன் கலந்து ஆரோக்கியத்தின் வீட்டு வழியாக மஞ்சள், பச்சை வண்ணத்துடன் ஓடையில் சென்று கலக்கும்.

மழைக்காலமானாலும்சரி, வெயில் காலமானாலும்சரி, குறவர்கள், தொம்பன்கள், பாம்பு பிடிப்பவர்கள், யாராக இருந்தாலும் காலனிக்கும், குடித்தெருவுக்கும் இடையில் எல்லைக்கல்லாக நிற்கும் ஆலமரத்தின் இலைகளின் கூட்டு நிழலில் எவ்வளவு நாட்களானாலும் தங்கிப் போவார்கள்.

ஆரோக்கியத்தின் கண்கள் எந்தப் பொருளையும் அதன் இயல்பான நிலையில் வைத்துப்பார்த்து வெகு காலமாகிறது. எல்லாம் புகைபோல் படர்ந்துபடர்ந்து போகின்றன. கண்கள் வழக்கத்தைவிடத் துழாவித்தான் பார்க்கின்றன. தெரியவில்லை. ஆரோக்கியம் எதையெல்லாம் மறக்க எண்ணுவாளோ, அவைதான் தரையிலடித்த பந்துபோல் மீண்டும்மீண்டும் எழும்பி, முன்னிலும் வீரியத்துடன் மனதில் வரிசை கட்டிக்கொண்டு வரும்.

ஆரோக்கியத்துக்குப் பொழுது நகரவில்லை. அவள்கூட மாறிவிட்டாள். முன்பென்றால் காரணமின்றித் தெருத்தெருவாகச் சுற்றிவருவாள். வேலைகள் அதிகம். தெருவில் இப்போது எப்போதாவதுதான் வேலை வருகிறது. அவள் கால்கள் அரிப்பெடுத்தவை. அவள் எங்கு போக முடியும்? வேலையும் ஒன்றுமில்லை.

இப்போது இந்த ஊரே பழைய ஊராக இல்லை. முதன்முதலாக பஸ் வந்தது. பிறகு பள்ளிக்கூடம் மூன்று முறை திறந்தார்கள்; டீக்கடைகள், இட்லி, பிறகு சாப்பாட்டுக் கடை கள். தார் ரோடு போட்டது, காலனியில் கிராவல் கொட்டியது, தண்ணீர்த் தொட்டி கட்டி தெரு முனைக்கு ஒரு குழாய் போட்டது. சில வீடுகளுக்குள்ளேயேயும் குழாய் வந்தது.

திடீரென்று தெருக்களில் விதவிதமான வண்ணங்களில் ஏதேதோ போஸ்டர்கள், நோட்டீஸ்கள், சில, வீடுகளில்கூட ஒட்டப்பட்டிருந்தன. கோவிலின் முன்னுள்ள மைதானத்தில் ஐந்தாறு கட்சிக் கொடிக் கம்பங்கள். இன்னும் என்ன என்னவோவெல்லாம் புதுசுபுதுசாக வந்துவிட்டது. எல்லாம் பழையது ஆன பிறகுதான் தெரியவருகிறது.

போன வாரத்தில்தான் சலவைக்கடைக்காரனை நெருக்கத்தில் பார்த்தாள். என்னவோ ஆடு வெட்டுகிறவன் மாதிரி கெட்டியாகக் கருப்பாக இருந்தான். மீசை ஆளையே பயமுறுத்தியது. ஓட்டப் பந்தயக்காரன் மாதிரி எட்டிஎட்டி நடையைப் போட்டான். ஆரோக்கியத்துக்கு ஆளைச் சிறிதும் பிடிக்கவில்லை. கோழி முட்டை மாதிரி கண்கள் என்றாள். தையல்கடைக்காரனையும் பார்த்தாள். நல்ல வெளுப்பாக ஆள் இருந்தான். உடம்பு, நடை, மீசை, பார்வையெல்லாமே மற்றவர்களை விரட்டி மிரட்டும் தோரணைதான்.

மேரி முன்னமே சொல்லியிருந்தாள். ஆனால் இப்போதுதான் இவளால் நேரில், தன் கண்களாலேயே காண முடிந்தது. அவர்களின் தோற்றம்பற்றி எல்லாரிடமும் சொல்லி சொல்லிச் சிரித்தாள்.

எல்லாம் தலைகீழாகத்தான் மாறிவிட்டது. முன்பு கோடைக் காலத்தில்கூட காடுகளில் பசுமை இருக்கும். தானியங்கள் விளைந்தபடிதான் இருக்கும். ஆனால் இப்போது கண் ணில் பசுமையே படுவதில்லை. சவுக்கு மரமும் பருத்திச் செடியுமாய்த் தான் நிற்கின்றன. தானியங்கள் பயிரிடுவதையே குறைத்துக்கொண்டுவிட்டனர். இப்போது மேட்டுநிலக் காடுகளில்கூட சவுக்கும் பருத்தியுமாகிவிட்டது. ஏதோ கால், அரை ஏக்கர் என்று வைத்திருந்தவர்கள்தான் உணவு தானியம் பயிர்செய்தார்கள்.

அன்றாடம் கூலி ஜீவனம் செய்பவர்களின் நிலைதான் மோசமாயிற்று. முன்பு பஞ்சம் பிழைக்கச் சிதம்பரம் பக்கம் நெல் அறுக்கப் போவார்கள். கம்பு அறுக்கவும் போவார்கள். ஆனால் இப்போது சென்னை, பெங்களூர் என்று ஆண்கள் மட்டும் கிளம்பிவிட்டனர். ஊரில் கிழடுகளும் சிறுவர்களும் பெண்களும் மட்டும்தான் இருக்கிறார்கள். திருவிழா, முக்கியக் காரியங்கள் என்றால்தான் ஆண்கள் கிராமத்துக்கு வருகிறார்கள். சிலர் குடும்பத்தோடு போய்விட்டனர்.

முன்பு மழை இல்லாமலிருந்தால்தான் பஞ்சம் ஏற்படும். மேரி பிறந்த வருஷம்தான் கடும் பஞ்சம். ஊர்ச் சனங்கள் எல்லாம் பஞ்சம் பிழைக்க தேசம்தேசமாய் ஓடியபோதுகூட ஆரோக்கியம் நகரவில்லை. குதிரில் போதிய அளவுக்குத் தானியம் இருந்தது. வேண்டியவர்களுக்கு இலவசமாகவும், சிலருக்குக் கடனாகவும் தந்தாள். சில நபர்களிடம் பணத்துக்கும் விற்றாள்.

இப்போது நிலைமை வேறு. முன்பு காடுகளாக இருந்தவற்றை எல்லாம் சீராக்கிப் பயிர் நிலமாக்கியும் உணவுப் பொருள் கிடைக்கவில்லை. கண்ணில் தென்படும் திசையெல்லாம் சவுக்கு, யூகலிப்டஸ் மரங்களாகத்தான் தெரிகின்றன. ஊரில் நிரந்தரப் பஞ்சம் ஏற்பட்டுவிட்டது. என்றென்றும் நீங்காப் பஞ்சம்.

ஊரில் எஞ்சியிருந்தோரும், எப்போது பார்த்தாலும் கையில் பீடி, சிகரெட்டுடன் சுற்றினார்கள். ஜோராகக் கிராப்பும் சட்டையுமாக இருந்தார்கள். பெண்கள் வினோதமான சட்டை, சேலையெல்லாம் அணிந்தார்கள். சட்டி பானையில் இருந்த கொஞ்சம் தானியங்களையும் விற்றுச் சினிமாவுக்குப் போய்வந்தனர். தண்ணீர் எடுக்குமிடங்களில், தெரு முனைகளில், வாசல் நடைகளில் பெண்கள் அழகாய் நின்று, அமர்ந்து சினிமாக் கதைகள் பேசினர். சிலர் பாட்டுக்கூடப் பாடிக்காட்டினர்.

ஜோசப்பைப் பார்க்க, சவுரி இரண்டாம் முறை போய் வந்தபோது கிராப்புடன் வந்தான்; சினிமாவும் பார்த்ததாகச் சொன்னான். பெண்கள்போல் முடியை உதறிஉதறிக் கட்டப் பிடிக்கவில்லை என்றான். அவனைப் பார்க்கவே அப்போது ஆரோக்கியத்துக்குப் பிடிக்காமலிருந்தது. ஆனால் இப்போது சவுரியைப் பார்க்கும்போது கிராப் அவனுக்கு நன்றாகத்தான் இருக்கிறது.

ஜோசப் சின்னசேலம் போனவுடன் கிராப் வைத்துக்கொண்டான். மீசை வைத்ததைக் கேட்டு ஆரோக்கியம் அதிர்ந்துபோனாள். முதலில் குடியே முழுகிவிட்ட மாதிரி அழுது புலம்பினாள். குலம் கெடுக்க வந்த சகாயத்தால்தான் எல்லாம் நடக்கின்றனவென்று அவளைத் திட்டினாள். அவளால் என்ன நடக்கவில்லை? எல்லாமும் நடந்துவிட்டது. ஆரோக்கியம் மருமகளாக இவ்வீட்டில் நுழைந்தபோது எல்லாச் சாமான்களுமே மண் சட்டிகள், மண் மொடாக்கள்தான். தினமும் கையாளுகிற சின்னச் சின்னச் சாமான்கள்கூட மண்சாமான்கள். கை தவறிவிட்டால் நொறுங்கி, தூள்தூளாகிவிடும். குழம்புச் சட்டியிலிருந்து எல்லாம், சோறு சமைக்கும் சட்டிகள்கூட, மண்ணால் செய்தவை. நாலைந்து அடுக்கு மொடாக்கள், தானியங்கள் கொட்டி வைக்க மூலையில் வரிசையாக நின்றிருக்கும்.

ஆரோக்கியம் குடும்பப் பொறுப்பை ஏற்றபின் முதன்முதலாகச் சோறு எடுக்க மட்டும் ஒரு அலுமினியக் குண்டு எடுத்தாள். அது, தொரப்பாட்டுக்குச் சோறு எடுத்துப்போக மற்றொரு குண்டான் வாங்க வைத்தது. சிறிது காலம் கழித்துச் சோறு தின்னும்போது மண் அகல் சட்டிகள் அடிக்கடி உடைந்ததால் அலுமினியத் தட்டுகள், சொம்புகள் வாங்கினாள். மண் அகல் சட்டியில் சோறு வைத்தால் ஜோசப்போ மேரியோகூடத் தொடுவதில்லை. பீட்டர் பிறந்தபோது ஒரு பித்தளைத் தூக்குப் போகணி வாங்கினாள். பிறகு தம்ளர், சொம்பு என்று அதிகரித்தது.

சகாயம் வந்தாள். எல்லாம் மாறிற்று. தட்டுகள் முதல் தம்ளர், சொம்பு, குழம்புக் கரண்டிகள், வடிதட்டுகள், சோறு நீர் எடுக்கக் குடம்வரை சில்வர் என்றாகிவிட்டது.

ஊரில் இப்போது யார் வீட்டில்தான் மண் சட்டிகள் இருக்கின்றன? எல்லாமும் பித்தளையும் சில்வரும் என்றாகிவிட்டது. பெண்களின் உடுப்புகள்கூட முன்புபோல் இல்லை. இடுப்பில் கட்டினால் தண்ணீர்போல் வழுக்கிவழுக்கி ஓடுகிறது. உடம்பு அப்படியே தெரிகிறது. சட்டையும் அப்படித்தான், சல்லாத் துணிபோல் இருக்கிறது. அக்கா, தங்கை அக்குளைக்கூடப் பார்க்க வைக்கிற மாதிரிதான் இருக்கிறது. சேலையில் ஆரோக்கியத்தால் எதையும் கட்டி வைக்க, முடிந்து வைக்க முடியவில்லை. முன்பு என்றால் பருப்பு, மிளகாய், தின்பண்டம், அரிசி, தானியமென்று ஐந்தாறு முடிச்சுகள் அவள் இடுப்பைச் சுற்றி இருக்கும்.

இப்போதெல்லாம் அடிக்கடி அவளுக்குத்தான், 'புதிதாக ஒரு ஊருக்கு வந்து விடவில்லையே' என்ற சந்தேகக் கேள்வி வருகிறது. பழைய உயிர்ப்பு இல்லை, அந்தப் பற்றுதலும் பாசமும் எப்படி இல்லாமல் போனதென்று எண்ணி வருந்த ஆரம்பித்தாள்.

இது பழைய ஊர் இல்லை. இந்த ஊரின் மண் என்பதற்கு இப்போது எவ்விதமான அன்பான அடையாளமுமில்லை. முன்பெல்லாம் சுடுகாட்டுச் சாம்பலில்கூட ஒரு மணம், ருசி இருக்கும்.

முன்பு பறையர்களுக்குக் குடித்தெருப் பரியாரி முடி வெட்டுவதில்லை. டீக்கடையில் கூட அவர்களை நுழையவிட்டதில்லை. புளிய மரத்தடியில், வேப்ப மரத்தடியில் உட்கார்ந்து தாங்களே வெட்டிக்கொள்வார்கள். கந்தன் எப்படியோ இந்தத் தொழிலைக் கற்றுக்கொண்டிருந்தான். நல்ல வருமானமும் இருந்தது. இப்போது சுத்தமாகக் கந்தனை யாரும் சீந்துவதில்லை. கிழடுகள், சிறுவர்கள் மட்டும்தான் அவனிடம் வருகிறார்கள். அந்த முடியையெல்லாம் கொண்டுவந்து கந்தன் சவுரியின் வீட்டின் முன்னிருக்கும் கருவேலமரத் தோப்புக்குள்தான் கொட்டிவிட்டுப் போவான். ஊரில் இப்போது நிறைய கடைகளை வெளியூர் ஆட்கள் வைத்து வித்தியாசம் காட்டாமல் வெட்டுகிறார்கள்.

இப்போதெல்லாம் ஆரோக்கியத்துக்குத் தலைவலி வரும்போது கோசலையை விட்டு டீ வாங்கிவரச் சொல்லிக் குடிக்கிறாள். ஒருமுறை இவள் தலைவலி, தலைவலியென்று துடித்தபோதுதான் தெருவில் சொன்னார்கள். அதிலிருந்து தலைவலி வரும்போதெல்லாம் டீ வாங்கிவரச்சொல்லிக் குடிப்பாள். முன்பு தலைவலியென்றால் மிளகு ரசம் வைத்து வேது பிடிப்பாள், தலைவலி, காய்ச்சல் பறந்துபோகும். இப்போதெல்லாம் மாத்திரையை வாங்கி வரச்சொல்லி விழுங்குகிறாள்.

அவள் உடம்பில் இருந்த கட்டுறுதியெல்லாம் எங்கோ தொலைந்துபோய்விட்டது. அவள் உடம்பில் இப்போது வெறும் எலும்பும், உள்ளீடற்ற பைபோல் சுருங்கிய தோலும் தான். தலைகூட ஒரே வெள்ளையாகச் சுண்ணாம்பு அடித்ததுபோல். அவள் ஓய்வாக இருக்கும்போது தன் உடம்பையே பார்ப்பாள். பஞ்சகாலத்தில்கூட அவள் உடம்பு தளர்ந்து சுருங்கி இளைத்ததில்லை. ஆண் உடம்புபோல்தான் இருந்தது. தன் கைகளைத் தடவித்தடவிப் பார்ப்பாள். கால்களை நீட்டிப் போட்டு உருவி, தொட்டுப் பார்ப்பாள். வேற்றாள் உடம்புபோல்தான் இருக்கிறது என்று பெருமூச்செறிவாள். அவளுக்கே சந்தேகம் வந்துவிடும். பிடித்துவைத்த கொழுக்கட்டைபோல் எவ்வளவு கெட்டியாக, சதைப்பற்றுடன் இருந்தது. இந்தக் கால்கள்தான் ஒரு நாளில் காலனியை எத்தனை முறை நாயாய்ச் சுற்றிச் சுற்றிவரும். தொரப்பாட்டுக்குப் பறந்தோடும்.

ஆரோக்கியம் இப்போதெல்லாம் தனக்குள்ளேயே முணுமுணுக்க ஆரம்பித் திருந்தாள். இப்போதெல்லாம் யோசிக்க அதிக நேரம் கிடைக்கிறது. பிறரிடம் பேசவேண்டியிருக்கவில்லை. எவ்வளவு நேரம் வேண்டுமானாலும் அவள் பேசலாம். ஆனால் அவளுடன் பேச யாரும் இல்லை. அவளாகப் பேசினாலும், அவளிடம் பேச மற்றவர்களுக்கு நேரமே இருப்பதில்லை. ஆரோக்கியம் கிழவி. ஊரில் இப்போதெல்லாம் கிழவி என்றுதான் அழைத்தனர். முதலில் சிறுவர்கள், இளைஞர்கள் இவ்வாறு அழைத்தனர். இப்போது எல்லாரும் அதே குரலில்தான் கூவுகின்றனர். முதலில் இதற்காகவே ஒரு வாரம் அழுதாள்.தொரப்பாட்டில் துணியை அடித்துக் காயப்போட்டவுடன் அலுப்பாயிருந்தாலும் படுக்க மாட்டாள். வயல்களில் சுற்றி வருவாள். ஓடையைச் சுற்றியுள்ள வயல்கள்தான் எவ்வளவு பசுமையாக இருக்கும். வரப்பில் நடக்கும்போது ஏதோ ஒரு மணம் வரும். எல்லாம் கலந்த கலவையாக இருக்கும். கண்ணுக்கெட்டியவரை ஒரே பசுமைதான். விதவிதமான பயிர் வகைகள். எல்லாவற்றிலிருந்தும் மணம் ஒரே நேரத்தில் காற்றில் கலந்துவரும். காட்டுப் பூக்களின் மணம். இந்த மண்ணின் மணம்தான் தூக்கலாய் வரும்.

ஒவ்வொரு வயலாய்ச் சுற்றி வரும்போதும், கத்திரி, கொத்தவரங்காய், வெண்டை, தக்காளி என்று அஞ்சாமல் பறிப்பாள். புளிச்சக் கீரை, தண்டுக் கீரை என்று பிடுங்கி வருவாள். தொரப்பாட்டுக்கு வரும்போது ஒரு வாரத்துக்குத் தேவையான கீரை, காய்கள் அவள் மடியில் இருக்கும். யாரும் கேட்க மாட்டார்கள். மீறிக் கேட்டாலும் அவர்களுக்கேற்ற பதிலைச் சொல்லவும் தெரியும். சொந்தம் வைத்து உறவு கொண்டாடுவாள்.

பெண்கள் என்றால், அக்கா, அத்தை, மகளே என்று அன்பாகப் பேசுவாள். ஆண்கள் என்றால், ''யார் வீட்டுக் காட்டுல நான் போய்ப் பறிச்சேன். என் ஆண்ட வூட்டுக் காட்டுல நான் பறிக்காம வேற யாரு பறிப்பாங்களாம்?'' என்பாள். சிறுவர்கள் என்றாலே இவளுக்கு குஷி பிறந்துவிடும். அவர்களை அவளம்மா பெற்ற போது எவ்வளவு கஷ்டப்பட்டாள். அவர்களின் பீ, மூத்திரத் துணிகளையெல்லாம் எப்படி ஆனந்தமாய் இவள் அலசினாள். அவர்கள் கல்யாணமே இவள் இல்லாமல் நடக்கக் கூடாது, அவ்வளவு முக்கியமானவள். அவர்களை விட்டே காய்கள், கீரை பறித்துவரச் செய்து வாங்கிவருவாள்.

சில நேரங்களில் மரங்களின் நிழலில் அமர்ந்தபடியே விரல்களால் மணலில் கோடுகள் கிழிப்பாள். விரல்கள் வீடு கிளம்பும்வரை நிற்காது. கிழித்த அதே பழைய, ஒரே கோட்டிலேயே விரல்கள் சுழன்றுசுழன்று வரும். அவள் அக்கோட்டையே அழுத்திஅழுத்திக் கிழிப்பாள். கண்களிலிருந்து மணலில் நேரே நீர் இறங்கும். அப்போதெல்லாம் அவள் வாய் மெல்ல அசைந்து முணுமுணுக்கும்.

''காலம் கலி காலம்
காடு கொண்ட வெறுங்கோலம்
நானானேன் பறக்கோலம்
எனக்கில்லை இனி மணக்கோலம்.''

ஆரோக்கியம் இப்போதெல்லாம் நிறையக் கனவு கண்டாள். நேற்றிரவு அவள் எதையும் மனதில் எண்ணவில்லை. அழக்கூடச் செய்யவில்லை. மனமே மரமாக மரத்துப்போன நிலையில் நேற்றிரவு வாசல் நடையில் தெருவில் முந்தானையை விரித்துப்போட்டுப் படுத்திருந்தாள்:

ஒரு இளம் பிள்ளையின் சவத்தை இருவர் தோளில் கழி மாட்டித் தூளியில் தூக்கிக்கொண்டு நடக்கின்றனர். ஒற்றை மேளம் மட்டும் முன்னே போகிறது. ஆள் தெரியவில்லை. சவத்தூளியிலிருந்து ரத்தம் சொட்டிக்கொண்டேபோகிறது. நல்ல பகல் பொழுது. அழுகுரல் கேட்கிறது. பல குரல்கள். ஆண், பெண் குரல்கள். குழந்தைகள் வீறிட்டுப் பலமாக அழுகின்றன. ஆட்கள் யாருமில்லை. சவத்திலிருந்து ஒழுகிய ரத்தம் நேரே ஒரு சொட்டு இவள் கண்ணில் படுகிறது. எரிச்சல் தாங்க முடியாமல் கத்தியபோது விழிப்புவந்துவிட்டது.

அப்போது நேரம் என்னவென்று தெரியவில்லை. கிராமமே குழியில் புதைத்த பிணம்போல் இருளில் மறைந்திருந்தது. வெள்ளிகூட முளைக்கவில்லை. அவள் உடல் வியர்த்து நடுங்கத் தொடங்கியது. பிறகு அவள் தூங்கவே இல்லை. கனவுபற்றி எண்ணினாள். கெட்ட கனவு. குடும்பத்திற்கோ ஊருக்கோ பெரும் அழிவு வருமென்று அவள் மனம் நம்பிற்று. ஊர் அழிந்துவிடுமோ என்ற கவலையிலாழ்ந்தாள்.

இந்த ஊர் அழிவதென்றால் பெரும் பஞ்சமென்று ஒன்று ஏற்பட்டால்தான் அழிய முடியும். பஞ்சமாகிவிட்டால் சனங்கள் சோற்றுக்கு என்ன செய்வார்கள்? தேசாந் திரம் ஓடி வயிற்றை வளர்ப்பார்களா? இந்த வயிற்றை நாடுவிட்டு நாடு சென்றுதான் வளர்க்க முடியுமா? அப்படியென்றால் தன் நிலை என்னவாகும் என்று ஆரோக்கியம் எண்ணினாள்.

''புள்ளென்னு பிண்டமாத் தரெயிலெ விழுந்ததிலிருந்து நாளது தேதிவரெக்கும் எனக்கு வவுறே சாமியாப் போச்சீ.''

''வவுறு வளக்கறதுதான் தொயிலாப் போச்சி.''

''கயிதெமாரி பொதி பொதியாத் துணியெச் சொமந்தன்.''

''ராவு, பவலு சட்டியத் தூக்கிக்கிட்டு ஊடுஊடா நின்னன்.''

''நான் பட்ட அவச்சொல்லும் இழிசொல்லும்...''

''எல்லாம் வவுத்துக்குதான்.''

''வவுறு என்ன சமுத்தரமா?''

''ரவ வவுறு நெறய மாட்டங்குது.''

''என் ஆயள் பூரா உயச்சாலும் அது நெறயாது.''

''நான் பாடுபட்டதெல்லாம் வவுற நெறப்பத்தான்.''

''வவுறு நெறயல.''

''அம்பது வருசமாத் தொரப்பாட்டுக்கும் காலனித் தெருவுக்குமா நடந்து இந்த வவுத்த வளத்தன்.''

''நான் இருக்க மட்டும் அது நெறயாது.''

''வவுறே வாய்வாப் போச்சு.''

''நாங்கறதே வவுறுதான்.''

''உலகங்கறதும் வவுறுதான்.''

''அந்தோணியாரே.''

ஆரோக்கியம் எழுந்து உட்கார்ந்தாள். மயக்கம் வருவதுபோலிருந்தது. உள்ளே போய்த் தண்ணீர் குடித்தாள். திட்டுத்திட்டாக நடு வீட்டில், இடிந்து விழுந்துபோன குதிருக்கு அருகில் சூரிய ஒளி படர்ந்திருப்பதைக் கண்டாள். எப்படியும் இதை வேய்ந்துதான் ஆக வேண்டுமென்று எண்ணினாள். தெருவில் வந்து நின்று பார்த்தாள். மனித நடமாட்டம் இல்லை. மீண்டும் வாசல் நடையில் உட்கார்ந்துகொண்டாள்.

ஊர்ச் சாவுகளிலெல்லாம் இருந்த தனக்கு, தன் சாவின்போது யாரும் இருக்க மாட்டார்களோ என்ற எண்ணம் வந்தது. அவள் வீட்டுச் சாவில் காலனிக்காரர்கள்

கலந்துகொள்ள மாட்டார்கள். மாமியார், மாமனார், இன்னும் யார்யாரோ செத்தார்கள். ஒரு ஆள் வரவில்லை. மறுநாள் வழியில் விசாரிப்பார்கள், காரியத்துக்குப் பொருள் கொடுப்பார்கள், அவ்வளவுதான். ஆரோக்கியத்துக்குத் தன் சாவின் மேலேயே திடீரென்று பயம் உண்டாயிற்று. அநாதையான சாவுதான். புருசன் இருந்தும், பிள்ளைகள் பெற்றும், வாழ்வு முழுதும் ஒரு ஊருக்கே பொது வேலை செய்தவளின் சாவு தனிமைச் சாவுதான் என்ற எண்ணமே அவளை வாட்டியது. பொழுது போவதையும், கண்ணில் இறங்கும் நீரையும் கவனியாமலேயே இருந்தாள்.

சவுரி வந்தான். மௌனமாகத் தெருவிலேயே உட்கார்ந்துகொண்டான். ஆரோக்கியம் கேட்ட கேள்விகளுக்கெல்லாம் அவன் பதில் கூறவில்லை. அவள் பார்வை கருவேல முள் காட்டில் இருந்தது. சிறிது நேரத்திற்கெல்லாம் கோசலை ஆடுகளை ஓட்டி வந்து அவள் வீட்டில் கட்டிவிட்டு நேரே ஆரோக்கியம் மடியில் வந்து உட்கார்ந்தாள். பிறகு தண்ணீர் குடிக்க உள்ளே சென்று பார்த்துவிட்டுத் திரும்பி அழ ஆரம்பித்தாள். தண்ணீர்கூட இல்லையே என்று அவள் குற்றம் சொன்னாள். அப்போதுதான் ஆரோக்கியத்திற்கே தெரிந்தது. கோசலையைச் சமாதானம் செய்து அவளிடம் சிறு அலுமினியக்குண்டு ஒன்றைக் கொடுத்து, தானும் ஒரு குடத்தை எடுத்துக்கொண்டு கிளம்பினாள்.

வானத்திலிருந்து இருள் புகைப்படலமாய்த் தரை நோக்கி இறங்குவதைப் பார்த்தபடியே சவுரி இருந்தான்.

17

எத்தனை ஆண்டுகள் ஒரு நாள்போல் மறைந்தொழிந்துவிட்டன. ஓடையில் ஓடும் நீர்கூட இரு கரைகளிலும் சில காலம்வரை சில அடையாளங்களை விட்டுச் செல்லும்.

ஆரோக்கியம் அஞ்சாங்கல்லு விளையாடிக்கொண்டிருந்தாள். கோசலையும் ஆரோக்கியத்துக்கு ஈடாக விளையாடிக்கொண்டிருந்தாள். ஆரோக்கியம் உருண்டை, உருண்டையான சின்னக் கற்களைப் புறங்கையில் வைத்துச் சொடுக்கிவிட்டுப் பிடித்தாள். சிதறி விழுந்த கற்களைப் பொறுக்க ஒரு கல்லை மேலே போட்டுவிட்டு, ஒரு கல்லை எடுத்து, மேலே போன கல்லைப் பிடித்தபடி இருந்தாள். ஆரோக்கியம் சொடுக்குவதையும், மேலே விட்டுக் கல்லைப் பிடிப்பதையும் கோசலை ஆவலாகப் பார்த்துச் சிரித்துக்கொண்டிருந்தாள்.

சவுரி திட்டினான். ''இருக்கற பஞ்சமே கோமணத் துணிய அவுக்குது. இன்னம் பஞ்சம் வர அஞ்சாங்கல்லு ஆடுறீங்களாம்மா ஆட்டம்?''

''அதுக்கென்ன? இருக்கட்டும், இருக்கட்டும். இனிமே என்ன கொற?''

அஞ்சாங்கல்லு விளையாடும் பெண்களைக் கிழவர்கள்தான் திட்டுவார்கள். பஞ்சம் பெருத்துப்போகும் என்பார்கள். ஆனால் குமரிப் பெண்கள் தை, புரட்டாசி, ஐப்பசி ஓய்வு காலத்தில் பொழுதுபோவது தெரியாமல் இதை விளையாடிக்கொண்டுதானிருப்பார்கள். ஆனால் விதைப்புக் காலத்தில் யாரும் விளையாடுவதில்லை. சவுரி காலையில்தான் ஊரிலிருந்து வந்தான். களைப்பால்தான் திட்டுகிறான் என்று நினைத்துக்கொண்டாள்.

கோசலை ஆடு மேய்க்கப் புறப்பட்டுப் போனாள். ஆரோக்கியமும் தொரப்பாட்டுக்குக் கிளம்பினாள். சவுரி முரண்டினான். ''துணி எங்க இருக்கு போறதுக்கு?'' என்றான். ''இருக்கிறதெ நாலயும் எடுத்துக்கிட்டு, காலத்தியாப் போயிட்டு வரலாம். நடந்த காலுக்குத்தான் சீதேவி'' என்று சவுரியை இழுத்துக்கொண்டு

ஓடைக்குப் புறப்பட்டாள். பொழுதும் போகவில்லை. தொரப்பாட்டுக்குப் போய் நாட்களாகிவிட்டது. தொரப்பாட்டைப் பார்க்க வேண்டும்போல் இருந்தது அவளுக்கு.

''தம்பி என்ன சொன்னான்?''

''அந்தப் புள்ளெ எப்படி இருக்கா? பெய?''

''மேரி ஊட்டுக்கு போனியா? என்னா சொல்லிச்சி?''

''குட்டி எப்பிடி இருக்கா?''

''பொயப்பல்லாம்?...''

வேலையில்லையே என்று சவுரியை அனுப்பி எல்லாரையும் பார்த்துவரச்சொல்லி யிருந்தாள். வழி நெடுக, சவுரியைத் துளைத்தெடுத்தாள். அவனும் முடிந்தவரை பதில் சொல்லிக்கொண்டுவந்தான். ஆனால் நோண்டி விரையெடுத்து ஆரோக்கியம் கேட்பது அவனுக்கு எரிச்சலாக இருந்தது.

ஒரு வாரமாகச் சேர்ந்த பத்து, இருபது போர்வைகளையும் இருந்த உய மண்ணையும் மொடாவில் போட்டு நனைத்து ஊறவைத்தாள். தண்ணீர் சிறிதுதான் இருந்தது. மணல் அள்ளி ஆழப்படுத்த வேண்டும். இருந்த நீரும் நாற்றம் அடிக்க ஆரம்பித்துவிட்டது. கை களால் மணலை அள்ளிக் குட்டைக்குள்ளேயே போட்டுச் சிறிது ஆழப்படுத்திவிட்டுத் துணிகள் முழுவதையும் அடித்துப் போட்டுவிட்டு அலரிச் செடியின் கீழ் சவுரி போய் உட்கார்ந்துகொண்டான். மணல் மோசமாகச் சுட்டது. மர நிழலும் சூடாகத்தான் இருந்தது.

ஆரோக்கியம் எல்லாத் துணிகளையும் அலசி, முறுக்கி ஒவ்வொன்றாகக் காயப் போட்டாள். காற்று தூக்காமல் இருக்க மணலை அள்ளி ஒவ்வொரு துணியிலும் தூவி விட்டாள். வெயிலில் முதுகுத் தோல் உரிவதுபோலிருந்ததால் மேலுக்குத் தண்ணீர் போட்டுக்கொண்டு சவுரியுடன் வந்து உட்கார்ந்துக்கொண்டாள். செடியின் நிழல் நீண்டு சாய்ந்துகொண்டே வந்தது. நிழலுக்கு வந்ததும் அவளுக்கு அதிகமாக வியர்த்தது. பாதித் தூக்கத்தில் இருந்த சவுரியிடம்:

''என்னெ, பவல்லியே தூக்கம்?''

''என்னா பண்றது?''

''கண்ண மூடுனதும் தூக்கம் எப்பிடித்தான் வருதோ!''

''நீ செத்த தலயெச் சாயன். ராவுலியும் தூங்கறது காணும்.''

''எம்மா நேரம்தான் தூங்கறது? இப்பல்லாம் ராவு பெரிசாத்தான் போச்சு.''

''இருக்கும்.''

''இந்த வருசம் சனங்க, கனமா பருத்திய இம்புட்டு ஊணித் தள்ளுறாங்களெ, சோத்துக்கு என்னா பண்ணுங்க?''

''பணப்பயிரு செய்யுறாங்க. மய இல்ல. அதனால பருத்திப் பணத்துக்குச் சோத்துக்கு வாங்கி நெல்லுச் சோறாத் திம்பாங்க.''

''அட யாங் கடவுள! அநியாயத்துக்கு எல்லா ஊட்டிலும் பருத்தியா?.''

''நீ போயி போடண்டி, ஒங்கப்பன் கொடுத்த காணியில.''

''இரு. இன்னம் எங்கப்பன் உனக்கு முயங்கை நனயுறாப்பல எடுத்துக் கொடுப்பான். உனக்கு நல்ல பீங்கிறதும், நாறப் பீங்கறதும் தெரியாது. பீதின்னமா, வாயக் கயிவுனமான் னும் இருக்கவும் மாட்ட. பங்கம் பதினாறும் போனவன.''

''நாறி நறங்கொலஞ்ச சாதியில பொறந்தவன.''

''எங்கப்பன் என்ன கோமணாண்டியாவா இருந்தான்?''

''நான் எப்பிடிப் பொறந்து வளந்தன், சீமான் மவ மாதிரி.''

''உங்கிட்ட வந்து என் பவுசு போச்சி.''

''அறுத்த முண்டயா என் காலத்தக் கயிக்கிறேன்.''

''என்னப் பெத்தவங்க இப்ப என்னக் கண்டா, அவுங்களுக்கு நின்ன இடத்திலியே உசுரு போயிடும்.''

ஆரோக்கியமும் சவுரியும் இந்த ஆண்டு, விதைப்பு தீவிரமாக நடப்பதுபற்றியும் உணவு தானியங்கள் இல்லாமல் இருப்பதுபற்றியும் பேசிக்கொண்டிருந்தனர். அப்படியென்றால் களம் தூற்றும் வேலையும் இருக்காது. அதற்குச் சவுரி, தற்கருத்தற்றவனாக, ஜோசப்புடன் போய்விடலாமென்று கூறினான்:

''இன்னம் கொஞ்ச நாளக்குள்ள சோறு ஆப்புடாம குண்டி வெடிச்சிச் சாவத்தான் போறடி எம்மவள.''

''என்னா பண்ணலாங்கற?''

''நம்ப போனாத்தடுக்கறவுங்க யாருமில்ல. காணி, பூமி இருக்கா, அதெ என்னா பண்ற துன்னு யோசிக்க? இந்த ஊரு இல்லன்னா, வேற ஊரு. எங்க போனாலும் துணி அடிச் சித்தான் வவுத்த வளக்கணும்.''

''பெய என்னா சொன்னான்?''

''எல்லாரும் வந்துடத்தான் ஒரு வருசமாச் சொல்றாங்க.''

''போயிடலாங்கிறியா?''

''பின்ன? இங்க பட்டினி கிடந்து சாவச் சொல்றியா?''

''நீ ஏக பரதேசி. ரெண்டு ஊட்டுல கை ஏந்தினாப் போதும். வவுத்த வளத்துக்குவ. கண்ண மூடுனாலும் தூக்கம் வந்துடும். என் கெதிதான்! அந்தோணியாரே!''

''வரவர எனக்கும் கண்ணு தெரியல. இதுல உம் பேச்சக் கேக்க மாட்டன். சகாயமும் இதத்தான் சொல்லுச்சு. இன்னம் ஒரு மாசத்தில நாம்ப போயிடுவம். இங்க என்ன இருக்கு? ரெண்டு குண்டான், நாலஞ்சி சட்டி, மொடா. அம்புட்டுத்தான். இடிஞ்சி வியிந்த கூரயிலிருக்கிற நாலஞ்சி கயி கம்பு. அத அம்பாயிரத்துக்கிட்ட எடுத்துக்கடான்னு சொல்லிட்டுப் போவ வேண்டியதுதான்.''

சவுரியும் மாறிவிட்டான். முன்போல் ஆரோக்கியத்தின் வார்த்தைகளுக்காகக் காத்திருப்பதில்லை. அவனாகவே இயங்கினான். மௌனமாக இருப்பான். மீறினால் நாய்போல் குரைப்பான். முன்பு ஆரோக்கியம் சவுரியைக் கணக்கில் கொள்ள மாட்டாள். வேலைகளைத் தானாகவே செய்துகொள்வாள். இப்போது வேலையில்லை. சவுரியால் அவள் கேள்விகளுக்குப் பதில் சொல்லித் தீராது. முன்பெல்லாம் இருவரும் சந்தித்து ஓய்வாகப் பகலில் பேசுவதே இயலாத ஒன்று. எப்போதும் வேலைகள் இருக்கும். இப்போது எதிரெதிரில் உட்கார்ந்துகொண்டு, பார்த்தும் பேசியும் வருவதால் சண்டைகளே உண்டாயிற்று. சாதாரணப் பேச்சுகளுக்கே சண்டை என்று ஆகிவிட்டது. சவுரியும் பழைய சவுரியாக இல்லை. சாதாரண விஷயங்களுக்கே கோபம் கொண்டான். ஆரோக்கியத்தைத் திட்டினான். அவள் முகத்துக்கு நேராகக் கையை நீட்டவும் செய்தான்.

''செரிதான். ஓடிப் பொயக்கிற சாதிக்கு ஊரு என்ன? ஒறவென்ன? எல்லா ஊரும் நம்ம ஊருதான். எல்லாச் சனமும் நம்ப சனங்கதான். காணிக்காரன், பூமிக்காரன், சொத்துப்பத்து பூர்வீகமா உள்ளவங்க, ஒரே இடத்துல இருப்பாங்க. நம்ப விதி அப்பிடியா? எரந்து குடிக்கிற சாதி, சின்னச் சாதி.''

ஆரோக்கியம் முழங்காலில் முகம் பதித்து அழுதாள். சவுரி மணலைக் கிண்டி, மணலை எடுத்து நிமிண்டித் தேய்த்துக்கொண்டிருந்தான். ஆனால் அவள் விடாமல்

தொடர்ந்து புலம்பி அழுதழுது மாய்ந்துகொண்டிருந்தாள். சவுரி சொல்வதெல்லாம் நிஜம்தான் என்று எண்ணினாள். தனக்கென்று ஒன்றும் இல்லை. நம்பியிருந்த சனங்களும் கைவிட்டுவிட்டார்கள். பெற்ற பிள்ளைகளும், தம் கையுண்டு, தங்கள் வயிறுண்டு என்று போய்விட்டார்கள் என்று அழுதாள். அவள் கண்ணில் திரள்திரளாகச் சனங்கள் துணியுடன் தையல் கடைக்கும், சலவைக் கடைக்கும் நடப்பது நிழல்போல் ஆடிஆடி மறைந்தது. ஒரு காலத்தில் மிகவும் அத்தியாவசியமான உபகரணமாகப் பயன்படுத்தப்பட்டவள்தான். ஒரு விளையாட்டுப்போல் நடந்துவிட்ட நேற்றைய வாழ்வில் நிகழ்ந்த செயல்களெல்லாம், இன்று கனவுபற்றிய நினைவுகளாக மட்டுமே எஞ்சி நிற்கின்றன. கொல்லை பொம்மைபோல் இருக்கிறாள்.

''இது என் ஊரு, என் சனங்க. இந்தத் தெரு, கோவிலு, ஊரச்சுத்தி நிக்கிற மரம், கொடி, செடி, எல்லாம் என்னுது. மாடு, ஆடு, இந்த ஓட, தொரப்பாடு, கல்லு, இந்தப் பாதயெல்லாம் எனக்குத்தான். பொறக்கிற ஒவ்வொரு புள்ளெயும் எனக்குத்தான். என்ன வாய வக்கத்தான் பொறக்குதுன்னு நெனச்சேன். இதுங்க பொறந்தாத்தான் நான் உசுரு வாய முடியுமுன்னு நம்பி இது நாள்வரெ இருந்துட்டனே!'' என்று சொல்லி அழுதாள். சவுரி மௌனமாக உட்கார்ந்திருந்தான். அவளைச் சுற்றி ஓடைக்கரையில் நின்ற மரங்கள், செடிகள், ஓடை மணல், பாறை, வானம் எல்லாமே வெயிலில் வெந்துகொண்டிருந்தது.

ஆரோக்கியம் இல்லாத ஊர், ஓடை, அவள் துணி வெளுக்காத இந்தத் தொரப்பாடு, வண்ணான் குட்டை, சுற்றி நிற்கும் அரளிச் செடிகள், பாறைகள் அவளால் நினைத்து பார்க்கவே முடியவில்லை.

வெறி கொண்டவள்போல் அரளிச் செடியின் வேரிலிருந்த களிமண்ணைப் பிட்டுப்பிட்டு, கட்டிகட்டியாகப் பெயர்த்துதெடுத்துத் தின்றாள். எவ்வளவு ருசியாக இருக்கிறது! குளுகுளுவென்று பால்போல் மணக்கிறது. முதன்முதலாகச் சூரியனைப் பார்ப்பதுப்போல் குனிந்து, பார்வை மங்கி, இருள் சூழ்ந்து, நீலமாக மாறி, பார்வையற்றுப் போகும்வரை ஆசையுடன் பார்த்துக்கொண்டிருந்தாள். 'நான் போகத்தான் போறேனோ' என்று எண்ணினாள். அவள் கிழவியாகிவிட்டாள். வெள்ளைத் துணியால் மூடியதுபோல் வெள்ளையாகத் தலை இருக்கிறது. கண்களும் காட்சித் திறனை இழந்துகொண்டிருக்கின்றன. கண்களிலிருந்த உயிர்ப்பு அடங்கிவிட்டது. தொரப்பாடுகூட அவளை வெறுக்கிறது. காற்றாலும் மணல் சரிந்து குட்டை பாதியாகிவிட்டது. எல்லாவற்றிற்குமே அவள் தேவையற்ற அனாவசியக் குப்பையாகிவிட்டாள். புது எலும்பும் ரத்தமும் சதையும் கொண்ட உயிரை, மற்றொரு ஆரோக்கியத்தை எதிர்நோக்கி எல்லாம் காத்திருக்கின்றனவா?

''நாய் பூந்த நந்தவனம், பேய் பூந்த பூங்காவனம், பூதம் காக்குற ஊராப் போனாலும், இந்தச் சனங்களே போயிட்டாலும், இந்த ஒடெ நம்பளப் பிரிச்சிவுட்டுடப் போறதில்ல. சொந்தம்னு யாரும் இந்தக் கல்லப் புடிச்சிக்கப் போறதில்லங்கிறப்ப, நமக்குக் கவல எதுக்கு? யாரு தொண வேணும்? ஒரு சாண் வவுத்தக் காப்பாத்த நாடு வுட்டு நாடு போறதா?''

''வவுறா நாம்ளான்னுதான் பாப்பமே!''

''அந்தோணியாரே!''

''நேத்தா, இன்னிக்கா? ஒரு நாளா? ரண்டு நாளா?''

''இந்தத் தொரப்பாட்டுக் குட்டையிலதான் என் பொணம் கெடக்கும்.''

ஆரோக்கியம் புலம்பிக்கொண்டேயிருந்தாள். பொழுது சரிந்துவிட்டது. நிழலை விட்டு வெயிலடிக்கும் இடமாகப் பார்த்து உட்கார்ந்தாள். ஓடை முழுக்கப் பார்த்தாள்.

ஒவ்வொரு மரத்தையும் செடியையும் அவற்றினுள் இருந்துகொண்டு பாடும் வண்டுகள் சத்தத்தையும் கேட்டாள். கொடிபோலச் சரிந்து பறவைக் கூட்டமொன்று வடக்கே போனது. 'எதுக்கு வெய்யில்ல குந்தியிருக்கே? கௌம்பு, ஊட்டுக்குப் போவலாம்' என்று எழுந்து வந்து சவுரி கூப்பிட்டான். அவளருகில் நிலையாக நின்றான். படுகிழவனாக இருந்தான். குரல்கூடப் பழைய குரலாக இல்லை.

''ரத்தம் செத்துப்போச்சு. இந்த வெயிலு ஒணக்கயா இருக்கு. உடம்புல ரவ நல்ல ரத்தம்கூட இல்ல. இருந்தா இப்பவே இப்பிடிக் குளுராது.''

''இடுப்பு கிளம்பல. சத்து இருந்தால்ல? ஊட்டுல போய் அப்பிடி என்னா பண்ணப் போற? சீமையப் புடிக்கவா போற? தகதகன்னு சூரியன், எப்பிடி எம்பூட்டு அயகாப் போவுது! நெருப்பக் கரைச்சாப்பல, மலக்குள்ள போவுது பாரன்.''

''இந்த ஊருல பாதிப் பேரு என் கையிலதான் பொறந்ததும் வந்து விழுந் திருப்பாங்க.''

''இந்த ஊருல யாருடைய அழுக்க நான் சுத்தம் செய்யல?''

''மாருல பாலுக் கட்டிக்காதவ உண்டா? எந்தப் பொம்மனாட்டியோட தொப்புள் கொடிய அறுத்துப் பொதைக்கல?''

''ஊருல இருக்குற எல்லாக் குரலுக்குமே நான்தான், பதில் சொன்னன்; வேலெ செஞ்சன்.''

சவுரி சென்று எல்லாத் துணிகளையும் எடுத்து மடித்து, கட்டி, முதுகில் வைத்துக் கொண்டு ஆரோக்கியத்திடம் மீண்டும் வந்து நின்றான்.

''கிளம்பு. கிளம்பு. பொயிதாச்சி. சளி மூக்காவாது.''

''எல்லாருடைய பீ, மூத்திரம், உதிரம் எல்லாம் அள்ளியிருக்கன். துணியெ அலசி யிருக்கன்.''

''மாருல சொமந்திருக்கன்.''

''நாயா எல்லா வீட்டு முன்னாலும் காவல்காத்து வேலை செஞ்சேன்.''

''குச்சி வச்சிக்காதவ எவ?''

''எனக்கு ராத்திரி பகல் இருந்ததில்ல.''

''மணப்பந்தலுக்குத் துணி கட்டலயா?''

''பாடெதான் கட்டலயா? வவுத்துல சொமக்கல.''

''எலிக்கி வளெயும், பாம்புக்குப் புத்துங்கற கதயாப்போச்சி.''

''கம்மம் கொல்லக்கிக்
காவக் காக்கப் போன பொண்ணு
காவாகி நின்ன பொண்ணு.''

''எல்லாம் பொக மறஞ்சாப்ல மறஞ்சிதான்போச்சி.''

''சூரியனப் பாக்கறப்ப நான் உசுரோட இருக்கறங்கிற நெனப்பு மறந்துபூடுது. நெஞ்சும் மனசும் அமிஞ்சிபோயி அடுப்புக்கரியாக் கெடக்கு. குட்டையில தண்ணி கெடக்கிறாப்பல, ஆனா பாரு, ராத்திரி வந்தா, புது வெள்ளம் வந்தாப்பலதான். சலசலன்னு ரக்க கட்டிப் பறக்கிறாப்பலதான். நிலாவப் பாத்தா உசுரோட இருக்கிற நெனப்பு இருக்க மாட்டங்குது. ஆனா, தவள போடுற சத்தம் கேட்டாலும் பயமாயிருக்கு. மனசும் நெஞ்சும் ஒடுஞ்சிப்போவுது.''

அவள் கண் இமையின் மயிர் வரிசை அசைவற்று இருந்தது. எல்லாவற்றையும் ஒரு சுற்றுப் பார்த்தாள். மறு சுற்றுப் பார்க்கும்போது சூரியன் மலை மடுவின் இருளில் விழுந்துவிட்டிருந்தது.

சவுரி திட்டினான். ஆரோக்கியம் திடுக்கிட்டு, எழுந்து அவனுடன் வீட்டுக்கு நடக்க ஆரம்பித்தாள். சவுரி மூட்டையைத் தூக்கிக்கொண்டு வேகமாக, குனிந்தவாக்கிலேயே ஊர்ந்துகொண்டிருந்தான்.

''ராத்திரி ஒரு கெனாக் கண்டன். ஒரு நாளும் இல்லாம அப்படி வந்து ராத்திரி என்னமோ காட்டிச்சி. மொதல்ல தொரப்பாட்டுல நிக்கறாப்பல இருக்கு. பெறவு எங்க இருக்கன்னே தெரியல. திடீர்ன்னு பாத்தா, காயும் பூவும் பிஞ்சுமா பெரிய ஆலமரம். பெறவு பாத்தா, மொட்டயாக் காஞ்சி கெடக்கு. திரும்பியும் பச்சப்பசேல்ன்னு காயும் பூவுமா இருக்கு. திரும்பியும் மொட்டயாக் காஞ்சி கருவாடாத் தெரியுது. டக்குன்னு முழிச்சிக்கிட்டன். குடும்பத்துக்கு நல்லதா?''

''என்னால நடக்க முடியல, செத்தக் குந்துவோமா?''

ஆரோக்கியம் கேட்டுக்கொண்டேயிருந்தும் வீடு வரும்வரை பதிலே சொல்லாமல் வந்தான் சவுரி. வீடு வந்ததும் கோசலை ஓடிவந்து ஆரோக்கியத்தைக் கட்டிப்பிடித்துக் கொண்டாள். கிளாப்பழம் பறித்துக்கொண்டு வந்தாயா என்று கேட்டாள். சவுரி உள்ளே சென்று தண்ணீர் குடித்துவிட்டு வந்தான். கோசலை ஓடிப்போய்த் தண்ணீர் கொண்டுவந்து ஆரோக்கியத்துக்குக் கொடுத்தாள். சவுரி துணியைக் கொண்டுபோய்க் கொடுத்துவிட்டு வருகிறேன் என்று கிளம்பினான். அப்போது பரமசிவம் வருவதைக் கண்டு நின்றான்.

''பெரியவுங்கள?...'' என்றாள் ஆரோக்கியம்.

''சாமி?''

''நம்ப பொன்னம்மா தவறிடிச்சி.''

''எப்பிடிங்க நடந்துச்சி சாமி?''

''அட அந்தோணியாரே!''

இரவு அவள் கனவு கண்டாள். படுக்கையை விட்டு எழுந்தபோது அவள் தலைமாட்டில் பல்லி செத்துக் கிடந்தது. தொரப்பாட்டில் வலது புறமாகக் காக்கை கத்திக்கொண்டு போகும்போது இழவுச் செய்தி எங்கிருந்தாவது வருமென்று எண்ணினாள். உறவினர்கள் யாரும் சாகவில்லை என்று ஆறுதலாக இருந்தாள். மேல்நாரியப்பனூர் அந்தோணியாருக்கு நன்றி செலுத்தினாள்.

''வயசாயிடிச்சில்ல, அதான் விவகாரம் கைய வுட்டுப் போயிடிச்சி. கோடித் துணியும் வாய்க்கரிசியும் எடுத்துக்கிட்டுப் போவணும். குடும்பத்துல செலவா வருது பாரு.''

''என்னா சாமி அப்பிடிச் சொல்லீட்டீங்க? நீங்கதான் செய்யணும். பொறந்த பொறப்புக்கு, எல்லாத்தியும் காட்டியும் இந்த ரண்டு மொயக் கோடித் துணிதான் சாமி கவுரத.''

''கிளம்புடா சவுரி.''

''சாமி.''

''இருட்டு வெளயா இருந்தாலும் இப்பவே கிளம்புனாத்தான் போய்ச் சேர முடியும்.''

''செரி சாமி.''

''ஜாக்கரத... அந்தோணியாரே...'' ஆரோக்கியம் பிறகு ஒன்றும் சொல்ல வில்லை.

பரமசிவம் பின்னால் இடுப்பு வேஷ்டியைப் போர்த்திக் கூன் முதுகுடன் தளர்ந்து போகும் சவுரியைக் கண்டு அழுகை பொங்கி வந்தது. இருவரும் சிறிது நேரத்தில் கறுப்பு நிழல்களாக மறைந்துபோயினர். அந்த வழி வெறும் இருளாக இருந்தது. வானத்திலிருந்து

பூமிவரை இருட்டாகத் தெரிந்தது. அவள் பார்த்துக்கொண்டிருக்கும்போதே அவளைச் சுற்றி இரவு இறங்கிவிட்டது. வானத்தில் நட்சத்திரங்கள் இல்லை. நிலவு எப்போது வருமோ? மார்புச் சேலைக்குள் ஒண்டிக்கொள்ளும் குழந்தைபோல் ஊர் இருளுக்குள் மறைந்துகொண்டுவிட்டது.

நாளைக்குச் சாயங்காலம் பிணம் எடுத்ததும் பத்துக்குக் குறையாமல் பணமும், இரண்டு மரக்கால் நெல்லும் சவுரி கொண்டுவருவான். கரும காரியத்துக்குச் சேலை வேஷ்டி கிடைக்கும். அவற்றை மேரிக்குக் கொடுத்தனுப்ப வேண்டுமென்று நினைத்தாள்.

துணிகளை எடுத்துக்கொண்டு உணர்ச்சியற்ற முறையில் தெருவுக்குச் சென்று கொடுத்துவிட்டு மீனாட்சி வீட்டுக்குப் போனாள். இன்று என்ன காரணத்தினாலோ, ஆரோக்கியத்தை நிறைய பேர் தெருவில் விசாரித்தார்கள். அவள் இளைத்துவிட்டதாகச் சொன்னார்கள். மகன் அல்லது மகளைப் பார்க்கப் போய்விடவில்லையே, இங்குதானே இருக்கிறாய் என்று சிலர் கேட்டார்கள். அடிக்கடி சவுரி மட்டும்தான் கண்ணில் தென்படுகிறான், உன்னைக் காணவே முடியவில்லையே, என்ன காரணமென்று கேட்டுத் திட்டினர். அடிக்கடி தெருவுக்கு வர வேண்டும், துணிகளை நன்றாக வெளுக்க வேண்டுமென்றனர். எல்லாவற்றுக்கும் ஆரோக்கியம் பதில் சொல்லிவிட்டு வீட்டுக்கு வருகையில் சூசை வாசல்படியில் உட்கார்ந்திருந்தான். செய்தியைக் கேட்டதும் பூமியை விட்டுத் தரையில் அடித்த பந்தென எம்பிஎம்பிக் குதித்தாள். அடித்துக்கொண்டாள். கத்தினாள், ஒப்பாரி வைத்தாள். அந்த நேரத்திலேயே சூசையை இழுத்துக்கொண்டு பாம்பாக ஓடினாள்.

"சாகும் வயதுமில்ல.
சாய்ந்துவிடும் காலமில்ல
மாளும் வயதுமில்ல நீ
மாண்டுருக்க நாளுமில்ல."

ஆரோக்கியம் இருள், முள், கல் என்று பார்க்காமல் காற்றுப்போல் பறந்து போனாள். நெஞ்சிலேயே குத்திக்கொண்டாள். முகத்தில் அறைந்துகொண்டாள். தொடையில் அடித்துக்கொண்டாள். பூமியை ஓங்கிஓங்கி உதைத்துக்கொண்டே ஓடினாள். காடே, இருளே அதிரும்படி கத்தினாள்:

"தாலிக்கோ நாள் பார்க்க
உனக்குக் கொள்ளிக்கே நாளாச்சு
மஞ்சளால் கோலமிட்டு
மணவறைக்கு அழைக்கும் வேளை
கரியாலே கோலமிட்டு உன்னை
கட்டையிலே அனுப்புறேனே!"

மேரி தொரப்பாட்டில் துணிகளை வெளுத்துக் காயப்போட்டுவிட்டுக் கரையில் நிற்கும் மரத்தின் நிழலில் குழந்தையைக் காலில் தூங்கவைத்துக்கொண்டிருந்தாள். உச்சியில் பொழுது நிற்கிறது. நல்ல வெயில். திரவியராஜும் வந்து உட்கார்ந்து குழந்தையுடன் விளையாடிக்கொண்டிருந்திருக்கிறான். மேரியின் மேல் அவனுக்கு அளவற்ற பிரியம். ஒரு சொல் அதிர்ந்து அவன் அவளிடம் சொன்னதில்லை. குழந்தை பிறந்தபின் மேரியை அவன் வேலைக்கு விடுவதில்லை.

பொழுது சாய்ந்ததும் துணிகளை மூட்டை கட்டினர். குழந்தையை மேரி தூக்கிக் கொண்டு நின்றாள். இதுவரை துணி வெளுத்த குட்டையில் இறங்கி திரவியராஜ் குளித் தான். காலில் சுருக்கென்றது. முள்ளாக இருக்குமென்று கையை விட்டுத் தண்ணீருக்குள் தேடினான். வலது கைப் பெருவிரலிலும் சுருக்கென்றது. பிறகு வழவழவென்று பாதத் திலிருந்து நீண்டு நழுவியது. வெடுக்கென்று கையை வெளியே எடுத்துப் பார்த்தான். எல் லாம் தெரிந்துவிட்டது. நீரில் மூழ்குவதும், பின்னர் ஓரமாகத் தலையை நீட்டுவதுமாக இருந்தது அது.

மேரியிடம் சொல்லாமல் துணி மூட்டைகளைத் தூக்கிக்கொண்டு அவசரமாக வீடு வருவதற்குள் மயக்கம் கண்டுவிட்டது. ஒன்றும் முடியவில்லை. அப்போதுதான் மேரியிடம் விஷயம் சொன்னான். கீழே சரிந்து விழுந்தான். மேரி ஓடினாள்.

ஆட்கள் வந்து தூக்கிப் போயினர். மருத்துவர் வீட்டில் மேரி மயக்கமாகிவிட்டாள். நினைவு சிறிதுமில்லை.

''ஒரு எடமா இருந்தாலும் பார்க்கலாம். ரெண்டா இருக்கே!'' என்றார் பச்சமுத்து சேர்வை. இவர்தான் இங்கு மருந்து கொடுப்பவர். பாம்புக் கடி, பூச்சி, தேள், வண்டுக் கடிகளுக்கெல்லாம் மருந்து கொடுப்பார். சரியாகிவிடும். பச்சிலை கொண்டுவந்து கசக்கிச் சாற்றை வாயில் ஊற்றி விழுங்கச் சொன்னார். மோர் தேடிக் கொண்டுவந்து, அதனுடன் சோறும் உள்ளுக்குக் கொடுத்தார். பச்சை மிளகாய் கொடுத்துக் கடிக்கச் சொன்னார். இருபது மிளகாய் தின்றான். தலை சாய்ந்துவிட்டது.

எட்டாம் துக்கம், பதினாறாம் நாள் கருமக் காரியம் எல்லாம் முடித்துப் பிள்ளையைத் தூக்கிக்கொண்டு ஆரோக்கியம் மேரியை அழைத்துவந்தாள். திரவியராஜ் செத்துப்போன செய்தி கேட்டுப் போனவள், காரியங்கள் எல்லாம் முடித்துவிட்டுத்தான் வந்தாள். திரவியராஜுனுடைய சித்தப்பா எவ்வளவு சொல்லியும், மேரியைத் தனியாக விடவோ, எல்லாரும் இங்கு வந்துவிடுகிறோம் என்று சொல்லவோ இல்லை.

வரிவரியாகப் பெண்களும் ஆண்களுமாக வந்துபோனார்கள். எவ்வளவோ சொன்னார்கள். ஆனால் ஆரோக்கியத்தின் அழுகையை நிறுத்த முடியவில்லை. தேற்ற யாராலும் முடியவில்லை. மீனாட்சி வந்தாள். சுசீலா, நாளில் பாதியை ஆரோக்கியத்துடன் கழித்தாள். மேரி வந்த நாட்களாகக் கோசலை எங்கேயுமே போகவில்லை. குழந்தையைப் பார்த்துக்கொண்டிருந்தாள்.

''எனக்கொரு சாவு வல்லியே! நான் என்னா பண்ணுவன்?''

''நிர்மூளியா நிக்குதே எம் புள்ளெ!...''

''அகிலாண்ட கோடி, பிரமாண்ட நாயகா! கடவுளே, அந்தோணியார!''

''பொட்டுள்ள நெத்தியப் புழுதி அழிச்சிடுச்சி
மையிட்ட நெத்திய மண்கரையான் தின்னுடுச்சி
நீலமணிக் கண்ண நிலக்கரையான் தின்னுடுச்சி.''

''நம்ப கையில என்னா இருக்குடி ஆரக்கியம்?''

''ராச்சியத்தப் புடிக்கணும்ங்கிற நெஞ்சிலதான் மண்ண அள்ளிக் கொட்டி மூடுறாங்க.''

''ஆண்டாண்டு அய்தாலும், மாண்டவங்க வரப்போறதில்ல.''

''கூடச் சாவவா போறம்?''

''பாருடி, நீ அய்வறதால அவளும் அய்வுறா. பச்சப் புள்ளெக்காரி அய்வக் கூடாது. ஊருக்கே சொல்றவ நீ'' என்று மீனாட்சிதான் ஆரோக்கியத்தின் கைகளைப் பிடித்துச் சொன்னாள்.

''நீதான்டி ஆரக்கியம் சொல்வ. 'வித்த ஆடு கூடும். செத்த ஆடு கூடாது'ன்னு, அப்படி நினைச்சிக்கிட்டு வுடு.''

''நண்டச் சுட்டு நரியக் காவ வச்ச கதயாப் போச்சே!'' என்று ஆரோக்கியம் தலையிலும் மார்பிலும் அடித்துக்கொண்டாள். மண்ணை அள்ளிஅள்ளித் தலையில் போட்டுக்கொண்டாள். பேய் பிடித்தவள்போல் தலைவிரிகோலமான நிலையில் இருந்தாள். கண்ணிலிருந்து ஊற்றுப்போல் வழியும் நீரை யாராவது சண்டை போட்டால் நிறுத்தவும், அவர்கள் போனபின் வழிய விடுவதுமாக இருந்தாள்.

''அந்தோணியாருக்குக் கண் கெடயாது.''
''அந்தோணியார் செத்துப் பொணமாயிட்டாரு.''
''மஞ்சக் கழுத்தோட
மடி நிறைஞ்ச பூவோட
மன்னவருக்கு முன்னால
வைகுந்தம் போவாயம்மா.
தாலிக் கழுத்தோட
தல நிறைஞ்ச பூவோட
தனஞ்சயருக்கு முன்னால
தனிப்பட்டுப் போவாயம்மா.''

''எனக்கொரு மொயக்கவுறு பஞ்சமாப் போச்சே.''
''என்னெத் தூக்கிப்போடுவன்னு நெனச்சன.''
''என்னெப் போட்டு மண்ணத் தள்ளி மூடுறதுக்கு பதுலா, நீ வாயில மண்ணப் போட்டுக்கிட்டியே.''
''என் தொரயே!''
''என்னான்னுதான் உன் ஆவி பிரிஞ்சுதோ?''
''உன் கயுத்துல விய்ந்த எமனோட பாசக்கவுறு, என் கயுத்துல வியக்கூடாதா?''
''ஒரு வாத்தகூட எடுத்தெறிஞ்சு பேச மாட்டியே.''
''அத்தெ அத்தென்னு வாத்தக்கி வாத்த உசுரு உடுறாப்ல கூப்புடுவியே.''
''இனி அந்தக் கொரலெ எப்ப நான் கேக்கப் போறன்?''
''பாலு மறவாத பாலவனாச்சே!''
''என் கையால அள்ளிப்போட வச்சிட்டியே, அந்தோணியாரே.''

''செஞ்சியில பேஞ்ச மழ
சேல நனயலியே
சிறுநகயும் மக்கலியே இந்தச்
செல்லாவீடும் கண்ணீருல
சேல நனயுதம்மா
சிறுநகயும் மக்குதம்மா.''

ஆரோக்கியம் மேரியை அழைத்துவந்ததிலிருந்து அம்பாயிரமும் அவன் மனைவியும் தான் ஆரோக்கியத்தை எந்நேரமும் பேச்சுக்கொடுத்துக் கவனம் திருப்பினார்கள். ஆறுதல் சொன்னார்கள். யார் என்ன சொன்னாலும் காதில் போடாமல், புலம்பிக்கொண்டே இருந்தாள்:

''மாடப் புறா கூடுகட்டும்
மயிலெறங்கி அம்மா ஓசையிடும்
சிட்டுப் புறா இவருக்குக் கூடு கட்டும்
சிறுமயிலு அய்யாருக்கு ஓசையிடும்
தாசிக்குத்தான் கொடுத்த பணம்
ஒரு தங்க மாடம் கட்டலாமே
கூத்திக்குத்தான் கொடுத்த பணம்
ஒரு கோபுரம்தான் கட்டலாமே.''

''எம்புட்டுத்தான் புருசன் பொஞ்சாதின்னு இருந்தாலும் கூடவா செத்துப் போறம்? கூடத்தான் பொறக்கறமா?''

''எல்லாம் விதி. லிபின்னு போவணும்மா.''

''பெத்தவுங்க சாவறப்பவே குளிச்சி முழுகிட்டுச் சோறு திங்கத்தான செய்யுறம். உசுரும் வாய்ந்துகிட்டுத்தான் பின்னால இருக்கிறம்.''

''நாம்ப எல்லாம் கூத்தாடி இல்ல; பாத்தாடிம்பியே, அதெ மறந்துட்டியாம்மா?''

''ஏசுவே கர்த்தாவே.''

''அந்தோணியாருக்குக் கண்ணுல்ல.''

''அந்தோணியாருக்கு உசுரு இல்ல.''

''அந்தோணியாரு பொணமாயிட்டாரு. அவரு செத்து ரொம்ப நாளாச்சு.''

''எனக்குன்னு இருந்த ஒரு ஆசையும், கெனவ சுட்டுக் கறியாக்குன கதயாப் போச்சே!''

''கெனவு மனுசனாப் போயிட்டியே.''

''எனக்குச் சிரிப்பே இல்லன்னாச்சு.''

''அது எப்பத்தான் எங்கிட்ட இருந்துச்சு?''

''கொத்தமல்லி, அடுக்குமல்லி
கொடியில பூக்கும் அல்லி
கொடியில பூக்காம
கொடலில பூத்தியே
கொடலில பூக்காம
கொளத்துல பூத்திருந்தா
கோடி சனம் பாத்துருக்கும்
கொளத்துல பூக்காம
கொடலில பூத்ததால
கோடித்துணியில மறஞ்சிபோனியே.''

சவுரி இந்த ஒரு வாரமாகச் சேர்ந்த துணிகளை மூட்டையாகக் கட்டித் தூக்கி முதுகில் போட்டுக்கொண்டு தொரப்பாட்டுக்குக் கிளம்பினான். கூன் விழுந்த முதுகில் மூட்டையுடன் வெறித்து, குனிந்த பார்வையுடன் தரையைத் தொடுவதுபோல் நடந்து போனான். ஆரோக்கியமும் கிளம்பினாள்.

''நானும்மா!...''

''சொன்னாக் கேளு. வாண்டாம்மா. என்னெப் பெத்தம்மா இல்ல.''

''தனியா இருந்தா காட்டுல இருக்கிறாப்ல இருக்கும்மா.''

''அந்த வேவாத வெயிலுல, கானகத்துல வந்து என்னா சாமி பண்ணுவ நீ''

"இனிமே என் உசுரு உன்னச் சுமக்கத்தான். எனக்கு நம்பிக்கயா நீ இருப்ப."

"என் உசுரே நீதானே தாயே."

"பிராக்குப் பாத்துகிட்டு உங்கூட இருக்கம்மா. நீ இல்லன்னா நான் எப்பிடி இருப்பேன்? இங்க சும்மா தனியாத்தான படுத்துக் கெடக்கணும், பொணம் மாதிரி."

"வூட்டச் சாத்திப்புட்டு வா தாயே."

"செரிம்மா."

ஆரோக்கியம் பிள்ளையை இடுப்பில் தூக்கி வைத்துக்கொண்டு மேரிக்குத் தெரிந்து விடாமல் அழுதுகொண்டே நடந்தாள். வேகமாக நடந்து சென்று சவுரியைப் பிடித்து, அவனுடன் சேர்ந்து நடந்தாள். மேரியும் அவர்களுடன் வந்து சேர்ந்துகொண்டாள். பூமியில் அழுந்தஅழுந்த நடந்தார்கள். கட்டாந்தரையாக இருந்ததால் காற்றழிக்கச் சுவடில்லாமல் போனது. அவர்கள் தூரம் போகப்போக நிழல்களாகக் கரிய நிறத்தில் தெரிந்தார்கள். பிறகு, அந்தக் கரிய நிழல்களும் சிறுத்துக்கொண்டேவந்தன. கரும்புள்ளிகளாகத் தோன்றினார்கள். மெல்லக் கரும்புள்ளிகள் ஒன்றிணைந்தன. ஒரே புள்ளி. பின் அதுவும் சிறுத்து மறைந்தழிந்தது. வெற்று வானம்போல் முடிவற்று விரிந்து நீண்டு வெளியாக இருந்தது. பின் ஒரே வெளி. சூனிய வெளி.

*****